રેતીની રોટલી

જ્યોતીન્દ્ર દવે

ગૂર્જર ગ્રંથરત્ન કાર્યાલય
રતનપોળનાકા સામે, ગાંધી માર્ગ, અમદાવાદ-૩૮૦૦૦૧

કિંમત : ₹ 150

પુનર્મુદ્રણ : 2014
પુનર્મુદ્રણ : જૂન 2011
બીજી આવૃત્તિ : 1957
ત્રીજી આવૃત્તિ : 2000

RETINI ROTLI
by Jyotindra Dave
Published by Gurjar Granth Ratna Karyalaya,
Opp. Ratanpolnaka, Gandhi Road, Ahmedabad - 380 001. India

© કરસુખબહેન દવે

પૃષ્ઠ : 6+198

ISBN : 978-93-5162-106-5

નકલ : 1000

પ્રકાશક : ગૂર્જર ગ્રંથરત્ન કાર્યાલય
અમરભાઈ ઠાકોરલાલ શાહ : રતનપોળનાકા સામે, ગાંધી માર્ગ, અમદાવાદ-380 001
ફોન : 2214 4663 ■ e-mail : goorjar@yahoo.com

ટાઇપસેટિંગ : શારદા મુદ્રણાલય
201, તિલકરાજ, પંચવટી પહેલી લેન, એલિસબ્રિજ,
અમદાવાદ – 380 006 ■ ફોન : 2656 4279

મુદ્રક : ભગવતી ઑફસેટ
સી/16, બંસીધર એસ્ટેટ, બારડોલપુરા, અમદાવાદ – 380 004

અનુક્રમ

રેતીની રોટલી

●

જ્યોતીન્દ્ર દવે

૧

ઉપમાઓ અને અલંકારો

રાજકોટમાં સાહિત્ય પરિષદ ભરાવાની છે અને તે માટેના પ્રમુખની ચૂંટણી પણ થઈ ગઈ અને ચૂંટણી પછી, રાબેતા મુજબ, ચૂંટણી યોગ્ય રીતે અને યોગ્ય માણસની થઈ છે, ને નથી થઈ એ પ્રકારનાં મતભેદ દર્શાવતાં ચર્ચાપત્રો ને લખાણો પણ પ્રસિદ્ધ થઈ ગયાં. એ વિશે ચર્ચા કરતાં એક આરોગ્યવિદ્યાના ઉપાસકે મને પૂછ્યું: 'તમે સાહિત્યકારો કરો છો શું?'

'તમે કરો છો તે જ. જનમીએ છીએ, પરણીએ છીએ, નોકરી કરીએ છીએ ને મરી જઈએ છીએ. વચગાળાના વખતમાં ચોપડી લખીએ છીએ.' મેં જવાબ દીધો.

'હું એમ પૂછું છું કે લોકોની સુખાકારી વગેરે જેવું કંઈ ઉપયોગી કામ કરો છો ખરા? કે અમથા ટોળટપ્પા કરીને અને ગપાષ્ટકોથી ભરેલાં ચોપડાંઓ છપાવીને રાજી થાઓ છો?' એમણે પૂછ્યું.

'લોકોની સુખાકારી એટલે તમે શું કહેવા માગો છો તે જાણ્યા વગર શો જવાબ દઈ શકાય?' મેં કહ્યું.

'એ તો ઉડાવવાની વાતો છે. લોકોની સુખાકારી શું તે તમે ન સમજો એ હું માનું નહિ. પણ ખરી વાત એ છે કે તમે સૌ સાહિત્યકારો બીજી દુનિયામાં વસો છો. તમને આ દુનિયાની ને આ દુનિયાના લોકોની પરવા નથી.' એમણે કહ્યું.

'મહાશય તમારી એ વાત ખોટી છે. અમે આ જ દુનિયામાં વસીએ છીએ અને અમારાં પુસ્તકો આ દુનિયાના મનુષ્યો જ વાંચે છે. એટલે બીજા કશા ખાતર નહિ તો અમારા સ્વાર્થને ખાતર પણ આ દુનિયાના લોકોની પરવા કર્યા વગર અમારો છૂટકો નથી.' મેં જવાબ દીધો.

'તમે સ્વાર્થી છો અને તમારા સ્વાર્થ પૂરતી આ દુનિયાના લોકોની પરવા કરો છો એ હું કબૂલ કરું છું; પરંતુ લોકોનું ભલું થાય એવું કશું પણ તમે કરતા નથી. તમને તમારી જ વાતો કરવી ગમે છે. એક દાખલો આપું: મને આરોગ્યવિદ્યામાં ભારે રસ છે. એ વિષયનું પુષ્કળ સાહિત્ય મેં વાંચ્યું છે. કુદરતી ઉપાયોથી રોગ હઠાવી તંદુરસ્તી મેળવવાના અનેક પ્રયોગો મેં જાતજાતના માણસો પર અજમાવ્યા છે. મારાં વાચન ને અનુભવને પરિણામે મને એમ લાગ્યું છે કે આપણે ખોરાકમાં લીલાં શાકભાજી જોઈએ તેટલા પ્રમાણમાં વાપરતા નથી, એથી જ આપણે જોઈએ તેટલા તંદુરસ્ત રહી શકતા નથી.'

એમને વચ્ચેથી અટકાવી હું બોલી ઊઠ્યો: 'પણ આને સાહિત્યકાર સાથે શો સંબંધ છે? માણસો શાકભાજી ઓછાં ખાય છે તેમાં સાહિત્યકારનો વાંક છે એમ તમે કહેવા માગો છો?'

'હા, હું એમ જ કહેવા માગું છું.' એમણે જવાબ દીધો.

'સાહિત્યકારને માટે તમારા મનમાં એટલો બધો દ્વેષભાવ ભરાઈ ગયેલો લાગે છે કે તમે જે બોલો છો તેમાં કંઈ અર્થ રહ્યો છે કે નહિ તેનો વિચાર કરવાની પણ તમે તસ્દી લેતા નથી.' મેં કહ્યું.

'હું કહું છું તે અર્થ વગરનું નથી. જુઓ સમજાવું. લોકોને શાકભાજી વધારે પ્રમાણમાં ખાતા કરવા માટે ઝુંબેશ ચલાવવી જોઈએ એમ મને લાગ્યું. એટલે એ વિશે મેં કંઈ લખવાનો વિચાર કર્યો. જુદાં જુદાં શાક વગેરેના ગુણો હું જાણતો હતો, પણ લખાણ સરસ બને એટલા ખાતર એમાં – સાહિત્યકારો ને કલાઓમાંથી ઉતારા આપવા એમ મને થયું. એટલા ખાતર શાકભાજી માટે સાહિત્યકારોએ કે કવિઓએ શું લખ્યું છે તે હું જોઈ ગયો અને મને કેવળ નિરાશા સાંપડી. ચંદ્ર, તારા, કોયલ, ધૂળ, પથ્થર બધાં પર કવિઓએ ને લેખકોએ જોઈએ તેટલું કે જોઈએ તે કરતાં વધારે લખ્યું છે. ફૂલના ગુણ ગાતાં તો એ થાકતા જ નથી. પણ શાકભાજી માટે તો ભાગ્યે જ કંઈ પણ લખ્યું છે. આથી જ કહું છું કે તમે સાહિત્યકારો લોકોની સુખાકારી વિશે જરા પણ વિચાર કરતા નથી. જે જે સુંદર હોય તેના પર તમે લખો છો. જે ઉપયોગી હોય તે તરફ તમારું ધ્યાન જતું નથી. આખા ઘરનો ભાર ઉપાડી લેનારી ઘરની બાયડી બહુ દેખાવડી ન હોય ને પોતાનું

૨   **રેતીની રોટલી**

કશું કામ કોઈ પણ દહાડો કરે એમ ન હોય એવી રસ્તે જતી અજાણી સ્ત્રી દેખાવડી હોય તો તમારા કવિઓની નજર, ઘરની બાયડીને છોડીને પેલી અજાણી પણ દેખાવડી સ્ત્રી તરફ જ જવાની!'

'કવિઓની જ?' મેં પૂછ્યું.

'હા, કવિઓની જ. કવિ સિવાય બીજા કોઈની નજર જતી હોય તોપણ તેટલો વખત તો એ કવિ જ બની રહે છે.' એમણે જવાબ દીધો અને પછી ઉમેર્યું: 'તમને સાહિત્યકારોને સુંદર વસ્તુ જ ગમે છે. આથી ફૂલો પર તમે વારી ગયા છો. પણ જીવનમાં ફૂલ કરતાં અનેકગણી વધારે જરૂરિયાતની વસ્તુ જે શાકભાજી તેનો તમને ખ્યાલ પણ રહ્યો નથી.'

'તમારી વાત સાચી છે. અને આ વખતે પરિષદમાં જઈને સાહિત્ય-કારોએ હવે ફૂલને બદલે શાકભાજી વિશે લખવું એવો ઠરાવ રજૂ કરીશ.' મેં કહ્યું અને મારા સામું તિરસ્કારની નજર ફેંકી એ ત્યાંથી ચાલ્યા ગયા.

શાકભાજીને આપણા સાહિત્યકારોએ અન્યાય કર્યો છે એવી એમની વાત છેક વજૂદ વિનાની નથી. આજથી ચૌદપંદર વર્ષ પહેલાં અહીંના એક અઠવાડિકમાં શ્રી જ્યંતકુમાર ભટ્ટે પણ શાકભાજીને આપણા સાહિત્યમાં યોગ્ય ન્યાય મળ્યો નથી. એવી ફરિયાદ ઉઠાવી એ અન્યાય દૂર કરવા માટેનાં કેટલાંક સૂચનો કર્યાં હતાં; પરંતુ એ માટેનું એમણે આપેલું કારણ ઉપર કહેલા આરોગ્યવિદ્યાના ઉપાસક કરતાં જુદું જ હતું. શાકભાજીનો વપરાશ ઘણો હોવાને લીધે, એ હંમેશની વસ્તુ થઈ જવાથી, સાહિત્યકારોએ એને લેખામાં લીધી નથી એવી મતલબનું એમણે કહ્યું હતું.

સાચું કારણ જે હોય તે. પણ અત્યારે આપણા લેખકો આસમાનની વાતો છોડી ધરતી તરફ વળ્યા છે, ચાંદની ને કોયલનાં ગીત ગાવાને બદલે ખાળકૂવા ને જાજરૂની માખીને યાદ કરવા લાગ્યા છે, સુંદર ને આકર્ષક વસ્તુઓને બદલે કદરૂપી ને બિહામણી વસ્તુઓનાં વર્ણન કરવા લાગ્યા છે, કલા ખાતર કલા નહિ પણ જીવન ખાતર કલા એવો મંત્ર ભણવા લાગ્યા છે; ત્યારે ફૂલોને છોડી એઓ શાકભાજી તરફ વળે એ બહુ જરૂરનું છે. એથી એમને તેમ જ લોકોને બંનેને લાભ થશે. સાધારણ રીતે સાહિત્યકારો ભૂખ્યા હોય છે માત્ર પ્રશંસાના. અનાજની ભૂખ એમને ઓછી લાગે છે. એમને ખાવા મળે છે ફક્ત ઠપકા, ખાંસી કે બગાસાં. એટલે જો એઓ

શાકભાજીનો ઉપયોગ સાહિત્યમાં વધારે પ્રમાણમાં કરતા થશે તો જીવનમાં પણ એનો ઉપયોગ કરવાનું એમનું મન થશે અને એ રીતે એઓ શાકભાજી વધારે પ્રમાણમાં ખાતા થશે તો એમની તબિયત સુધરશે ને રુચિ ઊઘડશે. એમ થશે એટલે સાહિત્યનું સર્જન કરવાનું છોડીને કોઈ ઉપયોગી કામધંધો કરવા તરફ એમનું મન વળશે અને એ રીતે પોતાની જાતને ફાયદો કરશે. લોકો એમનાં શાકભાજી વિશેનાં લખાણો વાંચી એમની ને શાકભાજીની બંનેની કદર કરતાં શીખશે. તેથી એમની તબિયત સુધરશે. આ રીતે લોકોને પણ ફાયદો થશે.

લેખકોને ભૂખ ઓછી લાગતી હશે તેથી, કે ખાવાની વાનગીમાં શાકભાજીનો ઉપયોગ ઓછો કરતા હશે તેથી, અથવા તો શાકભાજીના ગુણ, અવગુણ, રંગ, વાસ, સ્વાદ માટે એમને ઝાઝું જ્ઞાન નહિ હોય તેથી એમણે સાહિત્યમાં શાકભાજીનો બહુ ઉપયોગ કર્યો નહિ હોય. પણ લોકભાષામાં શાકભાજીની છેક અવગણના નથી કરવામાં આવી. ગરમ મિજાજના આદમી માટે 'લવંગીઉં મરચું', દરેક પ્રસંગે પોતાની હાજરી નોંધાવનાર માટે 'દૂધીચણાદાળનું શાક', સંકટને સમયે કે બીજા પ્રસંગે મગજ કરતાં પગ પર વધારે આધાર રાખી પલાયન થઈ જનાર માટે 'વટાણા વાવી ગયો' વગેરે પ્રયોગો ઘરગથ્થુ ભાષામાં સારી પેઠે વપરાય છે. આપણી ભાષામાં જ આ જાતના પ્રયોગ થાય છે એમ નથી, બીજી ભાષામાં પણ એવા પ્રયોગો થાય છે. અહીંની એક શાકવાળી, સાહિત્યથી તદ્દન અનભિજ્ઞ છતાં, આવા પ્રયોગો વારંવાર કરે છે. દૂધી ફણસી વગેરે કુમળી ને તાજી છે એમ દર્શાવવા કહે છે: 'અરે! કાય બઘતા? પૂણેચી સુંદરી આહે, પૂણેચી સુંદરી!' પછી બીજા દેશની સુંદરીઓ પેઠે એ પૂણેચી સુંદરી પણ ઘેરે લઈ ગયા પછી કડવી ને કર્કશ નીકળે તે જુદી વાત છે. પણ આ પરથી સામાન્ય લોકો પણ આવા પ્રયોગો કરે છે તે સમજી શકાય છે.

આમ છતાં લોકભાષામાં પણ શાકભાજીને ફૂલ જેટલું પ્રાધાન્ય નથી મળ્યું એ કહેવું જોઈએ. આપણે ત્યાં સ્ત્રી ને પુરુષનાં નામો પાડવામાં આવે છે, તેમાંય લોકોની દૃષ્ટિ મુખ્યત્વે લાલિત્ય ને સૌંદર્ય તરફ રહે છે, ઉપયોગિતા તરફ નહિ. નદી, પહાડ, દેવ ને ફૂલ પરથી નામો પાડવામાં આવે છે, પણ શાકભાજીને કોઈ સંભારતું નથી. જૂઈ, જાઈ, ચંપા, ચંપકલાલ,

કમલિની, નલિની, શિરીષ, બકુલ, પદમશી, ઇત્યાદિ પુષ્પો પરથી નામ પાડવામાં આવે છે, પણ કોઈને તૂરિયાશંકર કે વેંગણભાઈ, દૂધીગૌરી કે ફણશીબહેન, પાપડીકુમારી કે ભીંડાભાઈ, કેળાંલાલ કે કારેલાકુમાર એમ નામ અપાયાં સાંભળ્યાં નથી.

કદાચ કોઈને એવાં નામે આપણે બોલાવવા જઈએ તો જાહેર શાંતિનો ભંગ થવાનો ભય ઊભો થાય ને શહેરમાં મહિના દિવસ માટે કદાચ કર્ફ્યૂનો અમલ કરવાનો પ્રસંગ આવે તે નફામાં. આ પરથી સિદ્ધ થાય છે કે સાહિત્યકારોની પેઠે સામાન્ય લોકોને પણ શાકભાજી કરતાં ફૂલો પ્રત્યે વધારે પક્ષપાત છે. વક્તાઓ ને નેતાઓને ગળે હાર બનાવી પહેરાવવા માટે, દેવને ચઢાવવા સારુ કે 'દેવી'ને અંબોડલે ગૂંથવા કાજે ફૂલનો ઉપયોગ થાય છે, પણ એથી વધારે ખપમાં એ આવતાં નથી. દેખાવથી, સુવાસથી એ આંખ ને નાકને તૃપ્તિ આપે છે, પણ એનાથી જીવડાં સિવાય બીજાં કોઈનું ભાગ્યે જ પેટ ભરાય છે. જગતના, એટલે કે માણસના ઉપયોગની દૃષ્ટિથી જોતાં ફૂલ કરતાં શાકભાજીનું મૂલ્ય વધારે છે.

મને યાદ છે કે શાકભાજીને સાહિત્યકારોને હાથે થયેલા અન્યાયને દૂર કરવાની સૂચના કરતો જે લેખ વર્ષો પૂર્વે શ્રી જ્યંતકુમારે લખ્યો હતો તેમાં એવી મતલબની એમણે ભલામણ કરી હતી કે ચંદ્ર, તારા, કમળ, આદિનો ઉપયોગ ઉપમા માટે સાહિત્યકારો કરે છે તે જ પ્રમાણે એમણે શાકભાજીનો પણ ઉપમા માટે ઉપયોગ કરવો જોઈએ. આના એમણે કેટલાક દાખલાઓ પણ આપ્યા હતા, પણ તે મને અત્યારે યાદ આવતા નથી. નવા દાખલા ઉપજાવી નીચે પ્રમાણે લખી શકાય:

'એક તાજા વેંગણસમા વર્ણનો ને તૂરિયા જેવો પાતળો પુરુષ એની કોળા સમી કુલાંગનાની જોડે લીસી જમીન પર ગબડતા વટાણાની ગતિથી જતો હતો. એટલામાં એને એકાએક ઠોકર વાગી ને પાકેલા ટામેટા પર કોઈનો જોરથી હાથ પડે ને 'ફચ' એવો અવાજ થાય એ પ્રકારનો ધ્વનિ એના મુખમાંથી સર્યો ન સર્યો ને તે પહેલાં તો એ પોતે જ તૂટેલા શિકામાંથી કાંદા ને બટાકા ગરી પડે તેમ જમીન પર પડ્યો. પડતાં પડતાં એ કુલવધૂના હસ્તનું અવલંબન કરવા ગયો, પણ કુશળ રસોઈઓ છરી વડે ઝટકો મારી વેંગણના ડીંચકાને વેંગણથી છૂટું કરે તે રીતે એની

સહધર્મચારિણીએ પોતાનો હાથ ઝટકો મારી સરકાવી દીધો ને પછી પતન પામેલા પતિ તરફ જોતી કંઈક હાસ્ય અટકાવવાના શ્રમને લીધે ને કંઈક લજ્જાને લીધે લાલ ટામેટાના રંગની શોભાને મુખ પર પ્રસરાવતી ઊભી રહી, – નિશ્ચેષ્ટ ને નિષ્ક્રિય, પડિયામાં પડી રહેલી વાસી પાપડી જેવી.'

પરંતુ અત્યારે બજારમાં છે તે પ્રમાણે સાહિત્યમાં પણ શાકભાજીનો ભાવ વધારવો હોય તો આટલું બસ નથી. માત્ર ઉપમા પૂરતો જ એનો ઉપયોગ થાય એ પૂરતું નથી. અન્યાય કરતાં અધૂરો ન્યાય ખોટો. અસત્ય કરતાં અર્ધ સત્ય વધારે ભયંકર. વાંઝિયા રહેવા કરતાં ફક્ત દીકરીઓના બાપ બનવું એ વધારે ખરાબ. એ જ પ્રમાણે શાકભાજીને સાહિત્યમાં ફક્ત સરખામણી કરવા ખાતર વાપરવાં તેના કરતાં તો એનો બિલકુલ ઉપયોગ ન કરવો તે બહેતર છે. જેવી રીતે સૂર્ય, ચંદ્ર, લતા, કમલ વગેરે ઉપમાન તરીકે સાહિત્યમાં વપરાયાં છે, તે ઉપરાંત તેમના પર સ્વતંત્ર કાવ્યો ને લેખો પણ લખાયા છે, તે જ પ્રમાણે શાકભાજી પર પણ સ્વતંત્ર લેખો અને કાવ્યો રચવાં જોઈએ. સિંહની પૂંછડી થવા કરતાં માખીનું માથું બનવું સારું એ ન્યાયે માત્ર ઉપમાના પદાર્થ તરીકે સાહિત્યના પ્રદેશમાં વપરાઈને પરાવલંબી જીવન કરતાં એને તો પોતાનું રસોડાનું કે થાળીમાંનું સ્વતંત્ર જીવન વધારે રુચશે.

હરિયાળા ખેતર પર એક સાહિત્યકાર અપૂર્વ નિબંધ લખે છે. બીજો મધ્ય રાત્રિએ બોલતી કોયલ પર કાવ્ય લલકારે છે. ત્રીજો શાંત સરવરિયાનું શબ્દચિત્ર આલેખે છે. ચોથો કમલના પરિમલની અતિશયોક્તિભરી પ્રશંસા કરે છે. પાંચમો મલયાનિલના મોહમાં પાનાંનાં પાનાં ઘસડી કાઢે છે અને કમલ, જૂઈ, જાઈ, પારિજાતક, મોગરો, ચંપો, ઇત્યાદિ ફૂલો માટે લગભગ દરેક કવિ થાણાના માનવમંદિરમાં વસવા માટે ઉમેદવારી નોંધાવે છે. તો પછી દૂધી, બટાકા, શીંગ, ભાજી, મૂળો, વેંગણ, ટીંડોરાં, ભીંડા, તૂરિયાં, ચીભડાં, કાકડી, વાલોળ, પાપડી, મોગરી, કોબીજ ઇત્યાદિ શાકભાજી પર સ્વતંત્ર લેખો ને કાવ્યો કેમ ન લખાય? શાકભાજીમાં શું રૂપ, રસ, સુવાસ નથી? ઊલટું, એનામાં તો ફૂલમાં નથી એવો એક ગુણ વધારે છે – સ્વાદનો. ફૂલ ખાવાં ભાગ્યે જ કોઈને ભાવે. શાક લગભગ બધાંને જ પ્રિય થઈ પડે છે. ફૂલ માત્ર નયનને ને નાસિકાને તૃપ્ત કરે છે. શાકભાજી

તો નયન ને નાસિકા ઉપરાંત હૃદય ને ઉદરને પણ સંતોષે છે.

રમણીના ગાલના રંગને લાલ ટામેટા જોડે સરખાવીએ તેના કરતાં લાલ ટામેટાને રમણીના ગાલના રંગ સાથે શા માટે ન સરખાવી શકાય? બીજી વસ્તુઓને સરખામણીની વસ્તુ તરીકે વાપરી વર્ણનના મુખ્ય વિષય તરીકે શાકભાજીનો ઉપયોગ શા માટે ન થઈ શકે? દાખલા તરીકે નીચેનું વર્ણન સાહિત્ય ને શાકભાજી બંનેની દૃષ્ટિએ શું ખોટું છે?

'પાંડુરોગી પુરુષના વર્ણ જેવા રંગની ફીકી બાફેલી દૂધી ત્યાં પડી હતી. નાજનીનના ગાલના રંગની યાદ આપતાં લાલ ટામેટાં કોઈકની વાટ જોતાં હોય તેમ આઘે ખૂણામાં પડ્યાં હતાં. ઊંચી ને પાતળી પ્રમદા સમી સરગવાની શીંગ બાજુમાં જ બેઠી હતી. કોઈક વીર નરના ખાલી પરંતુ વિશાળ મસ્તકના જેવી ઑસ્ટ્રેલિયન કોબી સમારાઈ રહી હતી. સરખા સ્વભાવના પુરુષો એક બીજા સાથે ભળી જાય તેમ વેંગણ ને બટાકા એકબીજા સાથે ભળી જઈને એક તપેલામાં પડ્યાં હતાં. ચીભડાંનું ઢીલું શાક શાંત સરોવરની અદાથી મોટા વાસણમાં સૂતું સૂતું લહેરિયાં લઈ રહ્યું હતું. તળાતા ભીંડાની સુવાસ ગુલાબ ને મોગરાની ખુશબોને મહાત કરતી ઉદરરસને ઊંચે ચઢાવી પાસે બેઠેલાના મુખમાં પાણી આણતી હતી. આથમતા આફતાબના તેજમાં છોલેલો રતાળુ સુરદાસે ભિખારીના વેશમાં આવેલા ભગવાનની માગણીથી કાઢી આપેલા એના કાળજા સમો ભાસતો હતો. તેની બાજુમાં જ ભરસભામાં દુઃશાસન વડે ઉખેડાયેલા ચીરવાળી દ્રૌપદી પેઠે પડ ઉખાડેલો કાંદો પડ્યો હતો. અને એ બધાં જ કંગાળ માબાપનાં છોકરાં એક જ પથારીમાં પોઢી જાય તેમ એક જ પતરાવલિમાં શયન કરવાની રાહ જોઈ રહ્યાં હતાં.'

આ જાતનાં વર્ણનો ઉપરાંત 'વેંગણના વિચારમાં' 'કાંદાની કરામત' 'દૂધીનું દુર્દૈવ' ઇત્યાદિ વિષયો પર સ્વતંત્ર લેખો, કાવ્યો ને વાર્તાઓ લખી શકાય. આ દિશામાં થોડાક પ્રયત્ન થયા છે ખરા, પરંતુ એ બહુ જ નજીવા છે. આપણા સાહિત્યકારો ધારે તો શાકભાજીનો ભાવ હજી ઘણો વધારી શકે એમ છે. એથી પસ્તાગિયાઓ જ નહિ કમાય, આખી સાહિત્યની આલમ પણ ખાટશે. અત્યારે શાકભાજીનો ખૂબ ઉપયોગ કરવાની જરૂર છે – ખાવામાં તેમ જ લખવામાં. ❐

ઉપમાઓ અને અલંકારો ૭

૨

વિશ્વતંત્ર સંગીતકારોને સોંપો

હજારો વર્ષના અનુભવો ને જાતજાતના પ્રયોગો છતાં દુનિયા સુધરતી નથી, પણ ઊલટી દહાડે દહાડે બગડતી જતી હોય એમ લાગે છે. ઠેરઠેર કલહ, કંકાસ, વિદ્વેષ, ખુનામરકી ચાલ્યા જ કરે છે. આપણા દેશમાં કોમી હુલ્લડની આગના ભડકાનો અનુભવ અનેક શહેરોને થઈ ગયો. પરદેશમાંથી પણ લોકો વચ્ચેની અથડામણના સમાચાર રોજ ને રોજ આવ્યા જાય છે. જગત આખામાં શાંતિનું સામ્રાજ્ય સ્થાપવા માટે દુનિયાની મોટી-નાની પ્રજાઓના પ્રતિનિધિઓની પરિષદ ભરાઈ ગઈ; પરંતુ એ પરિષદમાં શાંતિ સ્થાપવાને બદલે શાંતિને ઉથાપવાની વધારે વાતો થઈ.

માણસ માંદો ને માંદો રહે અથવા રોગના હુમલા થોડો વખત શમી જાય, પણ રોગ તદ્દન નાબૂદ ન થાય, પણ થોડેથોડે વખતે એ પાછો પટકાઈ પડે અને દરેક વખતે રોગનો હુમલો અગાઉના હુમલા કરતાં વધારે સખત નીવડે, ત્યારે દર્દી ને સગાવહાલાઓ દાક્તર બદલવાનો વિચાર કરે છે. એ જ રીતે જગતનું તંત્ર આટઆટલો વખત થયાં અસ્થિર ને અસ્થિર જ રહે છે, અથવા થોડો વખત કંઈક શાંતિ ને સ્થિરતાનો અનુભવ થયા પછી ફરીથી મોટા પ્રમાણમાં પ્રત્યેક વખતે વધતી જતી ઉગ્રતાથી યુદ્ધની નોબતો વાગે છે. ઠેરઠેર વિદ્વેષ ને વેરની આગો સળગી ઊઠે છે ને એમાં લાખો નિર્દોષ પુરુષો હોમાય છે, તે જોઈને આવા વખતે પણ જેઓ શાંતિથી વિચાર કરી શકે છે અથવા એમ માને છે કે અમે શાંતિથી વિચાર કરી શકીએ છીએ, તેઓ આ જગતનું તંત્ર હવે કોઈક બીજાના હાથમાં સોંપવાની સૂચનાઓ કરે છે.

થોડા વખત પર અહીં ઊજવાયેલા મહિલા વિદ્યાપીઠના પદવીદાન

રેતીની રોટલી

સમારંભને પ્રસંગે નરજાતિના એક પ્રૌઢ વિચારકે આ વસ્તુસ્થિતિનો ઉલ્લેખ કરીને જણાવ્યું હતું કે 'હવે એવો વખત આવ્યો છે કે આપણે પુરુષોએ અત્યાર સુધી દુનિયાની લગામ આપણા હાથમાં રાખી હતી તે છોડી દઈને એ સ્ત્રીઓને સોંપી દેવી જોઈએ. લલનાઓ લાગણીપ્રધાન હોય છે. પુરુષો કરતાં એમનાં હૈયાં વધારે સુકોમળ હોય છે. એટલે એમના હાથમાં જગતનું તંત્ર આવતાં, દુનિયામાંથી લડાઈ નાબૂદ થઈ જશે. સ્ત્રી વૃત્તિએ ને પ્રવૃત્તિએ સર્જનશીલ પ્રાણી છે, વિનાશની વાત એનાથી સહન થઈ શકશે નહિ.'

હમણાં જ મેં એક પુસ્તક વાંચ્યું. એની પ્રસ્તાવનામાં વિદ્વાન લેખક કહે છે: 'આ દુનિયાનાં ડહોળાઈ ગયેલાં પાણીને ફરી સ્થિર ને સ્વચ્છ બનાવવાં હોય તો, જગતનું તંત્ર અત્યારે ખટપટ, કાવાદાવા, હિંસા ને અસત્ય, નફાખોરી ને હરામખોરીમાં રાચતા ને રચ્યાપચ્યા રહેતા રાજકારણના ઉસ્તાદો ને ઉઠાવગીરોના હાથમાંથી લઈ લઈને પ્રેમ ને પ્રભુભક્તિનાં ગીતો ગાતા, વિશ્વબંધુત્વનો સમાન પ્રચાર કરતા, ભાવ ને ભાવનાની મનોરમ કથાઓ આલેખતા, કલા ને કલ્પનાના ઉપાસક અને માનવહૃદયના ઊંડા ભાવોના જાણકાર એવા સાહિત્યસ્વામીઓના હાથમાં સોંપી દેવું જોઈએ. જગતનો બાગ ધૂળ, કાંટા ને ઝાંખરાંથી ભરાઈ ગયેલો છે તેને બદલે એમાં શાંતિનાં ને સૌન્દર્યનાં પુષ્પો ઉગાડવાં હોય તો પુષ્પો સમા કોમલ હૈયાંવાળા સાહિત્યકારોને જગતની દોરવણી આપવાનું કાર્ય સોંપી દો.'

સંગીતના રસિયા મારા એક મિત્ર સાથે ઉપલી વાતની ચર્ચા થતાં એણે કહ્યું: 'સ્ત્રીઓ ને સાહિત્યકારો કરતાં સંગીતકારો આ કામને માટે વધારે યોગ્ય છે એમ મને લાગે છે. અત્યારે આ દુનિયાની ધુરા જેણે ધારણ કરી છે તે બધા નહિ, તો તેમાંના કેટલાક પણ સાહિત્યકારો છે. એઓ પોતાના અનુભવો લખે છે ને પુસ્તકો છપાવે છે અને દુનિયાના નેતાની સાથેસાથે સાહિત્યકાર તરીકે પણ પોતાની જાતને ખપાવે છે. સ્ત્રીઓ પણ સારું કામ કરી શકશે એમ મને લાગતું નથી. એના કરતાં સંગીતકારોના હાથમાં દુનિયાની લગામ સોંપી હોય તો દુનિયાનું ગાડું કદાચ રગસિયું ચાલશે, પણ ચાલશે બરાબર.'

પહેલાં તો એમની વાત સાંભળી મને હસવું આવ્યું. પોતાના ઘરનું ગાડું કેમ ચાલે છે તેની પણ ભાગ્યે જ ખબર રાખનારા બિચારા સારીગમના

ઉપાસક દુનિયાનું ગાડું ચલાવશે શી રીતે? પણ હવે વિચાર કરતાં લાગે છે કે એમની વાત છેક ફેંકી દેવા જેવી નથી.

અત્યારે જગતનું તંત્ર જેના હાથમાં રહ્યું છે તેને નિવૃત્ત બનાવી કોક નવાના હાથમાં એ તંત્ર સોંપાવું જોઈએ એ વિશે બે મત નથી. હવે વિચાર કરવાનો એટલો જ છે કે 'ફૅમિલી ડૉક્ટર'ના હાથમાં 'કેસ' બરાબર સલામત નથી, એનું ભાન તો દર્દીને ને સગાંવહાલાંઓને થઈ ગયું છે, પણ હવે બીજા કોને બોલાવવો – વૈદ્ય, હકીમ, હોમિયોપાથ, નેચરોપાથ – કોની દવા શરૂ કરવી તે નક્કી થઈ શકતું નથી. માંદા માણસને જોવા આવનારાઓ જેમ જુદીજુદી સલાહ આપે છે, તેમ આ બાબતમાં પણ વિચારકો તરફથી જુદીજુદી સલાહ મળે છે.

સ્ત્રીના હાથમાં દુનિયાની લગામ સોંપી દેવી જોઈએ એમ કહેનારા માણસમાં સત્યની પ્રીતિ કરતાં સ્ત્રીસન્માનની વૃત્તિ વધારે પ્રમાણમાં હોવી જોઈએ. દુનિયાની લગામ સ્ત્રીઓના હાથમાં હોય તો લડાઈ નહિ થાય એમ શી રીતે માની શકાય? ઘરના જ અનુભવો આ બાબતમાં વિરુદ્ધ મત આપવા આપણને પ્રેરે એમ છે. લડાઈને ને સ્ત્રીને અસલથી સંબંધ છે. સ્ત્રીઓ લડે છે ને લડાવે છે એ તો દરેક માણસ જાણે છે. સ્ત્રીઓ માટે, સ્ત્રીઓ દ્વારા ને સ્ત્રીઓ વડે ઓછાં યુદ્ધ નથી ખેલાયાં.

સાહિત્યકારોનો વિચાર કરીએ તો એઓ આમ એકદમ હાથોહાથ નથી આવી જતા એ સાચું છે, પણ લડવાને માટે ને લડાવવાને માટે એઓ ઓછા આતુર હોય એમ લાગતું નથી. સાહિત્યકારો પણ રાજ્યકારણના નેતાઓની પેઠે પોતપોતાના જુદા વાડા બાંધીને બેઠા છે. કોઈક પાડું કોઈક વાર એ વાડામાંથી છટકી જાય છે ને વિશ્વબંધુત્વની વાત કરવા માંડે છે એ ખરું, પણ મોટા ભાગે તો એ વાડાબંધી સારી રીતે જળવાઈ રહે છે. ઉપરાંત સાહિત્યકારોને વિચાર સાથે સંબંધ હોય છે, (જોકે ઘણા સાહિત્યકારોને બોલતા સાંભળી આ બાબત વિશે સંદેહ થાય છે, છતાં એ જવા દઈએ) વિચાર હોય ત્યાં મતભેદને સ્થાન રહે છે અને પછી મતમાંથી મમત ને મમતમાંથી મારામારી એમ સીધો ક્રમ સ્થપાય છે. સાહિત્યકારો જેટલી ઉશ્કેરણી ફેલાવે છે તેટલી ઉશ્કેરણી સ્ત્રીઓને બાદ કરતાં બીજા કોઈ ફેલાવતા નથી. કેટલીક વાર તો સાહિત્યકાર કંઈ કરતા ન હોય તોયે

કોઈક લોકો ઉશ્કેરાઈ જાય છે. સાહિત્યકારને જોઈને જ ઉશ્કેરાઈ જનારા માણસો પણ મેં જોયા છે.

એટલે સાહિત્યકાર પણ આ કામ માટે ચાલી શકે એમ લાગતું નથી. રહ્યા માત્ર સંગીતકાર. સાહિત્ય શાંતિ સ્થાપવાનું કાર્ય કદાચ કરતું હોય એમ સાહિત્ય ને સાહિત્યકારના અનુભવને અભાવે આપણને લાગે તોપણ સાહિત્ય કરતાં સંગીતની અસર વધારે વ્યાપક છે એની કોઈથી ના પાડી શકાય એમ નથી. સાહિત્યની અસર ફક્ત માણસો પર જ અને તે પણ ફક્ત વાંચી શકે એવા માણસો પર જ થાય છે. સંગીતની અસર સર્વ પ્રાણી પર થાય છે. સારામાં સારી વાર્તા કે કવિતા ભેંસ, કૂતરા, બિલાડા કે વાઘ આગળ આપણે વાંચી બતાવીએ તો એ બેકદર પ્રાણીઓ પર એની જરા પણ અસર થતી નથી. ભાગવત જેવા દળદાર ને જ્ઞાનામૃત વહેવડાવનાર ગ્રંથની અસર ભેંસ સમા વિશાળ ને દુગ્ધામૃત આપનારા પ્રાણી પર પણ નથી થતી એમ આપણી કહેવતે નોંધ્યું છે. રાતે મારા ઓરડામાં ઉંદરડાં દોડાદોડ કરી મૂકે છે ત્યારે એ સાંભળી શકે એ રીતે હું એમને માટે જે અપમાનકારક શબ્દો વાપરું છું તેથી તેમને કંઈ જ લાગતું નથી. આપણે માટે આવી અપમાનજનક ભાષા વપરાતી હોય ત્યાં ભલે ભૂખે મરીશું પણ હરગિજ જઈશું નહિ જ એમ કોઈ પણ સ્વમાનશીલ પ્રાણીને લાગે, પરંતુ આ ઉંદરડાં તો રોજ આવે છે. અપમાન તો એમને સદી ગયું હોય એમ લાગે છે. એથી ઊલટું સંગીતથી વાઘ ને વરુ સમાં વિકરાલ પ્રાણીઓ પણ વશ થાય છે, એમ સાંભળ્યું છે. અને અત્યારે માણસોમાં પણ પશુભાવ ઊભરાઈ ગયો છે, માણસાઈ જતી રહી છે ને પશુતા વધતી જાય છે, તેવે વખતે પશુને વશ કરી શકે એવું શસ્ત્ર જ આપણી પાસે હોવું જોઈએ.

સંગીત અને રાજકારણ બંનેમાં નિષ્ણાત એવા શ્રી જયકરે એક વાર મહારાષ્ટ્ર સંગીત પરિષદના પ્રમુખસ્થાનેથી વ્યાખ્યાન આપતાં જણાવ્યું હતું કે બીજી કોઈ પણ વસ્તુ કરતાં રાષ્ટ્રીય ઐક્ય સંગીત વડે વધારે સહેલાઈથી સાધી શકાય છે. એથીય એક ડગલું – ખરું પૂછો તો એક નહિ પણ ચારપાંચ ડગલાં – આગળ જઈને આપણે કહી શકીએ કે વિશ્વૈક્ય સંગીત વડે સહેલાઈથી સાધી શકાય છે. સંગીતથી દર્દો મટે છે એમ જેને દર્દ થયું નથી હોતું તેઓ દર્દીઓને કહે છે. સંગીતથી અનિદ્રાનો રોગ હઠે છે

વિશ્વતંત્ર સંગીતકારોને સોંપો ૧૧

એ સંગીતના જલસામાં ઊંઘતા માણસોને જોઈને કહી શકાય એમ છે. સંગીતથી નિદ્રાળુતાનો રોગ દૂર થાય છે. એવો અનુભવ પડોશમાં મોડી રાતે કોઈ ગાતું હોય અથવા ગ્રામોફોન વગાડતું હોય ત્યારે આપણને સૌને થાય છે. સંગીતથી વરસાદ આણી શકાય છે, દીવા પ્રગટાવી શકાય છે ને સર્પોને ડોલાવી શકાય છે એમ આપણા સૌના સાંભળવામાં આવ્યું છે. સંવાદ એ સંગીતનો પ્રાણ છે. વિસંવાદને જેમ બને તેમ દૂર કરવો એ સંગીતનું ધ્યેય છે. ભિન્નભિન્ન ધર્મ ને કર્મના મનુષ્યો, જુદાજુદા સૂરો જેમ એક રાગસ્વરૂપમાં સંવાદપૂર્વક ભેગા રહી શકે, રોટીવ્યવહાર, બેટીવ્યવહાર કે ચોટીવ્યવહાર (અર્થાત્ એકબીજાની ચોટલી પકડવાનો વ્યવહાર) જેટલી એકતા નથી સાધી શકતો તેટલી એકતા સંગીત વડે સધાય છે. આપણા જ દેશનો ઇતિહાસ તપાસતાં એ વાતની ખાતરી થશે. હિંદુ અને મુસલમાન વચ્ચે બીજી બધી બાબતમાં ગમે તેટલો ભેદ હશે છતાં સંગીતના વિષયમાં એ બંને વચ્ચે ઐક્ય સચવાયું છે. એકબીજાના ગુરુશિષ્ય તરીકે એઓ રહ્યા છે. આમ સંગીત બે કે એથી વધારે હૃદયોને એક કરે છે, કોમો વચ્ચેનો ભેદ ટાળે છે ને ધર્મનાં અંતરો દૂર કરે છે.

પરંતુ આમાં એક વાંધો નડે એમ છે. આખી દુનિયાનું તંત્ર સમાલી શકે એટલા સંગીતકારો લાવવા ક્યાંથી ? દુનિયામાં રમણી કરતાં બિહામણી સ્ત્રીઓ વધારે છે, તે જ પ્રમાણે આ પામર જગતમાં ગાઈ શકે તે કરતાં ગાઈ ન શકે એવા મનુષ્યોની સંખ્યા ઘણી મોટી છે. સારા ગવૈયાઓ કરતાં પોતાને ભૂલથી જ ગવૈયા સમજી બેસનારાઓ, અપચાથી પીડાતા પીડાના જેવા ઘેરા અવાજ કે સ્લેટ પર કાંકરો ઘસાતો હોય તેવા કર્કશ સૂરે ગાઈને આપણા હૃદયને ગ્લાનિ, મગજને ક્રોધ ને કાનને પીડાનો અનુભવ કરાવનારાઓ વધારે પ્રમાણમાં હોય છે.

પરંતુ એવા માણસને પણ કામમાં લઈ શકાય. ખૂબીની વાત એ છે કે જે ગાઈ શકે તે તો દુનિયામાં શાંતિ સ્થાપવાનું કામ કરી શકશે, પણ તે ઉપરાંત જેઓ 'અમે ગાઈ શકીએ છીએ' એમ માનતા હશે તેઓ પણ પોતાનું ધાર્યું કામ કરાવી શકશે. લોકો એમનું કહ્યું કરવા તૈયાર થશે. સંગીતના જાણકારો પાસેથી સારું સાંભળવા ખાતર ને આવા લોકોને ગાતા અટકાવવા ખાતર એમના આદેશોનું પાલન લોકો જરૂર કરશે. એ માટેના

જોઈએ તેટલા દાખલા મળી આવે એમ છે.

એક વાર બહુ જ ઓછા પગારે એક 'ઑફિસ'માં ગદ્ધાવૈતરું કરતો કારકુન કામદેવના બાણનો ભોગ થઈ પડ્યો અને પરણ્યો. લગ્નને લીધે બેનાં એક થાય છે, છતાં એને ઘેર, એકને ચાલે તેટલા ખોરાકથી, ખરી રીતે એક થયેલાં પણ જગતની જડ દૃષ્ટિને બે દેખાતાં એવાં પેટને સંતોષ ન થયો. એટલે એણે ઉપરી અધિકારી પાસે જઈ બીતાંબીતાં પગારમાં કંઈક વધારો કરી આપવા વિનંતી કરી.

'શરમ નથી આવતી તમને પગારવધારાની માગણી કરતાં અત્યારે?'

અજાણ્યે જ કવિ નાનાલાલની શૈલીનું અનુકરણ કરતાં ઉપરી અધિકારીએ જવાબ દીધો.

'સાહેબ, મારું આટલાથી પૂરું થતું નથી. હવે હું પરણ્યો.'

કારકુનને વચ્ચે જ અટકાવી અધિકારી બોલી ઊઠ્યા: 'તેમાં મારો શો વાંક?'

'ના, સાહેબ. પણ...'

'પણ ને બણ કંઈ નહિ. પગાર ઓછો પડતો હોય તો જાઓ બીજી નોકરી શોધી કાઢો.' સાહેબે ઘાંટો પાડીને કહ્યું.

કારકુન વીલે મોઢે પાછો ફર્યો. પોતાના ઓરડામાં આવી એણે ટેબલ પર પડેલાં કાગળિયાં ઊથલાવવા માંડ્યાં. પણ કામમાં જીવ લાગ્યો નહિ. આખરે પોતાના હૃદયને સંતોષવા 'હું કંઈ નિરાશ થયો નથી' એમ મનને મનાવવા એણે ધીમા અવાજે કવાલી ગણગણવા માંડી. સંગીતના તાનમાં ધીરેધીરે એ આસપાસની દુનિયાનું ભાન ભૂલી ગયો ને પછી સાગર સમા પ્રચંડ ને ઘેરા, પણ ચાવી ઊતરી ગયેલા ગ્રામોફોનની રેકર્ડ જેવા કર્કશ ને બેસૂરા અવાજે લલકારવા માંડ્યું:

થયું શું દુઃખ આવ્યું તો
નહિ નિરાશ હું થાઉં;
હજારો શત્રુઓ આવે, ભલે
નાસી નહિ જાઉં.
સનમ તરછોડતી છોને
નહિ બેદિલ કદી થાઉં.

છેલ્લી લીટી બરાબર યાદ ન આવી. 'કદી થાઉં, કદી થાઉં' એમ વારંવાર પુનરાવર્તન કર્યા છતાં ચોથી પંક્તિ ન જ સાંભરી એટલે ટેબલ પર હાથ પછાડી તાલ આપતાં ઓરડો ગજાવી એમણે લલકાર્યું –

'કકડ ધૂમધૂમ, કકડ ધૂમધૂમ,
કકડ ધૂમધૂમ, કકડ ધૂમધૂમ.'

જોડેના ઓરડામાંથી આવીને ઉપરી અધિકારી સ્તબ્ધ થઈને જોઈ રહ્યા. પણ ગાયનની લહેરમાં પડેલા એ કારકુનનું એમની તરફ ધ્યાન ન ગયું. એણે તો 'કકડ ધૂમ ધૂમ, કકડ ધૂમ ધૂમ'ની ધૂન ચાલુ જ રાખી. આખરે ઉપરીએ એની પાસે આવીને કહ્યું: 'મિસ્ટર, તમારા પગારમાં આજથી દશ રૂપિયાનો વધારો કરવામાં આવે છે. પણ તે એક શરતે –'

પરિસ્થિતિનું ભાન થતાં કારકુન પહેલાં તો ગભરાઈ ગયો. પણ પછી જરા નિરાંત થતાં બોલ્યો: 'હેં! હા, શી શરત? કહો તે શરત પાળવા તૈયાર છું.'

'શરત એટલી જ કે આ ઑફિસમાં ને ઑફિસના બે માઈલના વિસ્તાર સુધીમાં તમારે કોઈ દિવસ ગાયન ન ગાવું.'

'કબૂલ છે. હવે ફરી કોઈ દહાડો નહિ ગાઉં.' કારકુને કહ્યું.

'ઠીક ત્યારે, આજથી જ તમને દશ રૂપિયાનો વધારો મળશે.' સાહેબે કહ્યું ને ત્યાંથી ચાલવા માંડ્યું.

કારકુન ખુશ થઈ ગયો ને ઉત્સાહમાં આવી જઈ શરત ભૂલી જઈને લલકારી ઊઠ્યો: 'નહિ નિરાશ હું થાઉં, – નહિ નિરાશ હું –'

'અરે! પાછું ગાવા માંડ્યું!' સાહેબે પાછા ફરી કહ્યું.

'ભૂલ થઈ ગઈ. હવે નહિ ગાઉં.' કારકુને કહ્યું અને અહીં બેસીશ તો ગવાઈ જશે એમ લાગવાથી ઊઠીને બહાર જતો રહ્યો.

આમ ગાતાં ન આવડતું હોય તેને પણ સંગીતની આરાધના દ્વારા સિદ્ધિ મળે છે. આથી જેટલા મળે તેટલા સારા ગાયકો ને બાકીના બેસૂરા ને કર્કશ અવાજે પણ ગાવા તૈયાર હોય એવાઓને ભેગા કરી જ્યાં-જ્યાં તોફાન, જ્યાં-જ્યાં હુલ્લડ, જ્યાં-જ્યાં અશાંતિ, જ્યાં-જ્યાં વેર ને વિદ્વેષ હોય કે ઊભાં થવાનો સંભવ હોય ત્યાં એમને મોકલી આપવા ને એમના ગાયન ને ગીતને પ્રભાવે લોકોનાં ઉશ્કેરાયેલાં મગજને ઠંડાં પાડી દુનિયામાં શાંતિ પ્રસારવી. આ કામ દુનિયાનું તંત્ર સંગીતકારોના હાથમાં હોય તો જ થઈ શકે. ❑

૩

દિવાળીની ઉજવણી

'તમને અત્યારે દિવાળી અંકો કાઢવાનું સૂઝે છે? દેશમાં અત્યારે ઠેર-ઠેર કોમી રમખાણની હોળી મચી રહી છે, લોકોને પહેરવાને કપડાં અને ખાવાને અનાજ મેળવવાનાં સાંસા પડે છે ને કાગળની પણ તંગી છે એવે વખતે તમને દીપોત્સવીના અંકો કાઢવાનું મન પણ કેમ થાય છે?' પોતાના પત્રમાં દીપોત્સવી અંક માટે લેખ લેવા આવેલા એક ભાઈને મેં કહ્યું.

અત્યારનો સમય દીપોત્સવી અંક કાઢવા માટે ઉચિત નથી એવો વિચાર તો એ લેખ માગવા આવ્યા ત્યારે જ મને આવ્યો ને એ માટે જે કારણો મેં એમની આગળ દર્શાવ્યાં તે પણ તરત યાદ આવ્યાં માટે જ કહ્યાં. બાકી મારા મનમાં સાચું કારણ તો જુદું જ હતું. ભાઈના પત્રના દીપોત્સવી અંક માટે લેખ લખવાની મને નહોતી ફુરસદ કે નહોતી ઇચ્છા. પણ એમ કહેવાને બદલે, મારા સ્વાર્થ ખાતર એમને અંક કાઢવાની સલાહ ન આપવી બરાબર ન લાગવાથી મેં સિદ્ધાંતની દૃષ્ટિએ બધા જ દીપોત્સવી અંકોનો વિરોધ કર્યો.

'બધા જ કાઢે એટલે અમારે પણ કાઢવો રહ્યો ને!' એમણે જવાબ દીધો.

'આ તો પરણવા તૈયાર થનાર એક જણને કોઈએ પૂછ્યું કે "તું શા માટે પરણે છે?" ત્યારે એણે જવાબ આપ્યો હતો કે "બધા જ પરણે છે એટલે હું પણ પરણું છું." તેના જેવો જ તમારો જવાબ છે.' મેં કહ્યું.

'દીપોત્સવી અંક ન કાઢીએ તો અમારા પત્રની પ્રતિષ્ઠા ઘટી જાય ને અમારા ઘરાકો ખીજવાય. બાકી એમાં અમારે એટલી બધી ઊઠબેઠ કરવી પડે છે કે ન પૂછો વાત.' એમણે કહ્યું.

છેલ્લાં થોડાં વર્ષોમાં આપણે ત્યાં સામયિકોની સંખ્યા ખૂબ વધી ગઈ છે. આપણા દેશમાં બાળકોની પેઠે સામયિકો પણ રોજ સંખ્યાબંધ અવતરતાં જાય છે. જોકે એમાં પણ બાળમરણના પ્રમાણની પેઠે અકાળે આથમી જતાં પત્રોની સંખ્યા નાનીસૂની નથી હોતી. છતાં પત્રો ને પત્રકારોનો વિકાસ ખૂબ થઈ રહ્યો છે એમાં સંદેહ નથી. એક પ્રસિદ્ધ આંગ્લ લેખકે લખ્યું છે કે 'એક સમયે દેશમાં કેળવણી માટે પ્રજામાં એટલી બધી ધગશ હતી કે જેનાથી ભણી શકાય એમ હતું તે સર્વેએ ભણવા માંડ્યું, ને જેમનાથી ભણી શકાય એમ હતું નહિ તેમણે ભણાવવાનું કામ ઉપાડી લીધું.' કંઈક એવી જ રીતે કહી શકાય કે આપણામાં લેખન માટે એટલો બધો ઉત્સાહ આવી ગયો છે, જેનાથી બહુ મહેનતે પણ લખી શકાય તેવાઓ દસબાર માસિક ને સાતઆઠ સાપ્તાહિકમાં નિયમિત લખ્યા જાય છે ને જેમનાથી લખી શકાય એમ નથી તે માસિક કે બીજાં સામયિકોના તંત્રી બને છે.

અંકગણિતની પરિભાષામાં કહું તો લેખકો ને તંત્રીઓનો સરવાળો કરી તેને વાચકોના સરવાળા વડે ભાગીએ તો જે ભાગાકાર આવે તે વાચકોના સરવાળા કરતાં ઓછામાં ઓછો દસગણો થાય. લેખકો ને તંત્રીઓ, રોગ, દેવું ને ચક્રવૃદ્ધિ વ્યાજની ગતિએ વૃદ્ધિ પામતા જાય છે. ને વાચકો આયુષ્ય, શાંતિ ને સુખની પેઠે દિવસે-દિવસે ઓછા થતા જાય છે. એક વખત એવો પણ આવશે કે વાચક કોઈ હશે જ નહિ, પણ લેખક ને તંત્રી એ બે જ વિભાગ પત્રકાર-જગતમાં રહેશે. 'કમ્પોજિટરો' પણ કમ્પોઝ કરતાં કરતાં લેખો લખતા થઈ જશે. અને અંતે દરેક લેખક પોતે જ પોતાનું માસિક, અઠવાડિક અથવા દૈનિક કાઢી પોતે જ તંત્રી, વ્યવસ્થાપક, લેખક ને વાચક બનશે!

આપણી અજ્ઞાન અને અભણ જનતામાં જ્ઞાનનો ફેલાવો થાય તેટલા ખાતર સામયિકોની ઘણી જરૂર છે. પ્રજાજીવન સામયિકો વિના લૂલું ને અપંગ રહે છે. એ લોકમતને ઘડે છે, તેને કેળવે છે, એટલું જ નહિ પણ તેને વ્યક્ત થવાની પણ તક આપે છે, પરંતુ મારા એક મિત્ર જેની નજર મગજ કે હૃદય કરતાં પેટ ભણી જ વધારે રહે છે તે કહેતા હતા તેમ, પ્રજાને જેટલી જરૂર અનાજની છે તેટલી સામયિકોની નથી. એ વાત તો સામયિકોના સંચાલકો પણ કબૂલ કરશે. એક મણ ઘઉં, ચોખા, બટાટા કે

તૂરિયાંના ભાવ કરતાં એકાદ સામયિકના બાર કે બાવન અંકના લવાજમના પૈસા વધારે આપવા પડે એનો શો અર્થ ? જીવન માટે ખરેખર (કવિત્વની ભાષામાં નહિ પણ વ્યવહારની નક્કર ને નગદ વાણીમાં — ખરેખર) આવશ્યક એવા અનાજ કરતાં પણ સામયિકોનું મૂલ્ય વધ્યું ? છતાં ધારો કે આપણે ભૂખે મરીને કે પાણીયે પીધા વિના તરસ્યા તરસ્યા પત્રો અને સામયિકોનું અધ્યયન કરવા ધારીએ તોપણ એ થઈ શકે એમ છે ખરું ? આટલાં બધાં સામયિકો એક માણસની એની ગમે તેટલી ઇચ્છા હોય તોયે વાંચી જ શી રીતે શકાય ? અને અમુક વાંચવાં ને અમુક ન વાંચવાં એવો ભેદ કરવો તે પત્રો ને પત્રકારોને ને આખી વાચકસૃષ્ટિને અન્યાય કરવા જેવું નથી ? આ પ્રકારની દલીલ એ ભાઈ કરતા હતા તે તદ્દન ગ્રાહ્ય થાય એવી તો નથી, પણ એમાં પણ કંઈક સત્ય રહ્યું છે એટલો સ્વીકાર કર્યા વગર ચાલે એમ નથી.

આમ સામયિકોની સંખ્યા વધતી જાય છે ને વાચકથી પહોંચી વળાતું નથી. પણ એ જાણે ઓછું હોય એમ દિવાળીના પ્રસંગે તો હદ થાય છે. દરેક ખાસ અંકો જાણીતા, અર્ધજાણીતા ને અજાણ્યા લેખકોના લેખો, વાર્તાઓ, કાવ્યો, નિબંધો ઇત્યાદિ ઇત્યાદિથી સભર, દળદાર ને સચિત્ર અંકો કાઢે છે. મારા જેવા વાંચવાના શોખીન માણસોનો એને લીધે દમ નીકળી જાય છે. આટઆટલા અંકો ને તેમાં પ્રસિદ્ધ થયેલા અસંખ્ય લેખો એ બધા વાંચવા તો શું પણ જોવાયે વખતે ક્યાંથી કાઢવો ? મહામહેનતે ઘણા થોડા અંકોના થોડાક લેખો વાંચી શકાય છે. એથી વધારે અંકોના બેચાર ઉપરાંત ચિત્રો પણ જોઈ શકાય છે. એથીયે વધારેનાં પૃષ્ઠ નીરખી શકાય છે અને બાકીનાનાં પૂંઠાં જોઈને જ ચલાવી લેવું પડે છે. અને રસમય, રંગીન ને અદ્ભુત જ્ઞાનવાર્તાથી ભરેલી એવી કેટકેટલી જાહેરખબરોને પણ જતી કરવી પડે છે ! આને લીધે 'અરે આટલું બધું વાંચવાનું રહી ગયું !' એમ મનમાં થાય છે ને દિવાળીના દહાડામાં આનંદને બદલે ગ્લાનિ ઉત્પન્ન થાય છે.

'દિવાળીના દિવસમાં ઘરઘર દીવા થાય, ફટાકડા ફટફટ ફૂટે બાળક બહુ હરખાય' એવી આપણા જૂના પાઠ્યપુસ્તકમાં લીટીઓ આવે છે તેને બદલીને કહી શકાય કે 'દિવાળીના દિવસમાં ઝપઝપ લેખ લખાય, પતાકડાં પટપટ વધે, વાચક બહુ ગભરાય.'

અર્થાત્ દિવાળી આવે એટલે લેખકોને ઝપાઝપ લેખો એકથી વધારે પત્રને તૈયાર કરી આપવા પડે છે. એ સમયે નાનકડા પતાકડા જેવાં સામયિકો પણ એકદમ મોટા કદનાં બની જાય છે અને એ બધું જોઈને વાચકને ગભરામણ થાય છે કે આ બધું હું વાંચી રહીશ ક્યારે ?

દિવાળીનો તહેવાર એ બીજા તહેવારો કરતાં અનેક રીતે જુદો પડે છે. એ ફુગાવાનો ને ફુલાવાનો તહેવાર છે. દિવાળીના દિવસોમાં બધી વસ્તુ ફૂલે છે ને તેનું પ્રમાણ વધી જાય છે. આખા વરસમાં નહિ ખાધું હોય એટલું ખાવાનું એ વખતે તૈયાર કરવામાં આવે છે. ઘારી, ઘૂઘરા, સેવ, ગાંઠિયા, સુંવાળી, થાપડા, આદિ વિવિધ પ્રકારના ખાદ્ય પદાર્થો દિવસમાં એકથી વધારે વાર પેટમાં પધરાવવા પડે છે. બોણી માગવા પણ બધા એ જ વખતે કોણ જાણે ક્યાંથી ફૂટી નીકળે છે. વરસે છ મહિને ભિખારીને ખોટી પાઈ કે પૈસો આપતાં પણ જેનો જીવ ન ચાલતો હોય તેને દિવાળીના પાંચસાત દિવસની અંદર પાંચપંદર રૂપિયા બોણીના જુદાજુદા માણસોને આપવા પડે છે. રોજ ઘરના આંગણા આગળ ખાંડી કચરો પડ્યો રહેતો હોય ત્યાં દિવાળીના દિવસોમાં ગૃહલક્ષ્મી ઘરને આંગણે રોજ રાતના ઉજાગરા કરીને સાથિયા પૂરવા બેસે છે. આમ દરેક વસ્તુ દિવાળીના દિવસમાં પ્રમાણ બહારની થાય છે. તો તેનો ચેપ આપણાં સામયિકો તથા લેખકોને પણ લાગે તેમાં શી નવાઈ ? વરસમાં ત્રણેક લેખ માંડમાંડ લખનારને તે દિવસે દશબાર લેખો ઘસડી નાખવા પડે છે. કેટલાય ઓળખીતા પત્રકારો એની પાસે લેખોની માગણી કરતા આવે છે તેમને એનાથી ના પાડી શકાતી નથી. આથી એને પોતાની સર્જનશક્તિમાં કૃત્રિમ રીતે ફુગાવો લાવવાની જરૂર પડે છે.

ઊગતા ને નવાસવા લેખકો બિચારા મહેનત કરીને દિવાળીના અંકો માટે લેખો તૈયાર કરે છે પણ સંપાદકોને બધા લેખો પૂરેપૂરા વાંચી જવાની ફુરસદ આવા કામને પ્રસંગે ક્યાંથી હોય ? એટલે અજાણ્યાં નામવાળા લેખકોના લેખો તેઓ મોટા ભાગે કચરાની ટોપલીમાં નાખે છે. અથવા કોઈક વાર અપવાદ તરીકે લેખકને એ લેખ પાછા મોકલાવે છે અને જાણીતા લેખકોને તંત્રીઓને રાજી રાખવા ખાતર જેમ તેમ લેખો ઘસડી કાઢવા પડે છે. સંપાદકો ઉપર ઉપરથી એ લેખો જોઈ જાય છે ને મોં મચકોડે છે, પણ પોતે ખાસ વિનંતી કરીને જેમની પાસેથી લેખો મગાવ્યા

હોય તેના લેખ, એ કચરા જેવા હોય તોપણ છાપ્યા વગર કેમ ચાલે?

સાહિત્યધામની તીર્થયાત્રાના ત્રીજા વર્ગના ઉતારુ જેવા મારા એક પરિચિત ગૃહસ્થ હમણાં દીપોત્સવી અંકો માટે લેખો તૈયાર કરી રહ્યા છે. એક દિવસ એ મને રસ્તામાં મળી ગયા. મેં પૂછ્યું: 'કેમ, લેખો લખી નાખ્યા?'

એમણે જવાબ દીધો: 'લખ્યા છે તો ઘણા, પણ જ્યાં મોકલું છું ત્યાંથી પાછા આવે છે.'

'ટિકિટ બીડતા હશો.' મેં કહ્યું.

'શું?' એમણે પ્રશ્ન કર્યો.

'એમ કહું છું કે લેખો પાછા મોકલાવવા માટે તમે સ્ટેમ્પ લેખની જોડે મોકલાવતા હશો. નહિ તો લેખ તમને કોઈ પાછા ન મોકલાવે.' મેં જવાબ દીધો.

'એમ? ત્યારે હું જો લેખની સાથે ટિકિટ ન મોકલાવું તો મારા લેખ પાછા ન આવે?' એમણે પૂછ્યું.

'ના!' મેં જવાબ દીધો.

'ત્યારે એ લોકો ટિકિટ ન મોકલું તો મારા લેખો છાપે ખરા?' એમણે હર્ષમાં આવી જઈને પૂછ્યું.

'કોણે કહ્યું?' મેં પ્રશ્ન કર્યો.

'કેમ, તમે ન કહ્યું કે ટિકિટ ન બીડો તો તમારા લેખો પાછા ન આવે. પાછા ન આવે એટલે છપાય એમ જ ને?' એમણે પૂછ્યું.

'એ વળી તમને કોણે કહ્યું? પાછા ન આવે એનો અર્થ એટલો જ કે તમારા લેખો એ લોકો તમને પાછા મોકલાવવાની તસ્દી લેવાને બદલે સીધા કચરાની ટોપલીમાં જ પધરાવી દે.' મેં ખુલાસો કર્યો.

'ઓહ! એમ? ત્યારે તો આપણું કંઈ વળે એમ લાગતું નથી.' એમણે નિરાશ થઈને કહ્યું.

આનાથી ઊલટા પ્રકારની વાત એક સુપ્રસિદ્ધ લેખક વિશે એમના નિકટના એક મિત્રે કહી હતી. એક વાર દિવાળીમાં એ સુપ્રસિદ્ધ સાક્ષરનાં અપ્રસિદ્ધિના અંધકારમાંથી પ્રકાશમાં આવવા મથતાં ધર્મપત્ની હાંફળાંફાંફળાં એમની પાસે આવ્યાં ને પૂછવા લાગ્યાં: 'અરે, તમે એમને જોયા છે?'

'ના, કેમ શું થયું છે?' સાક્ષરમિત્રે પૂછ્યું.

'હજી સુધી એ ઘેર આવ્યા નથી. આટલું મોડું કોઈ દહાડો કરતા નથી. બધે તપાસ કરી પણ એમનો પત્તો નથી. હું શું કરું?' ગળગળા અવાજે સાક્ષરપત્નીએ કહ્યું.

'છેલ્લા ક્યાં હતા?' મિત્રે પ્રશ્ન કર્યો.

એક પત્રના તંત્રીનું નામ દઈ સાક્ષરપત્નીએ કહ્યું: 'એમની સાથે બહાર ગયા હતા તે પાછા ફર્યા નથી.'

'કંઈ નહિ, હું તપાસ કરીને જણાવીશ.' કહીને સાક્ષરમિત્રે એમને આશ્વાસન આપીને વિદાય કર્યાં ને પછી એમણે જે પત્રના તંત્રીનું નામ આપ્યું હતું તેના કાર્યાલયમાં તપાસ કરવા ગયા. ત્યાં ઘણી મહેનત પછી એમને ખબર પડી કે એમના મિત્રને – સુપ્રસિદ્ધ સાક્ષરને – એક જુદા ઓરડામાં રાખવામાં આવ્યા હતા. એમને બધી લેખનસામગ્રી આપવામાં આવી હતી. એમના ખાવાપીવાનો બંદોબસ્ત પણ ત્યાં જ કરવામાં આવતો હતો. પાંચ મિનિટ માટે એમને મળવાની મિત્રને રજા મળી, ને એ ઓરડાની અંદર ગયા, ત્યારે પુસ્તકો ને કાગળના ઢગલામાંથી દેખાતું સર્જનકાળની પ્રસવવેદના ભોગવતું એમનું મુખ એમની નજરે પડ્યું. 'અરે, તમે અહીં આમ પડ્યા છો ને ઘેર તો તમારી શોધાશોધ ચાલે છે!' મિત્રે કહ્યું.

જવાબમાં એમણે ખુલાસો કરતાં કહ્યું: 'મારે આઠદશ પત્રોના દિવાળી અંકો માટે લેખો તૈયાર કરવાના છે. દર વર્ષે હું આમ ઘેરથી ભાગી આવું છું. મેં કાર્ડ લખ્યો'તો પણ પોસ્ટ કરવાનું ભૂલી ગયો. તમે કહી દેજો. એ જાણે છે. પણ નકામી ફિકર કરે છે. ઘરમાં લખી શકાતું નથી એટલે દિવાળી પહેલાં થોડા દિવસ કોઈ ને કોઈ તંત્રીના મહેમાન થવું પડે છે. ચાલો, સાહેબજી! કહીને ફરી પાછા એ લેખનકાર્યમાં ગૂંથાઈ ગયા.

સુપ્રસિદ્ધ લેખકોના ખાસ વિનંતી કરીને મંગાવેલા લેખો આવે છે ત્યારે ઉપર કહ્યું છે તેમ કેટલીયે વાર સંપાદકોને એ લેખો ઉતાવળે ને જથ્થાબંધ સ્વરૂપે તૈયાર કરવામાં આવેલા હોઈ બહુ નીચી કોટિના હોવાથી ગૂંચવણ થાય છે ને પરાણે એ પ્રસિદ્ધ કરવા પડે છે. આવી સ્થિતિમાં શું કરવું તે વિશે એક લેખકે એવી સૂચના કરી હતી કે 'પ્રસિદ્ધ ને જાણીતા સાક્ષરનો લેખ પાછો કેમ મોકલાય? એમ જેને લાગતું હોય તેણે તેવા લેખકને લેખો મોકલી આપવાનું નિમંત્રણ ન કરવું, ને કરવું જ હોય તો

સાથે લખવું કે લેખ સારો હશે તો જ છાપવામાં આવશે. માટે લેખ મોકલતાં પહેલાં પાંચ સાહિત્યકારો આગળ વાંચી સંભળાવશો ને તેઓ સલાહ આપે તો જ મોકલશો.' પરંતુ મને લાગે છે કે આવી સૂચના કરી હોય તો કોઈ પણ જાણીતો લેખક કદાપિ લેખ મોકલાવે નહિ. એને બદલે આમ થઈ શકે. જાણીતા લેખકનો બહુ ઊતરતી કક્ષાનો લેખ સંપાદકની વિનંતીને પરિણામે આવી પડ્યો હોય ને તે છાપ્યા વિના ચાલે એમ ન હોય તો લેખકને મથાળે સંપાદકે આ પ્રમાણે નોંધ મૂકવી: 'આ લેખના લેખક સારા ગુજરાતમાં જાણીતા છે. એમને પોતાને જ પોતાની આબરૂ સાચવવાની છે એમ ધારી એમનો લેખ અહીં છાપવામાં આવ્યો છે. આવો લેખ કેમ છાપ્યો એમ કોઈ વાંચનારને થાય તો તેના મનના સમાધાન માટે આ નોંધ લખવી પડે છે.' પરિણામે એ લેખક બીજે વર્ષે નિમંત્રણ મળવા છતાં એ પત્રમાં લેખ નહિ લખે. એ પણ ઇષ્ટાપત્તિ જ છે ને! પણ આ બધા કરતાં સારી રીત તો એ છે કે દરેક પત્રે દિવાળીને પ્રસંગે જ ખાસ અંક કાઢવાને બદલે દરેક સંપાદકે ભેગા મળી નક્કી કરીને પ્રત્યેક મહિને એકેક સામયિકનો ખાસ અંક નીકળે એવી ગોઠવણ કરવી. પણ એમ બનવું મુશ્કેલ છે, કારણ કે દિવાળી જેવા પ્રસંગને જતો કરવા કોઈ ભાગ્યે જ તૈયાર થાય. ને ફુલાવું તો બધાએ સાથે જ ફુલાવું. એક ખાસ અંક કાઢે ત્યારે જ બધાએ ખાસ અંક કાઢવા. પછી એ ખાસ અંકમાં ખાસ જેવું કદ સિવાય બીજું કંઈ હોય નહિ તો વાંધો નહિ એવો પત્રકાર જગતનો વણલખ્યો કાયદો છે.

❒

૪

ગુંડાગીરીની રસી

પહેલાં મુંબઈમાં જ્યારે રમખાણ ચાલતાં ત્યારે ઘણા માણસોનાં મન કાં તો તંગ બનીને ઉશ્કેરાટ અનુભવતાં કે કાં તો ભયભીત બનીને ઢીલાં થઈ જતાં. પરંતુ એવે વખતે શાંત ચિત્તે, સ્વસ્થતાથી વિચાર કરી આ પ્રસંગે બીજાઓએ શું કરવું જોઈએ તેની સલાહસૂચના આપનારાં અનેક મનુષ્યો પણ એ રમખાણથી ઘેરાઈ ગયેલાં શહેરની અંદર વસી રહ્યાં હતાં એ જાણી કોનું હૈયું આનંદ ને ગર્વથી ઊભરાઈ નહિ ગયું હોય ?

આ જાતનાં હુલ્લડો થઈ જ ન શકે અથવા થાય તો તરત તેને દાબી દઈ શકાય, તરત ને તરત દાબી ન શકાય તો એની ઉગ્રતા એકદમ ઓછી કરી શકાય તે માટે અને આવાં હુલ્લડો કરનાર તથા કરાવનારને પકડી શકાય અને પકડ્યા પછી તેમને ઘટતી સજા કરી શકાય તે સારુ જાહેરમાં ને ખાનગીમાં આબાલવૃદ્ધ તરફથી સાંભળવી હોય કે ન હોય તોપણ જે સૂચનાઓ સૌને સાંભળવા મળી હતી, મળે છે તે પરથી આ બાબતમાં લોકમત કેટલો જાગ્રત થયો હતો તે સહેલાઈથી સમજી શકાતું હતું.

ગઈ લડાઈએ જેમ 'ક્વિસલીંગ' 'પાંચમી કતાર' 'ફુગાવો' 'કાળું બજાર' ઇત્યાદિ નવાનવા શબ્દોથી આપણા શબ્દકોશને સમૃદ્ધ કર્યો છે, તેમ એ હુલ્લડોએ 'ગુંડા'નો ભાવ વધારી દીધો છે. એ શબ્દ નવો નથી, તેમ જ લડાઈને લીધે જેમ પાંચમી કતારિયા અથવા કાળાબજારિયા અસ્તિત્વમાં આવ્યા તે રીતે હુલ્લડને લીધે ગુંડા અસ્તિત્વમાં નથી આવ્યા, પરંતુ ઊલટું ગુંડાઓને લીધે હુલ્લડ અસ્તિત્વમાં આવ્યાં છે. આમ છતાં હુલ્લડને લીધે ગુંડા શબ્દનો પ્રચાર વ્યાપક બની ગયો છે એમાં સંદેહ નથી. જગત નહોતું ત્યારે પણ ઈશ્વર હતા, જગત છે ત્યારેય ઈશ્વર છે અને જગત

નહિ હોય ત્યારેય ઈશ્વર હશે, તે જ પ્રમાણે હુલ્લડો નહોતાં ત્યારેય ગુંડો હતો. હુલ્લડ દરમિયાન તો ગુંડો હોય જ છે. આપણા માન્યામાં ન આવે એવી પરિસ્થિતિ કદાચ બેત્રણ સદી પછી ઉત્પન્ન થાય, ને જ્યારે હુલ્લડનું અસ્તિત્વ ન હોય ત્યારે પણ ગુંડો તો હશે જ. આમ છતાં જગતને લીધે જ ઈશ્વરના અસ્તિત્વનું આપણે અનુમાન કરી શકીએ છીએ અને એના મહિમાનો ખ્યાલ કરી શકીએ છીએ, તે જ પ્રમાણે હુલ્લડને લીધે જ આપણને ગુંડાની હયાતીનું, એની શક્તિનું ને એના મહિમાનું ભાન થાય છે.

ઈશ્વર એ શું છે ને ક્યાં છે એમ પૂછવા કરતાં એ શું નથી ને ક્યાં નથી એમ પૂછવું વધારે યોગ્ય છે તેવી જ રીતે ગુંડા કોણ છે, ને ક્યાં છે, એવો પ્રશ્ન કરવા કરતાં ગુંડો કોણ નથી ને ક્યાં નથી એવો પ્રશ્ન કરવો એ વધારે વાજબી છે.

ન્હાનાલાલે એક કાવ્યમાં લખ્યું છે:

અધૂરું કો નથી વિશ્વે ?
હું નથી કે શું તું નથી ?

તે પ્રમાણે આપણે પણ કહી શકીએ:

'ગુંડો કહો કો નથી વિશ્વે ?
હું નથી કે શું તું નથી ?'

મેં કેટલીયે વારા સારાસારા માણસોને ગુંડા ધારી લીધા છે ને ગુંડાઓને સારા માણસ માન્યા છે. મનેયે કોઈક ગુંડો નહિ જ માનતું હોય એમ હું ખાતરીપૂર્વક કહી શકું નહિ. એટલે ગુંડો કોને કહેવો ને કોને ન કહેવો બહુ મુશ્કેલ છે. આમ કોઈક તો ગુંડા છે જ એમાં શંકા રાખવાનું કારણ નથી અને એવા કોઈક ગુંડાઓને 'કાંઈક' કરવું જોઈએ એમાં પણ મતભેદને અવકાશ નથી. મતભેદને અવકાશ છે એમનું શું કરવું જોઈએ તે બાબતમાં. ગુંડાઓને પોતાને આ બાબતમાં શું કહેવાનું છે એની દરકાર કર્યા વગર અનેક સ્થળેથી અનેક સૂચનાઓ કરવામાં આવે છે.

એમાંની ઘણીખરી સૂચનાઓ હજાર વાર હજાર સ્થળેથી આ પહેલાં કરવામાં આવી હતી. એ બધી સૂચનાઓ વાંચીને મને થતું હતું કે આ વિષય કવિતાના જેવો બન્યો છે. હવે કોઈને કશું નવું કહેવાનું નથી અને છતાં બધાંને કંઈ ને કંઈ કહેવું તો છે જ. એટલે દરેક જણ જૂની વસ્તુ

નવી રીતે કલ્પા કરે છે. પરંતુ એક અપૂર્વ સૂચના હમણાં જ મારા વાંચવામાં આવી. અત્યાર સુધી કોઈને એ સૂઝ્યું નહોતું અને મને લાગે છે કે એ જે ભાઈએ સૂચના કરી છે તેમણે એ ન કરી હોત, તો હવે પછી પણ કોઈને એ સૂઝત નહિ. એમણે એવી મતલબની સૂચના કરી છે કે અત્યારે ઘવાયેલાઓને તેમ જ અન્ય દર્દીઓને લોહી આપવાની જરૂર પડે છે અને જોઈએ તેટલું લોહી મળી શકતું નથી, માટે જે જે ગુંડાઓ પકડાય તેમને સર્વને પરાણે ૫૦૦-૬૦૦ સી. સી. સુધીનું લોહી આપવાની ફરજ પાડવી. આથી બે ફાયદા થશે. અત્યારે લોહીની અછત છે તે ઘણે અંશે કમી થશે ને નિર્દોષ લોકોનું નિરર્થક લોહી વહેવડાવી તેમનો જાન લેનાર ગુંડાઓને પારકા માટે પોતાનું લોહી આપી અસંખ્ય દર્દીઓનો જાન બચાવવાની તક મળશે. એમને સજાની સજા થશે ને જોડેજોડે પરમાર્થ કરવાનું પુણ્ય પણ મળશે. આ રીતે સમાજ વિરોધી વર્તન રાખનારાઓને સમાજના સહાયક થવાની ફરજ પાડી શકાશે.

આ સૂચના વાંચીને વર્ષો પૂર્વે વાંચેલી એક વાત મને યાદ આવે છે. એક વાર ઇંગ્લૅંડમાં મહિનામાં બે દિવસ સાજા ને અઠ્ઠાવીસ દિવસ માંદા રહેતા એક ધનવાન ઉમરાવને કોઈકનું લોહી આપવાની જરૂર પડી. તે દિવસોમાં અત્યારે ઉત્સાહથી બીજાને લોહી આપવા જેમ કેટલાક તૈયાર થઈ જાય છે તેમ લોકો તૈયાર થતા નહોતા. એ રીતે લોહી આપવાથી લોહી લેનારને કદાચ ફાયદો થશે પણ લોહી આપનારને તો ભારે નુકસાન થયા વિના નહિ રહે એમ સામાન્ય રીતે લોકો માનતા. એટલે કોઈકને લોહી આપવાની જરૂર પડે ત્યારે પોતાના લોહીનું દાન કરવા તૈયાર થાય એવા પરગજુ માણસોની શોધ ડૉક્ટરને કરવી પડતી અને દર્દી પાસેથી સારી રકમ અપાવવાની લાલચ બતાવી કોઈકને એ તૈયાર કરતા.

પેલા ઉમરાવ માટે એના ડૉક્ટરે ઘણા પ્રયત્ને એવો એક સ્કોટલૅન્ડવાસી ગૃહસ્થ શોધી કાઢ્યો. સ્કોટસમૅન માટે કહેવાય છે કે પૈસો મળતો હોય તો એ કોઈ પણ જોખમ ખેડવા તૈયાર થાય અને પૈસો ખરચવો પડે એમ હોય તો એ ગમે તેવી અગવડ ભોગવશે પણ પાઈ પણ નહિ ખરચે. ઉમરાવે સ્કોટસમૅનને ઠરાવેલી રકમ ઉપરાંત ખુશબખ્તીના બીજા પંદર પાઉન્ડ આપ્યા. થોડા વખત પછી ફરી પાછી એને લોહી લેવાની જરૂર પડી. આ

વખતે પણ પેલા જ સ્કોટસમૅનને બોલાવવામાં આવ્યો. આ વખતે ઉમરાવે એને ઠરાવેલી રકમ કરતાં દસ પાઉન્ડ ખુશબખ્તીના વધારાના આપ્યા. વળી પાછો ત્રીજી વખત એને બોલાવવો પડ્યો ત્યારે ઠરાવેલી રકમ ઉપરાંત ઉમરાવે એને ખુશબખ્તીના પાંચ જ પાઉન્ડ આપ્યા.

કેટલાક સમય પછી ચોથી વાર એને લોહી લેવાની જરૂર ઊભી થઈ. એ વખતે પણ પેલા સ્કોટસમૅનને બોલાવ્યો. ચોથી વેળા લોહી લીધા પછી સ્કોટસમૅનને ઉમરાવે ઠરાવેલી રકમ આપી. ખુશબખ્તી તરીકે કંઈક વધારે મળશે એવી આશાથી સ્કોટસમૅન ઊભો રહ્યો, પણ ઉમરાવે કંઈ આપવાની વૃત્તિ બતાવી નહિ ત્યારે સ્કોટસમૅને કહ્યું: 'સાહેબ, ખુશબખ્તીમાં શું?'

'ખુશબખ્તીમાં મારા આશીર્વાદ.' ઉમરાવે જવાબ દીધો.

'એમ કેમ? દર વખત તો આપ મને કંઈ ને કંઈ આપો છો!' નવાઈ પામી સ્કોટસમૅને કહ્યું.

'હા, પણ આ વખત હવે ઠરાવેલી રકમ ઉપરાંત હું કંઈ આપવા માગતો નથી.' ઉમરાવે જવાબ દીધો.

'સાહેબ, ચાર-ચાર વાર મેં આપને માટે મારું લોહી આપ્યું છે તેની કદર બસ આટલી જ કરશો? હું તો ધારતો હતો કે આપ આ વખત મને બહુ સારી રકમ આપશો.' સ્કોટસમૅને કહ્યું.

'ચચ્ચાર વાર તેં મને તારું લોહી આપ્યું તેમાં જ હું તને હવે કંઈ ખુશાલીમાં આપી શકતો નથી, ઊલટું ઠરાવેલી રકમ આપતાં પણ મને ઘણું દુ:ખ થાય છે.' ઉમરાવે જવાબ દીધો.

'એમ તે હોય સાહેબ?' સ્કોટસમૅને સાશ્ચર્ય પ્રશ્ન કર્યો.

'એમ જ છે ને એમ જ હોય!' ઉમરાવે કહ્યું અને ઉમેર્યું: 'જો, તું સ્કોટસમૅન છે ને?'

'હાજી.' સ્કોટસમૅને જવાબ દીધો.

'પૈસાની કિંમત તું સમજે છે, ખરું કેની?' એક પણ પૈસો નકામો ખરચવો પડે તે તારા જીવ પર આવે, સાચું કેની?' ઉમરાવે પૂછ્યું.

'સાચી વાત.' સ્કોટસમૅને જવાબ દીધો.

'તારું લોહી મેં નહોતું લીધું ત્યાં સુધી પૈસાની કિંમત હું સમજતો નહોતો. એટલે પહેલી વેળા તેં લોહી આપ્યું ત્યારે ઠરાવેલી રકમ ઉપરાંત

બહુ આનંદથી તને પંદર પાઉન્ડ ઇનામમાં આપ્યા.'

'હાજી, અને એ માટે હું આપનો આભાર માનું છું. પણ પછીથી આપે એ રકમ ઓછી કરી નાખી ને અત્યારે તો આપ કંઈ પણ આપવા તૈયાર નથી તેનું કારણ મારાથી સમજી શકાતું નથી.' સ્કોટસમૅને કહ્યું.

'હું તને તે જ સમજાવું છું. તારું લોહી મારા શરીરમાં દાખલ થયું એટલે મને કંઈક પૈસાની કિંમત સમજાવા લાગી. બીજી વાર મેં તારું લોહી લીધું એટલે પૈસાની કિંમત હું વધારે સમજ્યો ને ઠરાવેલી રકમ ઉપરાંત મેં તને પહેલાં કરતાં પાંચ પાઉન્ડ ઓછા એટલે કે દશ પાઉન્ડ આપ્યા. પણ એ રકમ આપતાં મને ખાસ આનંદ ન થયો, તેમ જ દુઃખ પણ ન થયું. તે પછી ત્રીજી વાર તને બોલાવ્યો ને મેં તારું લોહી લીધું. મારા શરીરમાં તારા લોહીનું પ્રમાણ વધ્યું ને તે સાથે પૈસાની કિંમત સમજવાની મારી શક્તિમાં પણ વધારો થયો. એ વખતે ઠરાવેલી રકમ ઉપરાંત મેં તને પાંચ પાઉન્ડ વધારાના આપ્યા – વધારાના, ખુશબખ્તીના નહિ, કારણ કે મેં તને એ વધારાની રકમ કચવાતે મને આપી હતી. અને આજે ચોથી વાર મેં તારું લોહી લીધું. મારા શરીરમાં તારા લોહીનું પ્રમાણ એટલું બધું વધી ગયું છે કે હવે કોઈને પૈસો આપવો પડે એ મારાથી ખમી શકાતું નથી. ઠરાવેલી રકમ પણ તને આપતાં મારો જીવ જાય છે, તો ખુશબખ્તીની તો વાત જ શી કરવી? આમાં જો કંઈ વાંક હોય તો મારો નથી, તારો છે. તારું લોહી મારા શરીરમાં આવે તો પછી તારા ગુણ પણ આવે જ કેની? માટે હવે અહીંથી વધારે મેળવવાની આશા રાખ્યા વિના ચાલ્યો જા. નહિ તો આપેલી રકમમાંથી પણ કંઈક પાછું કઢાવવાનું મને મન થશે.' ઉમરાવનાં આ વાક્યો સાંભળીને 'હવે આને ફરીથી લોહી આપવા ન આવવું, નહિ તો હવે એ સામા પૈસા માગશે' એમ બબડતો સ્કોટસમૅન ચાલ્યો ગયો.

મૂળે ખરચાળ સ્વભાવના ઉમરાવ સ્કોટસમૅનનું લોહી એના શરીરમાં દાખલ થતાં જેમ એ કંજૂસ બની ગયો, તેમ નિર્દોષ મનુષ્યો પોતાના શરીરમાં ગુંડાઓનું લોહી દાખલ થતાં ગુંડા જેવા નહિ બની જાય તેની શી ખાતરી? ઉપલી વાતમાં કદાચ કેટલાકને અતિશયોક્તિ જેવું લાગશે. મને પોતાને પણ લાગે છે. છતાં એમાં સત્ય જરા પણ નથી એમ કહી શકાય નહિ. આપણા શરીરને મન સાથે સંબંધ છે એની કોઈથી ના કહી

૨૬ રેતીની ચોટલી

શકાય એમ નથી. માણસના શરીરમાં જે જે ક્રિયા, વિક્રિયા, પ્રતિક્રિયા થાય છે તેની અસર તેના મન પર થાય છે અને એના મનમાં જે વિચારવિકાર આદિ થાય છે, તેની અસર એના શરીર પર થાય છે. અને એના શરીરની ક્રિયાવિક્રિયાપ્રતિક્રિયાની અસર હેઠળ આવેલા એના મનને અને આઘાત-પ્રત્યાઘાતને લીધે જન્મેલા વિચારવિકારને લીધે એના શરીરને જે અસર થાય છે એ બંને અસરોના ભેગા બળથી મનુષ્ય દુનિયા સાથે અને દુનિયા સામે વ્યવહાર કરે છે.

શરીરનું બંધારણ લોહીના પર આધાર રાખે છે. જેવું લોહી તેવું શરીર, જેવું શરીર તેવું મન, જેવું મન તેવો માણસ, ને જેવો માણસ તેવી દુનિયા એમ આપણે ટૂંકાણમાં કહી શકીએ. એટલે લોહી શુદ્ધ હોય તો જ મનુષ્યના ચારિત્ર્ય આદિની શુદ્ધિ જળવાઈ રહે. એ વાત પ્રાચીન કાળના ડાહ્યા મનુષ્યો જાણતા હતા ને આધુનિક કાળના વિચારકો પણ એ કબૂલ કરે છે. તેથી જ જાતિની શુદ્ધિ અર્થે લોહીની ભેળસેળ ન થઈ જાય તે માટે એ લોકો એટલી બધી કાળજી રાખતા. આ ઉપરથી ખાતરી થશે કે ઉપર કહેલી ઉમરાવ તથા સ્કોટસમૅનની વાતમાં અતિશયોક્તિ હશે પણ એમાં સત્ય નથી એમ તો નથી જ. એક રીતે જોતાં એમાં અતિશયોક્તિ નથી.

વ્યવહારમાં સામાન્ય રીતે જ કાળગણના કરવામાં આવે છે તે રીતે કલા તથા સ્વપ્નની બાબતમાં કાલમાનની ગણના કરવામાં આવતી નથી. દાખલા તરીકે પચાસ વર્ષમાં બને એવા બનાવો નવલકથા કે કવિતામાં એક દિવસમાં થતાં વર્ણવી શકાય છે. સિનેમા, નાટક આદિમાં એક મનુષ્યના આખા જીવનની કથા, અથવા તો ત્રણ પેઢીની વાતો બે કે ત્રણ કલાકમાં દર્શાવવામાં આવે છે. એ ન્યાયે બીજાનું લોહી શરીરમાં દાખલ થતાં બેત્રણ કે પાંચપંદર પેઢી પછી કેવા ફેરફાર થઈ જાય તે ઉમરાવ ને સ્કોટસની વાતમાં દર્શાવ્યું છે. એમાં એ ફેરફાર બહુ જ ઝડપથી – પાંચસાત પેઢી પછી થવો જોઈતો ફેરફાર – એકાદ વર્ષના ગાળામાં થઈ જતો દર્શાવ્યો છે એટલો જ ફેર છે.

આ રીતે જોતાં ગુંડાઓનું લોહી જો સારા માણસના શરીરમાં દાખલ કરવામાં આવશે તો સારા માણસો કદાચ તદ્દન ગુંડા જેવા નહિ થઈ જાય તોય એમનામાં ગુંડાગીરીનાં તત્ત્વ આવ્યા સિવાય નહિ રહે. આ

બધું ગુંડાઓનું લોહી દર્દીઓ માટે લેવાની સૂચના કરનાર ભાઈના ધ્યાનમાં કદાચ નહિ હોય, પણ આ ઉપરથી એમની સૂચના છેક ફેંકી દેવા જેવી છે એમ માનવાનું કારણ નથી. ઘણી વાર આપણે અમુક વસ્તુ કહી નાખીએ છીએ તે વેળા આપણા ખ્યાલમાંયે ન હોય એવું રહસ્ય પાછળથી એમાં આપણને નહિ તો કોઈક બીજાને સૂઝી આવે છે. તેમ આ સૂચના કરનારે ધાર્યું પણ નહિ હોય એવું રહસ્ય એમાં રહેલું છે. ગુંડાનું લોહી શરીરમાં દાખલ થવા છતાં નિર્દોષ છેક જ ગુંડા જેવા નહિ થઈ જાય, એટલું જ નહિ પણ ગુંડાની ને ગુંડાગીરીની સામે થવાની એ કુદરતી રીતે જ તાકાત કેળવે એમ પણ થઈ શકે એમ છે.

કોક અમુક રોગચાળો ફાટી નીકળે છે ત્યારે એ જ રોગનાં જંતુ પરથી ડૉક્ટરો વેક્સિન-રસી તૈયાર કરી તેનાં ઇંજેક્શન રોગરહિત મનુષ્યોને આપે છે. રોગનાં જંતુઓ અલ્પ પ્રમાણમાં શરીરમાં દાખલ થતાં, શરીરને એ જંતુઓની સામે થઈ પોતાનું રક્ષણ કરવાની જરૂર પડે છે અને એમ એ જાતના રોગનાં જંતુઓની સામે થતાં એ શીખી લે છે. આ રીતે ગુંડાઓનું લોહી અલ્પ પ્રમાણમાં સામાન્ય શહેરીઓના શરીરમાં દાખલ કરવામાં આવે તો એના શરીરમાંના સ્વચ્છ ને શુદ્ધ લોહીના રજકણો પેલા અશુદ્ધ લોહીના મલિન રજકણોની સામે થશે ને એ રીતે ગુંડાગીરીનાં તત્ત્વોની સામે થવાની કલા એ હસ્તગત કરી શકશે. પણ આ રીતે લોહી આપતાં પહેલાં એ લોહીમાં ગુંડાગીરીનાં તત્ત્વો કેટલા પ્રમાણમાં છે એ ને એ લોહી લેનાર કેટલા પ્રમાણમાં એ તત્ત્વો જીરવી શકે એમ છે એ બધું વૈજ્ઞાનિક પદ્ધતિથી નક્કી કરવું પડશે. આ દૃષ્ટિએ જોતાં એ ભાઈએ જે સૂચના કરી છે તે વધાવી લેવા લાયક છે, એટલું જ નહિ પણ પ્લેગ, ટાઇફોઈડ, શીતળા, કોલેરા આદિની રસી શોધી કાઢનારની પેઠે ગુંડાગીરીની રસી શોધી કાઢનાર નહિ, તો એની શોધ કરવાની પ્રેરણા મળે એ રીતની સૂચના કરનાર તરીકે આપણા માનના એ અધિકારી ઠરે છે.

❒

૫

મોટું દુ:ખ

આગ લાગે ત્યારે કૂવો ખોદવા બેસવું એ મૂર્ખ માણસનું લક્ષણ છે. આગ લાગે ત્યારેયે કૂવો ખોદવા કે ખોદાવવાનો વિચાર ન કરવો એ ગમાર પશુ સમા મનુષ્યનું લક્ષણ છે. આગ લાગે તે પહેલાં કૂવો ખોદી રાખવો એ ડાહ્યા માણસનું લક્ષણ છે અને પહેલાં કૂવો ખોદાવી આગ લાગે તેની વાટ જોતાં બેસવું અને આગ ન લાગે તો નિરાશ થવું એ સામાન્ય માણસનું લક્ષણ અથવા ખરી રીતે કહીએ તો માણસનું સામાન્ય લક્ષણ છે.

કુદરત, માણસ ને જનાવર, એનો ભરોસો રાખવો કામનો નહિ. એ ક્યારે શું કરી બેસશે તે કહી શકાય નહિ. બહારથી શાંતિપ્રિય ને કોઈનું પણ બૂરું કરવાનો વિચાર પણ કદી ન સેવ્યો હોય એવાં એ દેખાતાં હોય તોપણ એ ક્યારે વીફરી જશે તે શુંનું શું કરી નાખશે એ એના હંમેશના સહવાસમાં રહેનાર પણ જાણી શકતો નથી. આથી શાણા માણસો કુદરત, માણસ કે જનાવર એ ત્રણે તરફથી જે કંઈ ભયપ્રસંગો અચાનક આવી પડે એમ હોય તે માટે પહેલેથી જ તૈયારી રાખે છે. આવી પડનારા દુ:ખ કે અનિષ્ટ માટેની પહેલેથી તૈયારી રાખી હોય, તેનો સામનો કરવા અગાઉથી જ કમર કસીને સજ્જ થઈ રહ્યા હોઈએ તો અનિષ્ટ ને દુ:ખનું બળ પોણું ઘટી જાય છે.

પરંતુ જેને માટે પહેલેથી ખૂબ તૈયારી કરી રાખી હોય તે આવે જ નહિ, પછી ભલે તે સંકટ કે દુ:ખનો પ્રસંગ હોય, પણ તે આવે જ નહિ – તો માણસ નિરાશ થઈ જાય છે. અનિષ્ટ પ્રસંગ માટે કંઈ પણ તૈયારી કરી રાખી ન હોય એવો મનુષ્ય અકસ્માત એવો પ્રસંગ આવી પડતાં અસ્વસ્થ થઈ જાય છે, તે જ પ્રમાણે અનિષ્ટ પ્રસંગ માટે સારી પેઠે

તૈયારી કરી રાખી હોય છતાં એવો કોઈ પ્રસંગ આવે જ નહિ ત્યારે પણ મનુષ્ય અસ્વસ્થતાનો અનુભવ કરે છે.

હમણાં થોડાક વખત પર ઠંડીનું મોજું શહેર પર ફરી વળ્યું હતું, અને લોકો મોઢેથી ટાઇપરાઇટર જેવો અવાજ કાઢી દાંત કકડાવતા કહેતા હતા કે 'આવી ટાઢ તો સો વરસમાં પડી નથી.' ત્યાર પછી થોડા જ વખતમાં મને સુરતના પાડોશી જેકાકાકા મળી ગયા. સામાન્ય રીતે એઓ બહુ આનંદી રહેતા પણ તે દિવસે પાસેના સગાને આગ મૂકીને તરત પાછા ફર્યા હોય એવો એમનો દેખાવ જોઈને મેં પૂછ્યું: 'કેમ કાકા, કંઈ ઉદાસ લાગો છો?'

'ના, કંઈ નહિ. એ તો અમથું જ.' જેકાકાકાએ જવાબ દીધો.

'તોપણ? થયું છે શું?' મેં પૂછ્યું.

'થયું તો કંઈ નથી.' એમણે કહ્યું.

'ત્યારે હંમેશાં 'સારી દુનિયા જલ જાય અપને મન તો મોજ' એમ કહેનારા તમે આજે આમ ઢીલા કેમ થઈ ગયા છો?' મેં પ્રશ્ન કર્યો.

'ભાઈ, મનમાં સમજીને બેસી રહેવા જેવી વાત છે. મારે તો પેલા કે' છ કેની કે ન બોલ્યામાં નવ ગુણ તેવી વાત છે.' જેકાકાકાએ કહ્યું.

'એવું તે શું છે? કહો તો ખરા.' મેં આશ્વાસન આપતાં કહ્યું.

'અરે જેને કહું તે સાલો હસે છે. ઉંદરનો જીવ જાય ને બિલાડીને હસવું થાય.' જેકાકાકાએ ફરિયાદ કરતાં કહ્યું.

'પણ કાકા, હું બિલાડી નથી. હું નહિ હસું.' મેં કહ્યું.

'આ સાલી ટાઢ ઓછી થઈ ગઈ.' જેકાકાકાએ કહ્યું.

'તેમાં શું? તેમાં તો તમારા જેવા ઘરડા માણસને આનંદ થવો જોઈએ.' મેં કહ્યું.

'આનંદ તે શું કપાળ થાય? મેં સસરાએ આ સિઝનમાં કેમ તો કે ટાઢ બહુ પડે છે કરીને સવાસો રૂપિયાનું પાણી કરી ગરમ કપડાં સીવડાવ્યાં ને કપડાં સીવઈને આઈવાં તે જ દા'ડાથી ટાઢ કમી થઈ ગઈ.' જેકાકાકાએ પોતાના દુઃખનું કારણ જણાવતાં કહ્યું.

'અત્યારે ટાઢ ઓછી થઈ ગઈ તેથી તમે ઉદાસ દેખાઓ છો?' મેં નવાઈ પામી પૂછ્યું.

'હાસ્તો! હવે મારાં ગરમ કપડાં ઊંચાં મૂકવાનાં થઈ ગયાં કેની?'

એમણે જવાબ વાળ્યો.

'પણ તમને એમ નથી લાગતું કે ટાઢ ઓછી થઈ ગઈ તે સારું થયું ? આવી ને આવી ટાઢ રહે તો હેરાનગતિ કેટલી ભોગવવી પડે ?' મેં કહ્યું.

'તે હેરાનગતિ માટે તો મેં તૈયારી કરી રાખેલી કેની ? હવે એ નકામી થઈ ગઈ.' જેકાકાકાએ કહ્યું.

પ્રથમ પ્રણય, પછી પરિણય ને છેવટે પિતૃપદ એ કુદરતી ક્રમિક વિકાસ સાધીને પ્રભુતામાં પગલાં પાડી પ્રગતિને પંથે પડી ચૂકેલા એક કવિતારસિક ગૃહસ્થને એમના મિત્રે એમણે પિતૃપદનું સૌભાગ્ય પ્રાપ્ત કર્યું તે બદલ અભિનંદન આપ્યાં, ત્યારે એમના મોં પર જોઈએ તેવો જીવનનો ઉલ્લાસ ન દેખાતાં, એ મિત્રે પૂછ્યું: 'કેમ, કંઈ તબિયત ઠીક નથી ?'

'ના. બંનેની તબિયત બરાબર છે,' કવિતારસિક સજ્જને જવાબ આપ્યો.

'બંનેની ? કોની ?' મિત્રે નવાઈ પામી પૂછ્યું.

'બાળકની તથા એની માતાની.' એમણે જવાબ દીધો.

'હું તો તમારી તબિયતને વિશે પૂછતો હતો.' મિત્રે કહ્યું.

'મારી પ્રકૃતિ પણ સ્વસ્થ છે.' એમણે કહ્યું.

'ત્યારે મુખમંડળ પર ઉદાસીની કાલિમા શાને વારુ ?' એમના મિત્રે એમનું અનુકરણ કરી ભાવમય વાણીનો પ્રયોગ કરતાં કહ્યું.

'ઉદાસી ? કાલિમા ? ના, ના, કશું નથી. હું તો મઝામાં છું.' કાવ્યરસિક ગૃહસ્થે પ્રાકૃત જનની પેઠે સામાન્ય ભાષાનો પ્રયોગ કરીને કહ્યું.

'એમ તમે મને જૂઠો પાડો તે ન ચાલે. તમને આ ગમ્યું હોય એમ નથી લાગતું.' મિત્રે કહ્યું.

'શું ગમ્યું હોય એમ નથી લાગતું ?' એમણે પૂછ્યું.

'આ.' મિત્રે જવાબ દીધો.

'આ એટલે શું ?' એમણે ન સમજાયાથી ફરી પૂછ્યું.

'આ એટલે તમારે ત્યાં વંશવૃદ્ધિ થઈ તે.' મિત્રે ખુલાસો કર્યો.

'ના, ના, એવું જરા પણ નથી. હું કંઈ સંતતિ-નિયમનનો ઉપાસક નથી. મને તો બાળકો બહુ ગમે છે.' એમણે કહ્યું.

'ત્યારે ઉદાસ કેમ લાગો છો ? કંઈ કારણ તો હોવું જ જોઈએ ને !' મિત્રે કહ્યું.

'એ તો અમથું તમને લાગતું હશે.' કવિતાના રસિયાએ કહ્યું.

'ન કહેવું હોય તો ન કહેશો. મારો કંઈ આગ્રહ નથી, પણ મને ઉડાવો નહિ.' મિત્રે જરા દિલગીર થઈને કહ્યું.

'ખોટું ન લગાડશો. આમાં કંઈ ખાસ કારણ તો નથી, અને હું એવો ઉદાસ પણ નથી થઈ ગયો. પણ એ તો મને વિચાર આવ્યો.' એમણે જવાબ દીધો.

'શો ?'

'તમને કહીશ તો મને ગાંડો ગણી કાઢશો.'

'કવિઓ તો ગાંડા જ હોય ને ? એમાં નવું શું છે ?'

'પણ તમને ઘણું વિચિત્ર લાગશે.'

'તમારી કોઈ વાત મને વિચિત્ર નહિ લાગે. દિલ ખોલીને કહી દો. જેમ દિલ ખોલીને તમે કવિતા લખી નાખો છો તેમ.'

'બસ, એ જ વાત છે.'

'શી ?'

'કવિતા લખવાની !'

'તો લખી નાખો. પુત્રજન્મ પર ને પત્નીની સુવાવડ પર તો ઘણા કવિઓએ કવિતા લખી છે.'

'એ વાત નથી.'

'ત્યારે ?'

'આ તો મને ભય લાગતો હતો કે એ હવે કદાચ પાછી નહિ ફરે. મારા જીવનઆભમાં ઉષા સમી ચમકીને એ આથમી જશે. વીજળીની પેઠે મારા જીવનમાં ક્ષણવાર ઝબકારો કરી પાછળ ઘોર અંધકાર મૂકી ભૂગર્ભમાં એ વિલીન થઈ જશે. શરદાભ્રશી ક્ષણાર્ધમાં એ સરી જશે...'

'સમજાતું નથી.'

'મનેયે કંઈ નહોતું સમજાતું. પણ હૈયામાં ઊંડેઊંડે કંઈક સહેવાય – ન સહેવાય એવું દર્દ થયાં કરતું હતું.'

'કોને તમને કે તમારાં પત્નીને ?'

'મને.'

'ત્યારે તો તમનેયે તમારાં પત્નીની પેઠે પ્રસવકાળની પીડા થઈ

હશે – કાવ્યના પ્રસવકાળની !'

'હા, બરાબર એમ જ. મને એનું મુખ ફરી જોવા નહિ મળે એમ લાગ્યા કરતું હતું. અને એક લાંબું વિરહકાવ્ય રચવાની મેં તૈયારી પણ કરી રાખી હતી. છંદોની પસંદગી પણ કરી હતી. અનુષ્ટુપથી શરૂ કરી ઉપજાતિ, વસંતતિલકા, વંશસ્થ, હરિણી, પૃથ્વી, વિયોગિનીની હજારેક લીટી લખી નાખવી એવો સંકલ્પ કર્યો હતો. તે માટે કાગળો પણ લઈ રાખ્યા હતા.'

'ત્યારે લખી નાખો.'

'હવે શી રીતે લખાય ? એ તો પુત્રને લઈ હેમખેમ હૉસ્પિટલમાંથી ઘેર આવી પણ ગઈ છે !'

'ત્યારે તમારાં પત્ની બાળકને લઈને હેમખેમ ઘેર પાછાં ફર્યાં તેનું તમને દુઃખ છે !'

'ના, ના, એમ તો કેમ કહેવાય ? પણ આ તો કવિતા લખવાની તૈયારી કરી રાખી'તી તે એળે ગઈ એટલો વિચાર આવી ગયો. બાકી એના સિવાયનું જીવન હું કલ્પી પણ શકતો નથી.'

વર્ષો પૂર્વે બિહારમાં ધરતીકંપ થયો હતો ત્યારે જાનમાલની કલ્પનાતીત ખુવારી થઈ હતી. એ વખતે હજારો મનુષ્યો હેરાન થઈ ગયા હતા. પણ એ બધા ધરતીકંપ થવાને લીધે હેરાન થયા હતા અને તે જ વેળા હરકિશનદાસ એમના શહેરમાં ધરતીકંપ ન થયો તેથી હેરાન થઈ ગયા હતા. એ જ્યોતિષના ને જોષીઓના જબરા ઉપાસક હતા. જિંદગીનાં પહેલાં વીશ વરસ નિશાળમાં પાણી પાનાર મહારાજ તરીકે કામ કરીને ઉત્તર વયમાં જ્યોતિષવિદ્યામાં – કેવળ આપબળે (સાચેસાચા અર્થમાં આપબળે એટલે કે કોઈની, ખુદ જ્યોતિષશાસ્ત્રના જ્ઞાનની પણ મદદ વિના), આગળ વધી નામ કાઢનારા ગણપતિશંકર નામના જોષી પર એમને અચળ, ગમે તેવા ભયંકર ધરતીકંપથી પણ ન ડગે એવી શ્રદ્ધા હતી. દુનિયામાં સૌથી જૂઠામાં જૂઠો માણસ પણ પોતાના જીવનમાં જૂઠાણા કરતાં સાચું વધારે બોલે છે, એવા સર્વસ્વીકૃત ને સામાન્ય નિયમના અપવાદ તરીકે ગણપતિશંકરનું નામ સહેલાઈથી મૂકી શકાય. એમનો પ્રધાન રસ ભયાનક હતો.

એમનાં ભવિષ્યકથનો હંમેશાં એવાં ભયંકર રહેતાં કે તે સાંભળીને ગ્રહો પણ ભડકીને ભાગી જવાનો વિચાર કરતા. બિહારમાં ધરતીકંપ

થયો તે પૂર્વે એમણે આગાહી કરેલી કે ગ્રહયોગને પરિણામે ભારે ભયંકર અનિષ્ટો આવશે, રેલ આવશે, આગ લાગશે, આકાશમાંથી તારાનાં ઝૂમખે ઝૂમખાં તૂટી પડશે, ધૂમકેતુઓ રસ્તા પર આવીને ચાલવા માંડશે ને પોતાની પૂંછડીના ઝપાટાથી ઘરનાં ઘર તોડી પાડશે. લોકો ઘરબાર વિનાનાં થઈ જશે. વનમાં દાવાનળ પ્રગટશે. પક્ષીઓ આકાશમાં અધ્ધર ને અધ્ધર સળગી જશે ને જેનાં મોત આવ્યાં હશે તે તો મરશે જ, પણ મોત નહિ આવ્યાં હોય તે પણ છળીને ફાટી પડશે.

ઘણાઓએ એમની વાત હસી કાઢી હતી. પણ એ જોષીની ભવિષ્યવાણી જેમજેમ ખોટી પડતી હતી તેમતેમ હરકિશનદાસની એમના પર શ્રદ્ધા વધતી જતી.

'આ ગણપતિયો આ વખતે ખોટો પડ્યો એટલે આવતી વખતે એનું કહેવું જરૂર સાચું પડવાનું.' એમ એ હંમેશાં કહેતા.

'ગમે તેમ થાય, પણ તમે મરવાના નથી. પણ તમારું ઘર ચોક્કસ તૂટી પડશે. એક ઈંટ પણ આખી નહિ રહે' એમ ગણપતિશંકરે એમને કહેલું તે પછી એમણે ઘરનો ભારે કિંમતનો વીમો ઊતરાવી લઈ ઘર પડે તેની વાટ જોતા એ બેઠા હતા. એ પછી આકાશમાં સપ્તગ્રહોનું સંમેલન થયું ને બિહારમાં ધરતીકંપ થયો અને હરકિશનદાસને હૈયે આનંદ થયો. પણ એમનું ઘર પડ્યું નહિ.

'હજી ધરતીકંપના આંચકા આવશે.. ઉત્તર હિંદમાંથી દક્ષિણ તરફ જતાં ધરતીકંપ આ શહેરની પણ ખબર લેતો જશે ને ત્યારે તમારા ઘરનો વારો આવશે.' એમ એમને સધિયારો આપતાં ગણપતિશંકરે કહ્યું હતું. અને પ્રચંડ ધરતીકંપના આંચકાની વાટ જોતા એ બેસી રહ્યા હતા ત્રણ-ચાર વર્ષ સુધી, પણ ધરતીકંપ ન જ આવ્યો અને એમ ધરતીકંપના અનાગમને – એમનું મકાન તો ન ભાંગ્યું. પણ એમનું હૃદય ભાંગી પડ્યું, અને આખરે ભાંગેલે હૈયે એમણે આંખો મીંચી. બિહારમાં ધરતીકંપને લીધે ઘર પડી જવાથી અસંખ્ય માણસો દુઃખી થઈ ગયાં, પણ ધરતીકંપને લીધે (અથવા ધરતીકંપને અભાવે) ઘર ન પડવાથી હરકિશનદાસ જેટલા દુઃખી થયા એટલું દુઃખી કોઈ નહિ થયું હોય.

આ મહાસત્યનો અનુભવ મને થોડા વખત પર થયો. મુંબઈમાં

જ્યારે રમખાણ ચાલી રહ્યું હતું ત્યારે તેની સામે ઉપાયો યોજવા માટે સ્થળે સ્થળેથી જાતજાતની સૂચનાઓ કરવામાં આવી હતી. પુરાણી બાળવાર્તાઓમાં આવે છે કે રાજકુમાર અને એના મિત્રો પ્રવાસે નીકળી પડતા ને કોઈક ઘોર જંગલમાં જઈને ત્યાં મુકામ કરતા, અને રાતને વખતે દરેક જણ વારો બાંધી તે પ્રમાણે ચોકી કરતો. એ જ પ્રમાણે પ્રવાસે નીકળ્યા વગર જ, ઘોર જંગલમાં નહિ પણ મુંબઈની ગીચ વસતિની અંદર મુકામ કરવા છતાં, રાજકુમારો નહિ પણ સાદા કુમારો ને ગૃહસ્થોને રાતના વારા બાંધી હમણાં ચોકી કરવી પડતી. અત્યાર સુધી કંઈ થયું નથી પણ કદાચ કંઈક થઈ જાય તેની તકેદારી રાખવા સ્વયંસેવકો આ રીતે તૈયાર થઈને પોતે ઉજાગરા કરી રહ્યા છે. છેલ્લી છ રાત્રિથી આ રીતના ઉજાગરા કરી ઊંઘને ને આળસને ખાતે સારી રકમ જમા કરાવી બગાસાં ખાતા એક ભાઈ મને મળ્યા.

'તમારા મહોલ્લામાં તો કંઈ નથી. તમને નિરાંત છે.' મેં કહ્યું.

'નિરાંત? શાની નિરાંત? આ છ-છ રાતથી ઉજાગરા ખેંચું છું.' એમણે જવાબ દીધો.

'પણ તમારી બાજુ તો શાંતિ છે.' મેં કહ્યું.

'હા, પણ ચેતતા તો રહેવું જોઈએ ને! અમે સ્વયંસેવકો તૈયાર કર્યા છે. રાતના સૌ વારાફરતી ચોકી કરે છે.' એમણે કહ્યું.

'હા, પહેલેથી તૈયારી કરી રાખવી સારી. પોતાના મહોલ્લાની ચોકી પોતે જ કરવી એ કંઈ ખોટું નથી એથી સ્વાશ્રયનો ગુણ કેળવાય છે. લોકોમાં સ્વાશ્રયનો ગુણ કેળવાય એ મને બહુ ગમે છે.' મેં કહ્યું.

'એ તો સાચું છે. પણ આ ઉજાગરા કરી કરીને મરી ગયા, પણ થયું કંઈ નહિ.' એમણે કહ્યું.

'શું થયું નહિ?' મેં પૂછ્યું.

'કંઈ જ નહિ, જરા સરખું તોફાન, નાનકડું છમકલું, અમથી અફવા, કંઈ કરતાં કાંઈ નહિ!' એમણે ઊતરેલે ચહેરે કહ્યું.

'તે તો સારું થયું કેની? તમારી ઇચ્છા એવી છે કે તમારા મહોલ્લામાં પણ કંઈક સળગે તો સારું?' મેં આશ્ચર્યથી પૂછ્યું.

'સારું તો કેમ કહેવાય? અમે એટલી તૈયારી રાખી છે તે નકામી

જ ગઈ કેની ?' એમણે કહ્યું.

'ભલા માણસ! તમારા મહોલ્લામાં સંપૂર્ણ શાંતિ જળવાઈ રહી છે તેથી તમારે આનંદ માનવો જોઈએ, ઈશ્વરનો ઉપકાર માનવો જોઈએ; તેને બદલે તો ઊલટા ખેદ પામતા દેખાવ છો!' મેં કહ્યું.

'અમારા મહોલ્લામાં શાંતિ જળવાઈ રહી છે તે માટે પ્રભુનો અમે જરૂર આભાર માનીએ છીએ. પણ આ તો જરાક-કંઈક સાધારણ છમકલા જેવું પણ થયું હોત –' આટલું બોલી એ મૂંગા રહ્યા.

'તો શું ?' મેં પૂછ્યું.

'તો એમ લાગત કે આટલી રાતો ઉજાગરા વેઠ્યા તે કામમાં આવ્યા. જીવને જરા સંતોષ થાત.' એમણે જવાબ દીધો.

'ત્યારે તમારે દુઃખને નોતરવું હતું, કેમ ?' મેં પૂછ્યું.

'હા, કારણ કે દુઃખને મળવા માટે અમે તૈયાર હતા.' એમણે જણાવ્યું.

આમ, માણસ દુઃખ આવવાથી જ ડરતો નથી. દુઃખ ન આવે તે પણ એને કેટલીક વાર અણગમતું થઈ પડે છે. જે દુઃખનો પ્રતિકાર કરવા માટે પહેલેથી ઉપાયો યોજી રાખ્યા હોય તે દુઃખ આવે જ નહિ તેના જેવું મોટું દુઃખ બીજું એકે નથી.

❑

૬

પસંદગીની મૂંઝવણ

એક વાર જાણીતા ગૃહસ્થને ત્યાં એમના કહેવાથી ને એમના જ કામ સારુ મારે જવાનું થયું. હું એમને ત્યાં ગયો ત્યારે માથે હાથ દઈને કંઈક ગંભીર વિચારમાં પડી ગયા હોય એમ એ બેઠા હતા. જે કામ માટે એમણે મને બોલાવ્યો હતો તે વિશે એમણે મારી સાથે વાત કરવા પ્રયત્ન કર્યો. પરંતુ વાતમાં એમનું ચિત્ત હોય એમ મને લાગ્યું નહિ. એક મિનિટ પહેલાં પોતે શું કહ્યું હતું તે એ ભૂલી જતા અને બીજી જ વાત કરવા લાગતા.

આ જોઈને મેં કહ્યું: 'આજે કંઈ તમે બહુ ચિંતામાં હો એમ લાગે છે. આ વાત બીજે પ્રસંગે કરીશું.'

'તમારી વાત સાચી છે. ચિંતા તો નહિ પણ હું વિચારમાં પડી ગયો છું ખરો.' એમણે કહ્યું.

'વાંધો ન હોય તો કહો તો ખરા કે એવી શી વાત એકાએક આવી પડી છે કે તમે મને ખાસ જે કામ માટે બોલાવ્યો છે તેનો વિચાર પણ બરાબર થઈ શકતો નથી.' મેં કહ્યું.

'તમને કહેવામાં કશો વાંધો નથી. એવી કોઈ મોટી વાત નથી, મારે પરમ દિવસે દિલ્હી જવાનું છે.' એમણે કહ્યું ને ફરી પાછા એ વિચારમાં પડી ગયા.

'તો કંઈ નહિ. તમે દિલ્હીથી પાછા ફરો ત્યારે આપણે વાત કરીશું. પણ પરમ દિવસે દિલ્હી જવાનું છે તેની ફિકર તમે આજે આટલી બધી શા માટે કરો છો, તે હું સમજી શકતો નથી.' મેં કહ્યું.

'ફિકર કરતો નથી. પણ જવું શી રીતે તે નક્કી કરી શકતો નથી.'

એમણે કહ્યું.

'એટલે ? તમને ટિકિટ મળી શકતી નથી ? હમણાં, કહે છે કે એટલી બધી ભીડ નથી. જોકે બે દિવસમાં જગા રિઝર્વ કરાવવાની મુશ્કેલી તો છે જ. પણ એ તો તમે જરા તપાસ કરશો તો થઈ શકશે.' મેં કહ્યું.

'નહિ, મુશ્કેલી ટિકિટ નથી મળતી તેની નથી.' એમણે જવાબ દીધો.

'ત્યારે શું ઘરમાં કોઈ માંદું છું કે તેને મૂકીને જતાં તમને વિચાર થાય છે?' મેં પૂછ્યું.

'એવું પણ નથી. પણ હું વિચાર કરું છું કે કઈ રીતે જાઉં ? બી. બી. એન્ડ સી.આઈ.ને માર્ગે જવાય છે, જી.આઇ.પી.ને રસ્તે જવાય છે ને વિમાનમાં પણ જઈ શકાય છે.' એમણે જવાબ દીધો.

'એ તો બહુ સારું.' મેં કહ્યું.

'ના, સારું જરાય નહિ. એ જ પંચાત છે. હું ક્યારનો, બે દિવસથી વિચાર કર્યા કરું છું કે બી.બી.ને રસ્તે જાઉં, જી.આઇ.પી.ને માર્ગે જાઉં કે વિમાનમાં જાઉં ? ત્રણે માટે ગોઠવણ પણ કરી દીધી છે અને એ ત્રણે માટેની ટિકિટ પણ આવી ગઈ છે. હવે કોની ટિકિટ કાઢવી ને કોની રાખવી એ મોટો સવાલ છે અને એ જ નક્કી થઈ શકતું નથી.' એમણે પોતાની મૂંઝવણ જણાવી.

'પણ એમાં આટલા મૂંઝાઓ છો શા માટે ? જેમાં ખરચ ઓછો થાય તે પસંદ કરો. બાકીની ટિકિટ પાછી મોકલો.' મેં સલાહ આપી.

'ખરચનો સવાલ નથી. એ તો મને જેણે બોલાવ્યો છે તેના તરફથી મારા પ્રવાસ અંગેનો બધો ખરચ મળી રહેશે.' એમણે કહ્યું.

'ત્યારે વખત સૌથી ઓછો જાય એટલા માટે વિમાનમાર્ગે જાઓ. વખત બહુ બગડે નહિ, એટલું જ નહિ પણ સગવડ વધારે મળશે.' મેં કહ્યું.

'તમારી વાત સાચી છે, પણ મારે બીજો વિચાર કરવાનો છે. મારી સાથે સામાન ઘણો છે અને વિમાનમાં જાઉં તો એ બધો સામાન લઈ જઈ શકાય નહિ.' એમણે કહ્યું.

'એ પણ ખરી વાત. ત્યારે ટ્રેનમાં જ જાઓ.' મેં કહ્યું.

'એ જ વિચાર કરું છું. પણ એમાં અગવડ બહુ છે. વખત ઘણો જાય. તે ઉપરાંત લાંબી મુસાફરી કરવી તે અત્યારે મારી તબિયત જોતાં

મને ઠીક પણ નથી લાગતું. અને જગા રિઝર્વ્ડ થઈ છે છતાં સૂવાની જગા મળશે એમ કહી શકાય નહિ. આમ છતાંયે ટ્રેનને રસ્તે જવાનું જ પસંદ કરું તો બી.બી. કે જી.આઇ.પી.માંથી કયે રસ્તે જવું તે મૂંઝવણ તો ઊભી જ છે.' એમણે કહ્યું.

'એક કામ કરો. સામાન લઈ જવાય એમ નથી એટલે વિમાનની વાત તો જાણે જતી રહી. હવે સવાલ બી.બી. અને જી.આઇ.પી. વચ્ચે રહ્યો છે. તમે બંનેનાં નામ લખી ચિઠ્ઠી તૈયાર કરો અને હું એમાંથી એક ચિઠ્ઠી ઉપાડું. ચિઠ્ઠીમાં જેનું નામ નીકળે તે રસ્તે જાઓ.' મેં માર્ગ દર્શાવતાં કહ્યું.

'એ પણ ઠીક છે, પણ વિમાનની વાત છેક કાઢી નાખવી યોગ્ય છે કે નહિ તે હું હજી નક્કી કરી શક્યો નથી. બધો સામાન લઈ નહિ જવાય એ સાચું. પણ ખરું પૂછો તો હું એમાંથી ઘણો સામાન ઓછો કરી શકું એમ છું. ને તે ઉપરાંત કદાચ વધારાનો સામાન હોય તો અગાઉથી ટ્રેનમાં મોકલી શકાય. એટલે વિમાનની વાત વિચારણામાંથી તદ્દન કાઢી નાખવી મને ઠીક લાગતી નથી.' એમણે કહ્યું.

'તો ભલે વિમાન રહ્યું, ત્રણ ચિઠ્ઠીઓ બનાવો.' મેં કહ્યું.

'હા, પણ મને થાય છે કે આપણા જેવા માણસ આવી બાબતનો નિર્ણય પણ ચિઠ્ઠીથી કરે એ કેવું કહેવાય?' એમણે શંકા કાઢતાં કહ્યું.

'બહુ સારું તો ન જ કહેવાય, પણ બીજો રસ્તો ન હોય ત્યારે શું થાય?' મેં જવાબ દીધો.

'નહિ, નહિ, ચિઠ્ઠી નાખીને નક્કી કરવું તે કરતાં બુદ્ધિપૂર્વક વિચાર કરીને જ નિર્ણય પર આવવું મને યોગ્ય લાગે છે.' એમણે કહ્યું.

'ચાલો ત્યારે, હવે હું જઈશ. તમે દિલ્હીથી પાછા ફરો ત્યારે ફરી મળીશું.'

'ના, ના, ઊભા રહો. મને લાગે છે કે આ પાછળ નકામો વખત બગાડવા કરતાં ચિઠ્ઠી નાખીને નક્કી કરીએ તોય શું ખોટું? જે નામ નીકળે તે સહી. પછી એમાં ઝાઝો વિચાર કરવાનો જ નહિ.' એમણે મને જતો રોકીને કહ્યું.

'ત્યારે કરો ચિઠ્ઠી તૈયાર' મેં કહ્યું.

'હા, પણ મને એક વિચાર આવે છે.' એમણે જરા અચકાઈને કહ્યું.

'શો ?' મેં પૂછ્યું.

'પહેલાં ચિઠ્ઠી નાખીને આ નક્કી કરવું કે નહિ તે નક્કી કરીએ.' એમણે કહ્યું.

'પણ તે તો તમે નક્કી કરી જ દીધું છે ને ? હવે ફરી વિચાર કરવાનું શું કારણ ?' મેં વિસ્મય પામીને પૂછ્યું.

'કયે માર્ગે જવું એ ચિઠ્ઠી નાખીને નક્કી કરીએ તો ઠીક એમ મને લાગે છે, એ સાચું. પણ એ વિશે હજી મારા મનનું બરાબર સમાધાન થયું નથી. અને એના વિશે લાંબો વિચાર કરવાનો અત્યારે મને વખત પણ નથી. માટે એ ચિઠ્ઠી નાખીને નક્કી કરવું કે નહિ તે નક્કી કરવા માટે પણ આપણે ચિઠ્ઠી નાખીએ તો કેવું ?' એમણે કહ્યું.

'એવા દ્રાવિડી પ્રાણાયમ કરતાં ચિઠ્ઠી નાખીને મૂળ વાત જ નક્કી કરી લઈએ તે વધારે સારું એમ મને લાગે છે. છતાં એ રીતે તમારા મનનું સમાધાન થતું હોય તો પહેલાં ચિઠ્ઠી નાખીએ ને પછી તેમાં આવે તે પ્રમાણે કરીએ. પણ કદાચ ચિઠ્ઠીમાં ના નીકળે તો ફરી તમારે મગજને તસ્દી આપી કયે રસ્તે જવું તેનો નિર્ણય કરવાનો રહેશે.' મેં કહ્યું.

'તો તેમ કરીશ.' તેમણે જવાબ દીધો.

ઉપલી વાતમાં થોડીઘણી અતિશયોક્તિ મેં કરી છે, એ હું કબૂલ કરું છું. પણ મુદ્દે વાત સાચી છે. કોઈ પણ વસ્તુનો નિર્ણય કરતાં બુદ્ધિને કેટલી મહેનત પડે છે. એ કોઈ પણ બુદ્ધિવાળા માણસને કહી બતાવવાની જરૂર નથી. આપણા શાસ્ત્રકારોએ મન અને બુદ્ધિનો તફાવત જણાવતાં કહ્યું છે કે 'આ કરું, તે કરું ?', 'ફલાણું સારું કે ઢીંકણું સારું ?' એવા સંશયો ઉઠાવ્યા કરે ને વિકલ્પોમાં રાચે તે મન. એ બધી વસ્તુઓ તપાસી જઈને અમુક ચોક્કસ નિર્ણય કરનારી શક્તિ તે બુદ્ધિ. આ દૃષ્ટિઓ જોતાં કહી શકાય કે મનનો ઉપયોગ આપણે બધા જ કરીએ છીએ, બુદ્ધિનો ઉપયોગ બહુ ઓછા માણસો કરે છે, અને જેને એનો ઉપયોગ કરવાની જરૂર પડે છે તે સૌ અકળાઈ જાય છે.

કલ્પના અને વિચાર કરાવની શક્તિ જો માણસને ઈશ્વરે ન બક્ષી હોત તો આ એક નિશ્ચય કરવાની બાબતમાં તો એનું કામ બહુ સહેલું થઈ જાત. સહજ પ્રેરણાથી અથવા રુચિતંત્રને વશ થઈને એ અમુક કામ કર્યે

જાત. પણ કલ્પના દોડાવવાની ને વિચાર કરવાની ટેવને પરિણામે એ કોઈ પણ કામ કરવું હોય કે કંઈ પસંદગી કરવાની હોય ત્યારે બધી બાજુનો વિચાર કરવા બેસે છે. કાર્ય ને કારણનો, સાધ્ય ને સાધનનો, મહેનત ને ફળનો, સગવડ ને વખતનો, દેશકાળ ને સંજોગનો ઇત્યાદિ ઇત્યાદિ અનેક બાબતનો વિચાર કરી કરીને એ મગજને એટલું થકવી નાખે છે કે પછી નિશ્ચય કરવાની શક્તિ જ એનામાં રહેતી નથી.

પત્નીને લઈને સાડીની પસંદગી કરવા એક તરતના પરણેલા ભાઈ જ્યારે પહેલવહેલા નીકળ્યા ત્યારે એમનો ઉત્સાહ માતો નહોતો. એમણે જેટલા પૈસા ખરચવા પડે તેટલા ખરચીને પણ પત્નીને મનપસંદ સાડી અપાવી તેનું દિલ જીતી લેવા નિશ્ચય કર્યો હતો. પણ બજારમાં ગયા પછી એમની સ્થિતિ વિચિત્ર થઈ પડી. તે વખતમાં કાપડનું રેશનિંગ નહોતું. અને જાતજાતની રંગબેરંગી સાડીઓ એટલી બધી હતી કે એમાંથી કઈ પસંદ કરવી ને કઈ ન કરવી એ મોટો સવાલ એમનાં પત્ની સમક્ષ આવીને ઊભો. સાડી વેચનારાઓની દુકાનો પણ સંખ્યાબંધ હતી અને પચાસ-સાઠ દુકાને ફર્યા વગર બધી સાડીઓ જોઈ શકાય શી રીતે? એટલે પહેલાં તો એક દુકાનથી બીજી અને બીજીથી ત્રીજી એમ આંટા મારતાં એમના 'ટાંટિયાની કઢી' થઈ ગઈ. બધી દુકાને ફરી રહ્યા પછી એમનાં પત્નીને લાગ્યું કે પહેલાં જે દુકાનમાં ગયાં હતાં તે દુકાનમાં જ સારામાં સારી સાડી મળતી હતી એટલે પાછાં એ દુકાને ગયાં. પણ ત્યાં ગયા પછી એમનાં પત્નીને થયું: 'ઉંહું! અહીં નહિ. પણે સારી મળે છે.' ત્યાંથી એ 'પણે' ગયાં. પણ 'પણે' પણ જેવી ધારી હતી તેવી સાડી એમનાં પત્નીને ન મળી શકી એટલે 'પણે'થી ફરી ત્રીજી દુકાનમાં પેઠાં. અને બીજી વાર ચોવીસ દુકાને ફર્યા પછી એમણે કંઈક કંટાળીને નિસાસો નાખ્યો. 'થાકી ગયા?' મૃદુ અવાજે પત્નીએ પૂછ્યું.

'ના, ના, એટલામાં થાક શેનો લાગે?' આટલી વારમાં 'થાકી ગયો એમ કહું તો મારી મર્દાનગીને લાંછન લાગે' એમ લાગવાથી એમણે કહ્યું.

'ત્યારે હજી બેચાર દુકાનો બીજી જોઈ લઈએ.' પત્નીએ કહ્યું.

'પણ બધી જ દુકાન આપણે એક વાર તો જઈ આવ્યા છીએ.' એમણે કહ્યું.

'હા, પણ ક્યાં શું હતું તે હું ભૂલી ગઈ છું. ફરી જવામાં વાંધો પણ શો છે?' પત્નીએ કહ્યું અને ફરી વાર બેચાર ને બદલે બીજી બાર દુકાને એ ચડ્યાં અને અંતે આટલું બધું ફર્યા છતાં પણ 'આવતે રવિવારે ફરી જોઈશું, હમણાં તો કંઈ સાડી નજરમાં આવતી નથી' એવો એમનાં પત્નીનો છેવટનો અભિપ્રાય સાંભળી અત્યંત ખિન્ન મને ને થાકેલા શરીરે એ ઘેર પાછાં ફર્યાં.

પસંદગીનું ક્ષેત્ર જેટલું વિશાળ, તેટલી માણસને મૂંઝવણ વધે છે. ફ્લોરાફાઉન્ટનથી ગોવાળિયા ટૅંક જવા માટે મને 'બી', 'સી', 'પી' અને 'ઓ' એમ ચાર 'રૂટ'ની બસ મળી શકે છે. પહેલાં તો મને થતું હતું કે અત્યારે બસ મળવાની આટલી મારામારી છે તેમાં ચારમાંથી કોઈ પણ બસમાં મારાથી જઈ શકાય છે એટલે હું નસીબદાર છું. પણ અનુભવે મને જણાવ્યું છે કે એથી મારી મુશ્કેલી વધી છે. કઈ બસમાં જવું એ નક્કી કરવું મને બહુ કઠણ પડે છે. 'પી' પહેલી મળશે એમ ધારી 'પી' માટે થોભું છું. પછી લાગે કે 'ઓ' કદાચ વહેલી આવશે તો હું 'ઓ'-ના સ્ટેશન આગળ જઈને ઊભો રહું છું. થોડી વાટ જોયા પછી મને લાગે છે કે 'બી' ઠીક પડશે ને હું 'બી' ને માટેના સ્ટેશન આગળ જઈને વાટ જોઉં છું. વાટ જોઈને કંટાળી ગયા પછી 'સી'નો વિચાર આવે છે. ને 'સી'ના સ્ટેશન આગળ જામેલી મેદની જોઈ આખરે પાછો 'પી'ના સ્ટેશન આગળ આવું છું ને એટલી વારમાં 'પી'ની બસ આવીને ચાલી પણ ગઈ હોય છે.

સામાન્ય બાબતોમાં પણ નિશ્ચય કરતાં આટલી મુશ્કેલી પડે છે તો લગ્ન જેવા વિષયમાં કેટકેટલી મૂંઝવણ થાય એ કહેવાની જરૂર નથી. લગ્નના વિષયમાં પસંદગીનું ક્ષેત્ર ઘણું વિશાળ હોય તો 'મારા છોકરા માટે કઈ વહુ લાવું?' અથવા 'હું કોને પરણું?' એ નક્કી કરતાં માણસની આખી જિંદગી નીકળી જાય. એટલા ખાતર આપણા પૂર્વજોએ પસંદગીનું ક્ષેત્ર બને તેટલું સંકુચિત રાખ્યું હતું. જ્ઞાતિ બહાર પરણાય નહિ, જ્ઞાતિમાં પણ ત્રણચાર પેઢીના સગાંસંબંધીમાં કન્યાવ્યવહાર થઈ શકે નહિ, સગોત્રમાં કન્યાની આપલે ન થઈ શકે, અને આટલું સાચવ્યા પછી જે કન્યા મળે એમ હોય તેની પસંદગીમાં પણ અમુક ધોરણ સાચવવું જોઈએ. આને લીધે કન્યા પસંદ કરતાં વરના માબાપને કે વરને બહુ મહેનત પડતી નહિ. સગોત્ર

લગ્ન પણ કાયદેસર ગણી શકાય તે માટેનો ખરડો વડી ધારાસભા સમક્ષ આવ્યો ત્યારે તેના સમર્થનમાં માનનીય રાજગોપાલાચારીએ કહ્યું હતું કે લગ્નની બાબતમાં બને તેટલી સરળતા ને સગવડ હોવાં જોઈએ. લગ્નની બાબતમાં સરળતા ને સગવડ હોવાં જોઈએ એ તો સાચું, પણ સગોત્ર વચ્ચે પણ વિવાહ થઈ શકે એવી છૂટ રાખવાથી સરળતા સધાશે ખરી ? મને તો લાગે છે કે કન્યાની કે વરની પસંદગી માટેનું ક્ષેત્ર વધારે પડતું વિશાળ કરવાથી સરળતાને બદલે વિષમતા, સગવડને બદલે અગવડ, ને નિરાંતને બદલે મૂંઝવણ વધારે પ્રમાણમાં થવા સંભવ છે. આટઆટલી કન્યાઓ ને આટઆટલા મુરતિયાઓ વચ્ચે કોને પસંદ કરવા એની મૂંઝવણ દહાડે-દહાડે એટલી વધી જશે કે આખરે ચિઠ્ઠી નાખીને જ વરકન્યાની પસંદગી કરવાનો વખત આવશે. જોકે એમ થાય તો તેમાં કંઈ નુકસાન જેવું નથી. અત્યારની સ્થિતિ કરતાં એ સ્થિતિ કોઈ રીતે ખરાબ નહિ જ હોય !

૭

યાદશક્તિની માપબંધી

પ્રોફેસરો કેવા ભુલકણા હોય છે તે વિશે જાતજાતના ટુચકાઓ અંગ્રેજી પત્રોમાં વારંવાર આવે છે. આપણે ત્યાંના પ્રાધ્યાપકો તો આવા ભુલકણા નથી હોતા. પશ્ચિમના પ્રોફેસરો પણ આટલા બધા ભુલકણા હશે એમ માનવું મુશ્કેલ લાગે છે. પણ આ પ્રકારના એક ભુલકણા અમારા પરિચિત વર્ગમાં છે. એઓ રસિક અને સુશિક્ષિત છે. પણ ભણીભણીને એમણે સ્મરણશક્તિ કરતાં વિસ્મરણશક્તિ – યાદ રાખવાની કળા કરતાં ભૂલવાની કળા – વધારે ખીલવી છે. હંમેશાં એઓ કંઈ ને કંઈ શોધતા જ હોય છે. અને શોધતાં શોધતાં પણ એમને વચમાં વારંવાર 'હું શું શોધતો'તો વારુ ?' એમ કહીને વિચાર કરવા થોભવું પડે છે.

પોતાની યાદદાસ્તને મદદ કરવા માટે એ આંગળીએ, કંઈ યાદ રાખવાનું હોય ત્યારે, રેશમી દોરો બાંધે છે. એક વખત એ મિત્રો સાથે મુસાફરીએ ગયા હતા. ત્યારે મોડી રાતના પથારીમાં બેઠાબેઠા આંગળીએ બાંધેલી દોરી સામે ચિંતાભરી નજરે એકધ્યાનથી જોઈ રહી તપશ્ચર્યા કરતા એમને જોઈને અચાનક જાગી ઊઠેલા એક મિત્રે પૂછ્યું, 'આ શું કરો છો ?'

'મેં આ આંગળીએ કંઈક યાદ રાખવા માટે દોરી બાંધી છે, પણ શું યાદ રાખવાનું હતું તે જ ભૂલી ગયો છું.' એમણે જવાબ દીધો.

'અત્યારે સૂઈ જાઓ, સવારે એની મેળે યાદ આવશે. ઊંઘ નથી આવતી ?' મિત્રે પૂછ્યું.

'ઊંઘ તો બહુ આવે છે,' એમણે કહ્યું અને પછી મોટેથી બગાસું ખાઈને ઉમેર્યું: 'પણ મારે સવાર પહેલાં કંઈક કરવાનું છે અને તે યાદ આવતું નથી એટલે પરાણે જાગતો રહ્યો છું.'

'પણ કાલે સવારના પહોરમાં વહેલા આપણે ટ્રેન પકડવાની છે. તમે ઉજાગરો કરશો તે કેમ ચાલશે?' મિત્રે કહ્યું.

'હાં, હાં, યાદ આવ્યું. આજ રાતે વહેલા સૂઈ જવાનું છે તે યાદ રહે એટલા માટે મેં આ દોરી બાંધી છે અને તે યાદ કરવામાં જ મેં મોડું કરી નાખ્યું!' બીજું બગાસું ખાઈને એમણે કહ્યું અને પછી પોતે કેવા ભુલકણા છે તેની વાત કરવા મંડ્યા.

'જુઓ, પાછા તમે ભૂલી જાઓ છો કે તમારે વહેલા સૂવાનું છે. હવે વાત બંધ કરો.' મિત્રે એમને સંભારી આપ્યું ને વાત અધવચ્ચેથી પડતી મૂકી એમણે પથારીમાં લંબાવ્યું.

માણસની અશક્તિ પણ ઘણી વેળા એના સુખ ને સગવડના સાધનરૂપ થઈ પડે છે એવી મતલબનો અગાઉ પ્રસિદ્ધ થયેલો મારો લેખ એમના વાંચવામાં આવ્યો અને તે પછી અચાનક મને એ મળી ગયા ત્યારે એમણે કહ્યું: 'કોઈક પેપરના દિવાળીના અંકમાં તમે એક લેખ લખ્યો તો'ને?'

'કોઈક પેપર નહિ, પણ કેટલાક પેપરના, દિવાળીના જ અંકમાં નહિ, પણ તે સિવાયના અંકોમાં પણ, એક નહિ પણ એકથી વધારે લેખ મેં લખ્યા હતા ને હજી લખું છું. મારો ગુનો હું કબૂલ કરું છું. સજા ફરમાવો.' મેં જવાબ દીધો.

'મહેરબાની કરીને આવી રીતે વાત ન કરો, નહિ તો હું શું કહેતો'તો તે ભૂલી જઈશ. હા, હું શું કહેતો'તો?' એમણે માથું ખંજવાળી પૂછ્યું.

'મારા કોઈ લેખ વિશે તમે કંઈ કહેતા'તા.' મેં જવાબ દીધો.

'પણ શું કહેતો'તો?' એમણે ફરી પ્રશ્ન કર્યો.

'તે હજી તમે કહ્યું નથી એટલે તમે શું કહેવા માગતા'તા તે હું શી રીતે જાણી શકું?'

'હા, યાદ આવ્યું. તમે અશક્તિ માટે કંઈક લખ્યું છે. ખરું ને?' એમણે પૂછ્યું.

'હા, પણ તે કોઈક એક પેપરના દિવાળી અંકમાં નહિ પણ 'સાંજવર્તમાન'ના ગયા શુક્રવારના અંકમાં.' મેં જવાબ દીધો.

'તે હશે. પણ એમાં તમે અશક્તિ માણસને લાભકારક થાય છે અથવા માણસની શક્તિ એને નુકસાન કરે છે કે માણસને લાભ થાય

યાદશક્તિની માપબંધી ૪૫

તો એની અશક્તિ વધે કે પછી એને ગેરફાયદો થાય તો એની શક્તિ વધી જાય અથવા માણસની શક્તિથી એને ફાયદો કે નુકસાન કંઈ થતું નથી, કે માણસને નુકસાન ને નફો બંને એની અશક્તિને લીધે થાય છે. બરાબર યાદ આવતું નથી – પણ આવું કંઈક વિચિત્ર તમે લખ્યું'તું. ખરું ને?' એમણે પૂછ્યું.

'આટલું બધું વિચિત્ર તો મેં નહોતું લખ્યું. પણ કેટલીક વેળા માણસની અશક્તિ એનાં સુખ તથા સગવડના સાધનરૂપ થઈ પડે છે એવી મતલબનું લખ્યું'તું.' મેં જણાવ્યું.

'બરાબર. તો હું એમ પૂછું કે ભલા માણસ, તમે અનુભવ લઈને લખો છો કે એમ ને એમ?' એમણે પ્રશ્ન કર્યો.

'કેમ એમ પૂછવું પડ્યું?' મેં સામો પ્રશ્ન કર્યો.

'એટલા માટે કે મને કંઈ યાદ રહેતું નથી. હું જે તે વસ્તુ ભૂલી જાઉં છું. મારી આ અશક્તિ મને શી રીતનો ફાયદો કરે છે તે હજી સુધી હું સમજી શક્યો નથી. સ્મરણશક્તિ કેળવવા માટે હું જાતજાતની દવાઓ ખાઉં છું ને નવાનવા નુસખાઓ અજમાવું છું તે જો મારી યાદ રાખવાની અશક્તિ મને લાભકારક છે એમ તમારા જેવા મારા મનમાં ઠસાવી શકે તો છોડી દઉં.' એમણે કહ્યું.

'અહીં તો તમને એ વિશે વિગતવાર સમજાવવાનો મને વખત નથી. પણ એ વિશે કોઈ વાર હું લખીશ. તમે વાંચી લેજો, જો આ વાત, એ દરમિયાન તમે ભૂલી ગયા ન હો તો.' કહીને મેં એમની વિદાય લીધી.

માણસની અશક્તિ કેટલીક વેળા લાભકારક થાય છે, પણ તે અશક્તિ એટલે સામાન્ય રીતે જોવામાં આવતી ગમે તે જાતની નબળાઈ અથવા ખાગી નહિ. લાભકારક થાય એટલા માટે અશક્તિને પણ શક્તિની પેઠે જ કેળવવી પડે છે અને એ જાતની અશક્તિ શક્તિના જ બીજા પ્રકાર જેવી બની જાય છે.

તિમિર એ પદાર્થ છે કે માત્ર અભાવ એટલે કે 'અંધારું એટલે અજવાળું નહિ તે' એટલું જ માત્ર કે એ કોઈક ખરેખરી વસ્તુ છે – એ વિશે પ્રાચીન કાળના વિચારકોમાં ભારે મતભેદ હતો. કેટલાક કહેતા કે પ્રકાશનો અભાવ એટલે અંધારું. ખરી રીતે જોતાં એ કંઈ છે નહિ. ત્યારે બીજા માનતા કે

અંધારું એ એક ખાસ વસ્તુ છે અને જે અજવાળાની વિરુદ્ધની વસ્તુ છે. જેવી રીતે સુખ અને દુઃખ, ટાઢ ને તડકો, પુરુષ ને સ્ત્રી એ એકબીજાનાં વિરોધી જોડકાંઓ છે – એક બીજાનો અભાવ માત્ર નથી – તેવી જ રીતે અજવાળું ને અંધારું પણ પરસ્પર માત્ર વિરોધી જોડકું છે. આ જ પ્રમાણે ભૂલી જવું તે યાદશક્તિનો અભાવ સૂચવે છે કે એ પણ કોઈક જુદી જ વસ્તુ છે તે વિશે પણ મતભેદ છે કે નહિ તે હું નથી જાણતો, પણ હોઈ શકે. સ્મરણશક્તિની પેઠે જ વિસ્મરણશક્તિ નામની બીજી શક્તિ પણ છે. સ્મરણશક્તિ માણસને જેમ યાદ રાખવા માટે આપવામાં આવી છે તેમ વિસ્મરણશક્તિ એને ભૂલી જવા માટે આપવામાં આવી છે.

જીવનની જરૂરિયાતો માટે રેશનિંગ – માપબંધી – ની જરૂર છે એવું જ્ઞાન આપણને તો હજી હમણાં જ થયું. કુદરત ક્યારની એ વાત જાણતી હતી. એટલા માટે એણે માણસને ભૂલવાની શક્તિ – અથવા બધું યાદ રાખવાની અશક્તિ – પણ સ્મરણશક્તિની સાથેસાથે જ આપી છે. માણસ જે કંઈ જુએ, સાંભળે, વાંચે, શીખે, સૂંઘે, બોલે ને કરે તે બધું જ જો એનું મગજ સંઘરી રાખે તો બીજાં બધાંને, ને એને પોતાને પણ ભારે પડી જાય. આટલા માટે માણસના જ્ઞાનની પણ માપબંધી કુદરતે ફરમાવી છે. માણસનું મગજ ભાનનો કે જ્ઞાનનો અમુક પ્રમાણમાં જ સંઘરો કરી શકે, વધારે નહિ. વધારે કરવા જાય તો ક્યાં તો જૂનું એ ભૂલી જાય અથવા નવું ઉપર ઉપરથી જ સરીને ઠલવાઈ જાય.

મનુષ્યને ઈશ્વરે આપેલી આ બંને શક્તિઓ, સ્મરણશક્તિ અને વિસ્મરણશક્તિ, અથવા બીજી રીતે કહીએ તો યાદ રાખવાની શક્તિ અને અશક્તિ એ બંને. ઘણી અગત્યની ને અદ્ભુત છે.

ભૂતકાળને વર્તમાન સાથે સાંકળનારી સ્મરણશક્તિ જો ન હોત તો આપણું શું થાત એની કલ્પના થઈ શકે એમ નથી. વિદ્યા ને વ્યવહાર, ભણતર ને ગણતર, બંને એ શક્તિના પર જ આધાર રાખે છે. 'તારો બાપ આવું નહોતો કરતો' એમ ઉછાંછળા જુવાનને ઘરડો માણસ મહેણું મારી શકે છે, 'મારા દાદાના દાદાએ પોતાના બાપની પાછળ સત્તર ન્યાત જમાડી હતી' એમ અભિમાનપૂર્વક કહી શકાય છે, 'આજે સવારે દાળમાં મીઠું જ નહોતું,' એમ કહી કુળવધૂની પાકશાસ્ત્રની કુશળતામાં સંદેહ આણી

શકાય છે, 'કાલે લાડુ જરા વધારે ખવાઈ ગયા'તા.' એમ તબિયત બગાડવાનું કારણ ડૉક્ટરને જણાવી શકાય છે તે આ અદ્ભુત શક્તિને આધારે જ.

અને છતાં એ શક્તિ પર બધો આધાર રાખી શકાતો નથી. પ્રેમી પ્રિયાની યાદમાં જ જીવન વિતાવે, પોતાના ખાનદાનના અભિમાનમાં મસ્ત રહેનાર માણસ વડવાઓની વાર્તા સાંભર્યા કરવામાં જ જિંદગી પૂરી કરે અને ઘરેણાં તથા કપડાંલત્તાંની શોખીન સ્ત્રી કોઈ દુકાને જોયેલી જ્યોર્જેટની સાડીને સંભારી સંભારીને દિવસરાત પૂરાં કરે એ બની શકે એવું છે. છતાં પણ જેના પર બધો અધાર રાખી શકાવો જોઈએ તેવી આ વિસ્મરણશક્તિ, નારીજાતિની છે તેથી કે કોણ જાણે કેમ, એટલી બધી ચંચળ છે કે પાંચ વાર જોયા છતાં આપણને અમુક મકાન છઠ્ઠી વાર જડતું નથી અને તેની આસપાસના લત્તાઓ ને મકાનોની દસેક વાર પ્રદક્ષિણા કરી થાકીને આપણને પાછા ફરવું પડે છે. ચાર-ચાર વર્ષથી જીવની પેઠે સાચવી રાખેલી છત્રી પાંચ મિનિટમાં કોઈક હોટલમાં આપણે ભૂલી આવીએ છીએ. અગિયાર વાગ્યે કયું શાક ખાધું હતું તે બાર વાગે આપણે યાદ કરી શકતા નથી.

સ્મરણશક્તિ જેવી જ વિચિત્ર વિસ્મરણશક્તિ પણ છે. જેમ ઘણી વેળા જે યાદ રાખવું જોઈએ તે આપણે યાદ રાખી શકતા નથી. તેમ જે ભૂલવું જોઈએ તે ભૂલી શકતા પણ નથી. ભૂલવાની શક્તિ અથવા યાદ રાખવાની અશક્તિ જે રીતે કેળવાવી જોઈએ તે રીતે કેળવી શકાય તો એ અશક્તિ પણ ઘણી જ લાભકારક થઈ પડે.

પણ ઘણી વેળા જે ભૂલવું હોય તે જ સૌથી વધારે યાદ આવે છે. 'મારી દવા ખાતી વેળા ઊંટને સંભારતો નહિ, નહિ તો દવા ફાયદો નહિ કરે.' એવી વૈદ્યની સૂચના સાંભળીને દર્દી જ્યારે જ્યારે દવા ખાતો ત્યારે અચૂક રીતે એને ઊંટ યાદ આવતું, ને 'દવાનો ફાયદો ન થયો તેમાં વાંક વૈદ્યનો નહિ પણ મારો જ છે, મારે ઊંટ યાદ નહોતું કરવું જોઈતું છતાં મેં ઊંટને યાદ કર્યા જ કર્યું' એમ દર્દીને લાગ્યું. એ જાતની ઊંટવૈદ્યની જે જૂની વાર્તા છે તેમાં પણ આ જ રહસ્ય રહેલું છે.

'હું શેને માટે રડતો'તો ?' દોઢ કલાક સુધી અટક્યા વગર રડવાનું ચાલુ રાખી પછી થોડી વાર થંભી ગયેલા એક નાનકડા બાળકે એની માતાને પૂછ્યું. માતાએ બાળકનાં આંસુ લૂછી નાખી એને કહ્યું : 'દીકરા,

તારે ભાંગી નાખેલી શેરડીના કકડામાંથી આખી શેરડી બનાવવી હતી.' અને 'મને શેરડી આખી કરી આપ. ઉં ઉં. ઉં' કરીને બાળક રડવા માંડ્યું. આ બાળકના જેવી આપણી ને એની માતાના જેવી પ્રકૃતિની મનોદશા ઘણી વાર હોય છે. આપણે કોઈક વસ્તુ યાદ કરીને દુઃખી થતા હોઈએ છીએ. પછી એ જરા ભૂલી જઈએ છીએ. ત્યાં પ્રકૃતિ આવીને ફરી આપણને સંભારી આપે છે ને આપણે પાછા માથે હાથ દઈ દુઃખના દરિયામાં ડૂબી મરવા તૈયારી કરીએ છીએ.

'માણસનાં ભલાં કૃત્યો એના મરણ સાથે વિસરાઈ જાય છે. એનાં નઠારાં કામ એની હયાતી બાદ પણ જળવાઈ રહે છે' એમ શેક્સપિયરે કહ્યું છે તેનું કારણ પણ આ ભૂલવાની વિચિત્રતા જ છે. આપણું કોઈએ બગાડ્યું હોય, તો તે વાત કેમે કરીને મગજમાંથી ખસતી નથી. કોઈએ અપમાન કર્યું હોય તો તે ત્રણ પેઢી સુધી યાદ રાખવામાં આવે છે. કોઈની સાથે વેર બંધાયું હોય તો તે માણસની ગેરહાજરીમાં એની છબિ ગમે ત્યાંથી મેળવીને તેની સામે જોઈને તેને ગાળો દઈને એ વેરની યાદ તાજી રાખ્યા વગર આપણને ચાલતું નથી.

દાંતમાં કંઈ ભરાઈ ગયું હોય તો ત્યાં જ જીભ જયા કરે છે, કોઈક ઠેકાણે દુઃખ થતું હોય તો હાથ ને મન તે ભાગ તરફ જ ખેંચાયા કરે છે, તેમ માણસની સ્મરણશક્તિ પણ વેર, તિરસ્કાર, કડવાશ ને દુઃખદર્દ તરફ જ આકર્ષાય છે. ભુલકણા બનીને જે માણસો એ કુદરતી રીતે ભૂલી જાય છે અથવા વિસ્મરણશક્તિને કે યાદ રાખવાની અશક્તિને યોગ્ય રીતે કેળવી શકે છે તેઓ સુખી થાય છે – સુખી કદાચ નહિ થતા હોય તોપણ દુઃખને તો ભૂલી જઈ શકે છે. આમ વિસ્મરણશક્તિ અથવા બધું યાદ રાખવાની અશક્તિ, પણ માણસને કોઈક વેળા લાભકારક થાય છે.

❏

૮

રેસની મનોદશા

'સભામાં બહેનોની સંખ્યા ઓછી હોય તો નવાઈ ન પામતા.' મુંબઈના એક ચોક્કસ વિસ્તારમાં આવેલા માળાઓની સ્ત્રીઓએ મળીને કાઢેલા મંડળના મંત્રી બહેને મને કહ્યું.

'સંખ્યા કરતાં ગુણ તરફ વધારે ધ્યાન આપવું એવો નાનપણથી જ મને બોધ આપવામાં આવ્યો છે એટલે બહેનો ઓછી હોય તેનો વાંધો નથી. સારી એટલે કે શાંતિથી, – સમજે કે ન સમજે તોય શાંતિથી – ભાષણ સાંભળે એવી હશે તો બસ છે.' મેં જવાબ દીધો.

'વાત એમ છે કે તમારું ભાષણ અમે શનિવારે રાખ્યું છે ને એ રેસનો દિવસ છે એટલે અમારા માળાની ઘણીખરી બહેનો રેસમાં જશે. મને તે વેળા એ યાદ આવ્યું નહિ. હું દિલગીર છું. પણ હવે અમે જાહેર કરી નાખ્યું છે એટલે કાર્યક્રમમાં ફેરફાર કરવો તે પણ બની શકે તેમ નથી.' સમાજના મંત્રી બહેને કહ્યું.

'બહેનોને પણ રેસમાં એટલો બધો રસ પડે છે?' મેં પૂછ્યું.

'અમારા માળામાંથી તો મરદો કરતાં સ્ત્રીઓ રેસમાં વધારે જાય છે.' એમણે જવાબ વાળ્યો ને પછી ઉમેર્યું: 'તમે રેસમાં જાઓ છો કે નહિ?'

'હજી સુધી ગયો નથી.' મેં ઉત્તર દીધો.

'હજી સુધી તમે રેસમાં નથી ગયા, એકે વખત?' નવાઈ પામીને એમણે પૂછ્યું.

'મને વખત જ નથી મળ્યો.' મેં કહ્યું.

'વખત તો ગમે ત્યાંથી કાઢી શકાય. તમને એનો રસ જ નહિ હોય.' એમણે કહ્યું.

'એ પણ ખરું. ઘોડાઓ દોડે તે જોવામાં ખાસ રસ પડે એવું કંઈ લાગતું નથી.' મેં કબૂલ કર્યું.

'એ તો નવાઈ જેવું. બધા ભણેલા માણસોને રેસનો તો શોખ હોય જ છે.' એમણે કહ્યું.

*

આ પછી થોડા દિવસ પર કૉલેજના વિદ્યાર્થીઓના એક મંડળ સમક્ષ પ્રશ્નોત્તરીના કાર્યક્રમમાં મારે જવાનું થયું. તે પ્રસંગે એક વિદ્યાર્થીભાઈએ મને સવાલ કર્યો: 'વેવેલ, બેગમપારા, દિલરૂબા, વિક્રમાદિત્ય, નયનતારા, હીઝ મેજેસ્ટી, એમાંથી તમે કોને શ્રેષ્ઠ ગણો છો?'

સવાલ સાંભળી હું મૂંઝાયો. 'તમે જે નામો એકસાથે દીધાં છે તેનો કંઈ અર્થ સમજાતો નથી. એક સેનાપતિ ને વાઇસરૉય, બીજો પ્રાચીન કાળનો રાજાધિરાજ, ત્રીજી સિનેમા નટી, ચોથી કોઈક સ્ત્રી, પાંચમું વાજિંત્ર, એમ જુદીજુદી વસ્તુઓને એકસાથે બોલી શકાય, પણ તેની તુલના શી રીતે થઈ શકે? એમ તો હું તને પૂછું: 'નાઇલ નદી, સોનાની ગીની, ડી.ડી.ટી., પૂર્ણવિરામ ને સળેખમ, એમાંની કઈ વસ્તુ તમને ઉત્તમ લાગે છે?' મેં જવાબ દેવાને બદલે સામો પ્રશ્ન પૂછતાં કહ્યું.

'સાહેબ, તમે સમજ્યા નહિ.' વિદ્યાર્થીએ કહ્યું.

'બરાબર છે. હું સમજ્યો નથી જ.' મેં કહ્યું.

'મેં જે નામો કહ્યાં છે તે એક જ વર્ગનાં પ્રાણીનાં છે. જુદાજુદા વર્ગનાં નહિ.' વિદ્યાર્થીએ કહ્યું.

'શી રીતે?' મેં પૂછ્યું.

'એ બધા ઘોડાનાં, રેસના ઘોડાનાં નામ છે.' એણે ખુલાસો કર્યો.

'ઓહ! આઇ સી! મને ખબર નહિ. પણ એ ઘોડાનાં નામ છે એટલી પણ મને ખબર નથી, તો એમાંથી સારો ઘોડો કયો તે હું શી રીતે કહી શકું?' મેં કહ્યું.

'આપ કોઈ દહાડો રેસમાં ગયા નથી?' બીજા વિદ્યાર્થીએ પ્રશ્ન કર્યો.

'ના.' મેં જવાબ દીધો.

'પૈસા કમાવાની તમને ઇચ્છા થતી નથી?' ત્રીજા વિદ્યાર્થીએ પૂછ્યું.

'કદાચ ગુમાવવાની બીક લાગતી હશે.' ચોથાએ ટીકા કરી.

'તમે બંને ખરા છો. પાંચપચીસ ઘોડાઓ દોડે તેમાં એક પહેલો આવે જ. એમાં પહેલો કયો આવશે એવી અટકળ કરીને પૈસા કમાવા કે ગુમાવવા એ મને ઠીક લાગતું નથી. ઘોડાઓ દોડે તેમાં જોવા જેવું શું છે તે જ મને સમજાતું નથી, તો એમાં પૈસા કમાવા કે ગુમાવવા સુધી ઊંડા ઊતરવું એ તો મને બહુ જ વિચિત્ર લાગે છે. એમાંથી એકે ઘોડાનો હું માલિક નથી. હું કોઈ પણ ઘોડા પર બેસીને તેને દોડાવતો નથી. એ ઘોડાઓને મેં ઉછેર્યા નથી. તો પારકે હાથે ઊછરેલા, પારકા માણસોથી દોડાવાતા ને પારકી માલિકીના ઘોડાઓ મોટા મેદાનમાં દોડે તેમાં મારું ગજવું ખાલી થાય કે ભરાય એ મને કોઈ રીતે યોગ્ય લાગતું નથી.' મેં જવાબ વાળ્યો.

'ત્યારે આટઆટલા માણસો, મોટા-મોટા માણસો રેસમાં જાય છે ને શરત લગાવે છે તે શું ખોટું કરે છે?' બીજા એક વિદ્યાર્થીએ પ્રશ્ન કર્યો.

'બહુ માણસો અમુક કામ કરે તેથી તે ખોટું ન કહેવાય એવો સિદ્ધાંત હજી કોઈએ સ્વીકાર્યો નથી. સાચું બોલવું એ સારું છે. ખોટું બોલવું એ ખરાબ છે. છતાં સાચું બોલનારા કરતાં જૂઠું બોલનારા માણસોની સંખ્યા વધારે છે. અને મોટા માણસો જેટજેટલાં કામ કરે તે બધાં જ સારાં હોય છે એમ પણ નથી. પણ હું એ લોકો જે કરે છે તે વિશે કંઈ કહેવા માગતો નથી. હું તો માત્ર મારી વાત કરું છું.' મેં કહ્યું.

'રેસને લીધે આપણા ઘોડાઓની ઓલાદ સુધરે છે, એમ તમને નથી લાગતું!' પહેલા વિદ્યાર્થીએ સવાલ કર્યો.

'સુધરતી હશે કદાચ. પણ બીજી રીતે ઘોડાની ઓલાદ ન સુધરી શકે એમ નથી. અને ઘોડાની ઓલાદ સુધારવા કરતાં માણસની ઓલાદ સુધારવાની વધારે જરૂર છે, એ ભૂલી જવું જોઈએ નહિ.' મેં જવાબ દીધો.

'માણસની ઓલાદ સુધારવાના પ્રયત્નો નથી થતા?' બીજા એક વિદ્યાર્થીએ પૂછ્યું.

'થાય છે, પણ ઘોડાની ઓલાદ સુધારવાના પ્રયત્નો થાય છે તેટલા ને તેવી રીતના નહિ.' મેં કહ્યું.

*

'રેસનો વિરોધ કરનારા કહે છે કે એ જુગાર છે અને એને ઉત્તેજન આપવું ન જોઈએ.' તેના જવાબમાં રેસનો પક્ષ કરનારા કહે છે કે એમ

તો આખી જિંદગી જુગાર સમી છે. પરણવું, પરીક્ષા આપવી, છોકરાં પેદા થવાં ન થવાં, પૈસા મળવા કે ગરીબાઈમાં રિબાવું એ બધું જ જુગારના જેવું છે. માણસ સ્વભાવથી જ જુગારી છે. એ રમે છે, જમે છે, લડે છે, લગવે છે, પરણ છે, છૂટાછેડા લે છે, સંતતિ ઉત્પન્ન કરે છે, સંતતિ નિયમન કરે છે, ધંધો કરે છે, રાજ ચલાવે છે કે રાજ સામે બળવા પોકારે છે, લખે છે ને છપાવે છે, એ બધામાં જુગારનાં તત્ત્વ કોઈ ને કોઈ સ્વરૂપે થોડાઘણા પ્રમાણમાં રહ્યાં જ હોય એટલે રેસમાં જુગાર જેવું કંઈક હોય તો તેમાં કંઈ ખોટું નથી.

✳

અને એ કાંઈ નિર્ભેળ જુગાર નથી. એમાં પણ બુદ્ધિનો ઉપયોગ કરવાની જરૂર પડે છે. વેપારી વેપાર ખેડે છે, નાવિકો સમુદ્રયાન કરે છે, વિમાનીઓ આકાશમાં ઉડ્ડયન આદરે છે તેમાં જુગારનું તત્ત્વ નથી? ક્યારે શું થશે એ બાબતમાં કોણ જરા પણ જાણી શકે છે? અરે, આપણે બધા રોજ ઊંઘી જઈએ છીએ તે પણ એક જાતનો જુગાર રમવા જેવું જ છે. કોઈ કહી શકે એમ છે કે એક વાર બહારની દુનિયાનું ભાન ભૂલી પથારીમાં સૂઈ ગયા પછી આપણે ફરીથી જાગી શકીશું કે નહિ? રાતના કોઈક આવીને ગળું દબાવી મારી નહિ જ નાખે તેની શી ખાતરી? આમ છતાં આપણે બધા રોજ ઊંઘી જઈએ છીએ અને લગભગ બેભાન જેવી અવસ્થામાં સાતઆઠ કલાક પડી રહીએ છીએ.

✳

હું હજી સુધી રેસમાં ગયો નથી. મેં પોતે એક વાર દોડવાની શરતમાં ભાગ લીધો હતો અને પચીસ ડગલાં દોડ્યા પછી હાંફતા હાંફતા ઊભા રહીને બીજા દોડનારાઓને મારી આગળ નીકળી જતા જોઈને પાછો ફર્યો હતો. તે વખતે મને જે લાગણી થઈ હતી અને શરતમાં જીતેલા ભાઈને કૂતરાની માફક જીભ કાઢી હાંફતા જોયા પછી એને માટે મને જે તિરસ્કારમિશ્રિત દયાની લાગણી થઈ હતી તે યાદ કરું છું ત્યારે રેસમાં દોડતા ઘોડાઓની કેવી સ્થિતિ થતી હશે તેની મને કલ્પના આવે છે.

આપણે કમાઈ શકીએ કે મઝા કરી શકીએ તે ખાતર વગર કારણે ઘોડાઓને આટલી નિર્દયતાપૂર્વક દોડાવવા એ મને મૂંગાં પ્રાણીઓ પર

ઘાતકીપણું ગુજારવા જેવું લાગે છે. પરંતુ એથી ઘોડાની ઓલાદ સુધરતી હોય તો આટલું ઘાતકીપણું એમના જ ભલા ખાતર ગુજારવું એ જરૂરનું થઈ પડે છે. આખા વર્ગને કે સમાજને લાભ થાય તે ખાતર થોડીક વ્યક્તિઓને સહન કરવું પડે તો કંઈ ખોટું નહિ એ સિદ્ધાંત બધાએ સ્વીકાર્યો છે. એટલે આ દૃષ્ટિબિંદુથી જોતાં રેસની જરૂર છે એ કબૂલ કરવું જોઈએ.

તેમ જ એમાં જુગારનું તત્ત્વ હોય તો તેમાં પણ કંઈ વાંધો લઈ શકાય એમ નથી. ખરું પૂછો તો એમાં જુગારનું તત્ત્વ છે માટે જ એમાં આટલો આનંદ આવે છે. બાકી એમ ને એમ હજારો ઘોડા દોડતા હોય તો તે જોવા નવરું કોણ છે?

પરંતુ મારું કહેવાનું જુદું છે. ઘોડો એ માણસનો મિત્ર છે ને માણસ એ ઘોડાનો મિત્ર છે. માણસો મોટીમોટી લડાઈ કરે છે ત્યારે માણસો ભેગા ઘોડાઓનો પણ એમાં ઘાણ નીકળી જાય છે. અને તેથી માણસ ઘોડાની ઓલાદ સુધારવા મથે તે બહુ ઉચિત છે.

પણ માણસ પોતાનું બધું ધ્યાન ઘોડાઓની ઓલાદ સુધારવા તરફ જ રાખે ને માણસની ઓલાદ સુધારવા પ્રયત્ન નહિ કરે તો ઘોડા અને માણસની ઓલાદ વચ્ચે એટલો ફેર પડી જશે, ઘોડાઓ માણસ કરતાં એટલા બધા સુધરેલા બની જશે કે પછી બંને વચ્ચે મિત્રતાનો સંભવ નહિ રહે. આથી ઘોડાઓની ઓલાદ જે રીતે આપણે સુધારવા મથીએ છીએ તે જ રીતે માણસોની ઓલાદ સુધારવાના પણ પ્રયત્નો કરવા જોઈએ.

માણસની ઓલાદ સુધારવાના પ્રયત્નો નથી થતા એમ નહિ, પણ આ રીતે થતા નથી. સુપ્રજનનશાસ્ત્ર, લગ્નસંસ્થા ને તેને અંગેના નિયમો ને બંધનો એ સર્વ માણસની ઓલાદ સુધારવા માટે જ છે એ ખરું, છતાં એ ઉપરાંત બધા લોકોને ખૂબ રસ પડે ને કમાણી પણ થઈ શકે એ રીતના પ્રયત્નો પણ થવા જોઈએ.

દાખલા તરીકે આપણી યુનિવર્સિટીની પરીક્ષાઓમાં દર વર્ષે લાખો વિદ્યાર્થીઓ બેસે છે. યુનિવર્સિટીને રેસના મેદાન તરીકે અને પરીક્ષામાં બેસનારાઓને ઘોડા અથવા ઘોડી તરીકે ગણીને એમાં વીન ને પ્લેસના સ્થાનમાં કોણ આવશે તેની શરત મારી શકાય. પરીક્ષામાં બેસનારા વિદ્યાર્થીઓનાં કુળ, તેમના બાપદાદાની વિગતો, તેમની વંશાવલિ, શાળાની

રેતીની રોટલી

પરીક્ષામાં તેમણે મેળવેલા માર્કસ, તેમની રોજિંદી ટેવો, તેમના ઘડનારા શિક્ષકો ને તેમની કારકિર્દી, એ વિશે અગાઉથી સવિસ્તર માહિતી આપનારી પુસ્તિકાઓ, અત્યારે રેસના વિષયમાં પુસ્તિકાઓ બહાર પડે છે તે જાતની પ્રગટ કરી શકાય.

આથી પરીક્ષામાં બેસનારા વિદ્યાર્થીઓને પણ પોતાના તેમ જ પોતાના બાપદાદાનાં નામઠામ ને કામ વિશે દુનિયાને માહિતગાર કરી જાહેરમાં આવવાનો લાભ મળશે. એ ઉપરાંત યુનિવર્સિટીને પણ ખૂબ મોટો આર્થિક લાભ થશે. પહેલા દશ નંબરમાં આવનારા વિદ્યાર્થીનાં નામ જેણે અગાઉથી કહ્યાં હોય તેમને સારી રકમનાં ઇનામ આપી, બાકીની બધી રકમ પોતે રાખી શકશે. અને એ રકમ વડે પહેલાં કરતાં પણ મોટા પ્રમાણમાં વિદ્યાર્થીઓની 'રેસ' રાખી શકશે.

વિદ્યાર્થીઓની ઓલાદ આમ થશે તો ધીરેધીરે સુધરતી જશે. એટલું જ નહિ પણ અત્યારે સામાન્ય લોકો પોતાનાં બાળકો બાબત જેટલી કાળજી રાખે છે તે કરતાં રેસમાં દોડનારા ઘોડા પ્રત્યે વધારે કાળજીથી ધ્યાન આપે છે તે દૂર થશે અને સાધારણ માણસો પણ માત્ર પોતાનાં નહિ પણ પારકાં બાળકો તરફ પણ ધ્યાન આપવા લાગશે.

આ જ રીતે બીજાં અનેક ક્ષેત્રોમાં રેસનું ધોરણ દાખલ કરી શકાય. 'સૂતિકાગૃહ'માં ગયેલી સન્નારીઓમાંથી કોને પહેલું બાળક આવશે, છોકરો આવશે કે છોકરી ઇત્યાદિ વિશે પણ જાહેર શરત રાખી શકાય. અને એ શરત માટે ત્યાં ગયેલી સન્નારીઓનાં કુળ વિશે, એમના પતિ વિશે, તેમ જ પ્રસૂતિ બાબતમાં એમના અગાઉના અનુભવ આદિ વિશે સૂતિકાગૃહના સંચાલકો તરફથી પુસ્તિકાઓ પ્રગટ કરી શરતમાં ભાગ લેનારાઓને વેચી શકાય. એથી સ્ત્રીઓની ઓલાદ સુધરશે અને સૂતિકાગૃહને આર્થિક દૃષ્ટિએ ફાયદો થશે.

આ તો માત્ર બે જ દાખલા આપ્યા છે. પણ આમ જીવનનાં વિવિધ ક્ષેત્રમાં રેસનું કે જુગારનું તત્ત્વ દાખલ કરી માણસની ઓલાદ આટલાં વર્ષો સુધી ઘોડાને દોડાવ્યા પછી તે ઘોડાઓની રેસમાં ભાગ લઈને તાલેવંત કે ગરીબ થઈ ગયા પછી પણ જો આપણે આટલું ન શીખી શકીએ તો રેસમાં દોડનારા ઘોડાઓને જોનારા આપણે ઘોડા કરતાં પણ ઊતરતા છીએ એમ જ કહેવું જોઈએ. ❒

૯

સદ્‌ગુણોનો પાયો: અશક્તિ

'મને લાગે છે કે હું ધીરેધીરે બહેરો થતો જાઉં છું. પહેલાં તો એક કાને બરાબર સાંભળી શકતો હતો. હવે તો એ કાન પણ હડતાલ પર જવાની તૈયારી કરતો હોય એમ લાગે છે. આનો કંઈ ઉપાય નથી, ડૉક્ટરસાહેબ?'

'તમે પરણેલા છો?' ડૉક્ટરે દર્દીના સવાલનો જવાબ આપવાને બદલે સામો પ્રશ્ન પૂછ્યો.

'હા, હું બી. એ. સુધી ભણ્યો છું.' પોતાના બહેરાપણાનો સચોટ પુરાવો આપતાં દર્દીએ જવાબ દીધો.

'હું એમ પૂછું છું કે તમે પરણેલા છો?' ડૉક્ટરે પંદર હજાર માણસોની સભામાં ભાષણ કરતા હોય એવો અવાજ કાઢીને ફરી સવાલ પૂછ્યો.

'હા જી, પરણેલો છું, ને ભગવાનની મહેરબાનીથી ઘેરં ચાર છોકરાં પણ છે. છેલ્લું છોકરું સવા વરસનું છે ને પાંચમાએ પોતાના આવવાની નોટિસ આપી દીધી છે.' દર્દીએ ડૉક્ટરની આગળ કોઈ પણ વાત છુપાવવી નહિ પણ બધી હકીકત પૂરેપૂરી કહી દેવી એ સૂત્રનો અમલ કરતાં પૂછ્યા કરતાંય વધારે હકીકત એને જણાવી.

'ત્યારે ભલા માણસ, તમે તો નસીબદાર છો.' ડૉક્ટરે કહ્યું.

'નસીબદાર? ડૉક્ટરસાહેબ, આ મોંઘવારીના જમાનામાં છ-છ પેટના ખાડા પૂરતાં મારો દમ નીકળી જાય છે ને તમે મને નસબીદાર કહો છો?' દર્દીએ કહ્યું.

'તમે ચાર છોકરાંના બાપ છો ને પાંચમાના થવાની તૈયારીમાં છો

તેટલા માટે હું તમને નસીબદાર નથી કહેતો. પણ તમે બહેરા છો અથવા થવાની અણી પર છો તેમાં નસીબદાર કહું છું.' ડૉક્ટરે જવાબ દીધો.

'સાહેબ, ગરીબ માણસની મજાક શી કરો છો? હું બહેરો થાઉં એ મારું કમનસીબ ગણાય તેને બદલે મને નસીબદાર કહી મારી મજાક ઉડાવો છો?' દર્દીએ કહ્યું.

'નહિ, હું સાચું કહું છું. આપણામાં કહેવત છે ને કે 'પહેલું સુખ તે જાતે નર્યા, બીજું સુખ તે પેટે દીકરા, ત્રીજું સુખ તે કોઠીમાં જાર, ચોથું સુખ સુલક્ષણી નાર.' તેમ પરણેલા માણસ માટે કહી શકાય કે 'પહેલું સુખ તે મૂંગી નાર. બીજું સુખ બહેરો અવતાર, ત્રીજું સુખ મગજ તરવાર, ચોથું સુખ તે ઘરની બહાર.' એટલે કે બૈરી મૂંગી હોય તે પહેલા નંબરનું મોટામાં મોટું સુખ. એ ન મળે તો માણસ પોતે બહેરો હોય તે બીજા નંબરનું સુખ. એ બંને ન હોય ને મરદનું મગજ તરવાર જેવું તીખું તે ત્રીજા નંબરનું. ને એ પણ હોય તો ઘરની બહાર રહેવું એ ચોથા નંબરનું સુખ છે. મારી પોતાની જ વાત કહું તો ઘેર બૈરી છે તેની જીભ બસ દહાડો ને રાત લપલપ કર્યા જ કરે છે. ઘણી વેળા મને થાય છે કે હું બહેરો હોઉં તો કેવું સારું! આ તો ભગવાને તમારા પર દયા કરી તમને બહેરા બનાવવા માંડ્યા છે. તમે નાહક દવા કરાવવા આવ્યા છો. ઘરમાં બૈરી ને બચ્ચાંના બકવાસ સાંભળવા નહિ એ કરતાં તમને કયું વધારે મોટું સુખ મળવાનું હતું?' ડૉક્ટરે ખુલાસો કરતાં જણાવ્યું.

'હું સાંભળી શકતો નથી એ મારી નબળાઈ છે. અશક્તિ છે તેને પણ તમે સદ્ભાગ્યનાં ને સુખનાં કારણ તરીકે ગણાવો છો?' દર્દીએ નવાઈ પામીને કહ્યું.

'હા, ભાઈ! માણસ શક્તિ માટે ફાંફાં મારે છે, પણ ઘણી વાર એની અશક્તિ એ જ એના સુખનું સાધન થઈ પડે છે.' ડૉક્ટરે કહ્યું.

'તમે, ડૉક્ટરસાહેબ, દર્દીઓ સાથે આ રીતે વાત કરશો તો કદાચ ફિલસૂફ તરીકે નામ કાઢી શકશો પણ ડૉક્ટર તરીકે ભાગ્યે જ સફળ થઈ શકશો.' દર્દીએ કહ્યું.

કોઈ પણ ડૉક્ટર આ રીતે દર્દી સાથે માનવજીવનનાં રહસ્યો વિશે ફિલસૂફીભરી ચર્ચા કરવા મંડી પડે તો ડૉક્ટર તરીકે એ સફળ થઈ શકે

કે નહિ તે વાત જવા દઈએ અને ઉપરના સંવાદમાં ઘણી વાર માણસની અશક્તિ એ જ એના સુખનું સાધન છે એવું ડૉક્ટરે રજૂ કરેલું વિધાન તપાસી જોઈશું તો જણાઈ આવશે કે એમાં ઘણું સત્ય રહેલું છે.

શક્તિની ઉપાસના ફક્ત દેવીના ભક્તો જ કરતા નથી પણ પ્રત્યેક પ્રાણી કોઈ ને કોઈ રીતે શક્તિની ઉપાસના કર્યાં જ કરતો હોય છે. શરીરની, મનની, ધનની ને આત્માની શક્તિ વધારવાના પ્રયોગો મનુષ્ય નિરંતર કર્યાં જ કરે છે. જેમજેમ એ બાબતમાં એની શક્તિ વધતી જાય છે તેમતેમ એનો અસંતોષ પણ વધતો જાય છે અને 'વધારે, હજી વધારે', એ સૂત્રનો જપ જપતો એ પોતાના ઇષ્ટ વિષયમાં વધારે ને વધારે શક્તિ વધતાં, સુખનું પ્રમાણ ઘટે છે. એથી ઊલટું, કેટલીયે વાર માણસની નિર્બળતા, એની અશક્તિ એ એને માટે શાંતિનું, આરામનું, સુખનું ને સગવડનું સાધન થઈ પડે છે.

જંગલી દશામાંથી પ્રગતિ કરીને અત્યારની સુસંસ્કૃત અવસ્થાએ મનુષ્ય પહોંચ્યો છે. એક સામાજિક જીવનની સ્વસ્થતા જળવાઈ રહે તે માટે એણે સમાજના, રાજના, ધર્મના, જાતિના આદિ જે જે નિયમો ઘડી કાઢ્યા છે તે નિયમોનું પાલન મોટા ભાગના મનુષ્યો અશક્તિને કારણે જ કરી શકે છે.

ઘણા વખત પર હોળીને પ્રસંગે એક સાહિત્યરસિક ભાઈ મને મળવા આવ્યા હતા. હોળીને દહાડે ભાંગ પીવાનો ને પાવાનો મહિમા છે. એ ભાઈને મેં ભાંગ પીવા માટે આગ્રહ કર્યો.

'હું ભાંગ પીતો નથી.' એમણે જણાવ્યું.

'આ તો હોળીનો દહાડો છે ને આજે ભાંગ પીવાનો મહિમા છે.' મેં કહ્યું.

'એ હું જાણું છું, પણ મને માફ કરો. હું ભાંગ પી જ શકતો નથી.' એમણે કહ્યું.

'તમને ભાંગ ભાવતી ન હોય અથવા બીજો કોઈ વાંધો હોય તો ભલે. બાકી કોઈક વાર ભાંગ પીઓ તો તેથી નુકસાન નહિ થાય.' મેં કહ્યું.

'મને ભાંગ, સરસ રીતે બનાવી હોય, દૂધ, ગુલકંદ, બદામ, સાકર વગેરે નાખીને – તો જરૂર ભાવે છે. પણ ભાંગ મને ચડે છે એટલે પીતો નથી.' એમણે કહ્યું.

'તો જરાક લેજો. ચમચા જેટલી. એ નહિ ચડે.' મેં કહ્યું.

'જરા જેટલી પીઉં તોપણ ચડ્યા વગર નહિ રહે. તમે માનશો નહિ, પણ હું શેરડીનો રસ પી શકતો નથી.' એમણે કહ્યું.

'શરદી થતી હશે.' મેં કહ્યું.

'ના, મને શરદી થતી જ નથી. ગમે તેવું ઠંડું પીણું પીઉં તોપણ મને શરદી થતી નથી.' એમણે કહ્યું.

'ત્યારે શેરડીના રસમાં શો વાંધો છે ?' મેં પૂછ્યું.

'મને ચડે છે.' એમણે કહ્યું.

'શું ?' આશ્ચર્ય પામીને મેં પૂછ્યું.

'કોઈ પણ મારી વાત માનવા તૈયાર થતું નથી. પણ સાચું કહું છું કે હું શેરડીનો રસ પીઉં છું ત્યારે મારું મગજ કાબૂમાં રહેતું નથી. મને ચડે છે.' એમણે જવાબ દીધો.

'આ તો બહુ અદ્ભુત કહેવાય. તમારું મગજ આમ કંઈ નબળું કહેવાય એવું નથી. શેરડીનો રસ કોઈને ચઢે એ તો આજે જ સાંભળ્યું.' મેં કહ્યું.

'હા, એમાં ચડે એવું કોઈ તત્ત્વ નથી. છતાં મેં જેટલી વાર શેરડીનો રસ પીધો છે તેટલી વાર એ ચઢ્યા વિના રહ્યો નથી.'

'ત્યારે તમે ભાંગ તો કેમ જ પી શકો ?' મેં કહ્યું.

'અલબત્ત, નહિ જ. પણ મને આનું દુ:ખ નથી. મારી આ અશક્તિને કારણે કોઈ પણ જાતના નશાની વસ્તુથી હું દૂર રહી શકું છું. કોઈ પણ જાતનું વ્યસન મને નથી. મારે વ્યસન પર કાબૂ મેળવવાનો પ્રયત્ન જ કરવો પડતો નથી.' એમણે જણાવ્યું.

આમ શેરડીના રસ જેવી નિર્દોષ વસ્તુ પણ જીરવવાની અશક્તિને લીધે એઓ બધી જાતના વ્યસનમાંથી મુક્ત રહી શક્યા છે.

હું અત્યાર સુધી અહિંસાનું સારા પ્રમાણમાં પાલન કરી શક્યો છું તેનું કારણ એ નથી કે મને હિંસા કરવાની ઇચ્છા જ થતી નથી. કોઈનું ખૂન કરવાનું મને તો ભાગ્યે જ થતું હશે, પણ બેચાર ચોડી કાઢવાની ઇચ્છા તો ઘણી વાર ઘણી વ્યક્તિઓ માટે મને થઈ આવે છે. પણ હિંસાનો આશ્રય લેતાં મને ઉગારે છે, મારી શારીરિક અશક્તિ, વિદ્યા, સ્વભાવ કે સંસ્કાર નહિ. મોટે ભાગે સામો માણસ મારા કરતાં બળવાન હોય છે અને

હું એને મારવાનો પ્રયત્ન કરું તો માત્ર માર ખાવાનો પ્રસંગ આવે. હું જાણું છું કે માર ખાવાની તાકાત મારા શરીરમાં નથી. એટલે હિંસાનો આશ્રય હું બનતાં સુધી લેતો નથી, અને બીજાને લેવા દેતો નથી.

હું બીજા અનેક માણસોની પેઠે જૂઠું બોલું છું. પણ આપણે બધા જૂઠામાં જૂઠા મનુષ્ય સહિત જૂઠા કરતાં સાચું વધારે બોલીએ છીએ. અને આપણે ઘણી વાર જૂઠું બોલવાની જરૂર લાગવા છતાં જૂઠું બોલતા નથી. તેનું કારણ આપણી સત્યપ્રિયતા નહિ, પણ જૂઠું બોલવાની અશક્તિ છે. સામા માણસને ગળે ઊતરી જાય અને એ વધારે પંચાત ન કરે એવી રીતે જૂઠું બોલવું એ સહેલું નથી. એ માટે તો કુદરતી બક્ષિસ ઉપરાંત લાંબા વખતનો અભ્યાસ અને રાજકારણ તથા કાયદા જેવા ક્ષેત્રમાં કામ કરનારા મિત્રોની સોબતની જરૂર રહે છે.

કેટલીય વેળા કોઈ માણસ આવીને વગર કારણે આપણો વખત બગાડે ત્યારે તેને ઊંચકીને બારીએથી ફેંકી દેવાની ઉત્કટ લાગણી આપણને થયા વિના રહેતી નથી. એમ છતાં એ જાણે આપણા જન્મજન્માંતરનો મિત્ર અને વર્ષોના વિયોગ પછી એ આપણને પહેલી જ વાર મળ્યો હોય એ રીતે એની સાથે આપણે બહુ જ પ્રેમથી ને આનંદથી ગપ્પાં હાંકીએ છીએ. તેનું કારણ માત્ર એટલું જ છે કે આપણને મળવા આવેલા મનુષ્યનું અપમાન કરીને તેને કાઢી મૂકવાની આપણામાં શક્તિ નથી. આમ ઘણી વેળા વિવેકવિનયનું પાલન આપણે સ્વેચ્છાને અનુસરી સમાજના નિયમોનો ભંગ કરવાની આપણી અશક્તિને કારણે જ કરીએ છીએ.

એવું જ ચોરીની બાબતમાં છે. નાનીનાની ચોરી આપણા જેવા સારા માણસ કદાપિ ન કરે, પણ મોટાં પરાક્રમો કરવાની ઇચ્છા તો સૌ કોઈને અંદરથી થાય જ છે. આમ છતાં નાની કે મોટી ચોરી મોટે ભાગે આપણે નથી કરતા તેનું કારણ આપણે અસ્તેય વ્રતધારી છીએ, ચોરી ન કરવાની આપણે પ્રતિજ્ઞા લીધી છે તે નથી, પણ એ કામ પકડાયા વગર સફળતાથી પાર પાડવા માટેના જરૂરી ગુણો આપણામાં નથી. નાનપણથી એ જાતની રીતસરની તાલીમ આપણને આપવામાં આવી હોતી નથી, અને તેથી સફળ ચોર થવા માટેની આપણામાં શક્તિ નથી, એ આપણે જાણીએ છીએ.

અને ચોરી એટલે માત્ર પૈસાની જ નહિ, કોઈના વિચારની, કોઈના

રેતીની રોટલી

લખાણની, કોઈની ચોપડીની, કોઈની છત્રીની ને કોઈની સ્ત્રીની. સારામાં સારા માણસો પણ આમાંથી કોઈક વસ્તુની તફડંચી કરતાં વિચાર કરતા નથી. પરંતુ આપણે – તમે ને હું – તેમ કરતાં ખંચકાઈએ છીએ, કારણ કે આપણને આપણી અશક્તિનું ભાન છે.

આમ અહિંસા, સત્ય, અસ્તેય વગેરે મોટામોટા ગુણો આપણે આપણી અશક્તિને કારણે કેળવી શકીએ છીએ.

મનુષ્યની સંસ્કૃતિનો ઇતિહાસ તપાસીશું તો માલૂમ પડશે કે ઉત્તરોત્તર અમુક નઠારાં ગણાતાં કામો કરવાની અશક્તિ કેળવતો કેળવતો માણસ અત્યારની અશક્તશિરોમણિની સ્થિતિએ પહોંચ્યો છે.

અને મોક્ષ-નિર્વાણ-મુક્તિ એ પણ શું છે? કંઈ પણ કરવાની – જનમવાની તેમ જ મરવાની પણ અશક્તિ!

❑

૧૦

ખાનગી વાત કોણ ફોડે છે?

થોડા વખત પર એવા સમાચાર આવ્યા હતા કે મદ્રાસ યુનિવર્સિટીની મૅટ્રિક્યુલેશનની પરીક્ષાનાં પ્રશ્નપત્રો ફૂટી ગયાં અને તે બબ્બે આને બહાર વેચાયાં. આથી પરીક્ષા માંડી વાળવી પડી હતી. તે પછી ઇન્ટરની પરીક્ષાનાં પત્રો પણ ફૂટી ગયાં પણ તે વેચવામાં આવ્યાં હતાં કે નહિ અને વેચવામાં આવ્યાં હોય તો કેટલે ભાવે વેચાયાં હતાં તે વિશે કંઈ જણાવવામાં આવ્યું નથી.

એ પછી અહીંની ધારાસભામાં એક સભ્યે સ્ત્રીઓને જવાબદારી તથા જોખમદારીના સ્થાને નોકરી પર રાખવી નહિ, કારણ કે સ્ત્રીઓ વાત ખાનગી રાખી શકતી નથી એવી મતલબની દરખાસ્ત રજૂ કરી હતી.

ઉપરની બંને હકીકતોને એકબીજા સાથે ખાસ સંબંધ હોય એમ પહેલી નજરે લાગતું નથી. પરંતુ મદ્રાસમાં મૅટ્રિકનાં પરીક્ષાપત્રો ફૂટી ગયાં અને અહીંની ધારાસભાના એક સભ્યે સ્ત્રીઓથી વાત ખાનગી રાખી શકાતી નથી એ જમાનાજૂની ફરિયાદ રજૂ કરી એ બંનેનો એકસાથે વિચાર કરતાં મદ્રાસની યુનિવર્સિટીની પરીક્ષા માટેનાં ખાનગી પ્રશ્નપ્રત્રો ફૂટી ગયાં તેમાં સ્ત્રીનો હાથ અથવા મોઢું હશે એવી કલ્પના કરી શકાય.

મદ્રાસ યુનિવર્સિટી સાથે નજીકનો કે દૂરનો સંબંધ ધરાવતી બધી જ સ્ત્રીઓની ઝડતી લઈ આ બાબતમાં ઊંડી તપાસ કરવાની જરૂર છે. એ યુનિવર્સિટીના પરીક્ષકો, તેમની પત્નીઓ, બહેનો તથા માતાઓ તેમ જ સ્ત્રીપરીક્ષકો અને એ ઉપરાંત યુનિવર્સિટીનાં તથા પરીક્ષકોનાં મકાન આગળ વારંવાર ફરતી જોવામાં આવતી સ્ત્રીઓ, એ સર્વની નામાવલિ તૈયાર કરાવી, તે સૌને છૂટક-છૂટક તેમ જ 'જથ્થાબંધ' બોલાવી તેમને પ્રશ્નો

પૂછીને ખાતરી કરી લેવી જોઈએ કે આમાંના કોઈએ કે બધાએ પ્રશ્નપત્રો ફોડ્યાં છે કે ફોડાવવામાં પ્રત્યક્ષ રીતે કે પરોક્ષ રીતે ભાગ લીધો છે કે નહિ. આ કાર્યમાં સ્ત્રીનો હાથ હતો એમ જો પુરવાર થાય તો 'સ્ત્રીથી વાત ખાનગી રાખી શકાતી નથી.' એ ફરિયાદમાં વજૂદ છે એમ સિદ્ધ થઈ શકે અને આ કોઈ નારી જાતિ કરતાં જુદી જાતિના શખ્સનું કામ હતું એમ જણાઈ આવે તો 'સ્ત્રીથી વાત ખાનગી રાખી શકાતી નથી' એ વાત ખોટી છે એમ તો પુરવાર નહિ થાય, પણ 'સ્ત્રી સિવાય બીજી જાતિથી પણ વાત ખાનગી રાખી શકાતી નથી' એવું વધારાનું જ્ઞાન પ્રાપ્ત થઈ શકશે.

કેટલીક વાતો એટલા લાંબા વખતથી અને એટલા બધા માણસો મારફત કહેવામાં આવ્યા કરતી હોય છે કે તે સાચી હોય કે જૂઠી, પણ લોકો એને માનતા થઈ જાય છે. જેમ ઘરડાં માણસોને એમનામાં બીજા ગુણ હોય કે ન હોય તોપણ એમની ઉંમરને કારણે માન આપવાનો રિવાજ છે તેવી જ રીતે વાતોના વિષયમાં પણ ઘણી વાર એ ઘરડી, અર્થાત્ લાંબા વખતથી ચાલી આવતી હોવાને કારણે જ એને માન્ય કરવામાં આવે છે. સ્ત્રીઓના પેટમાં વાત રહી શકતી નથી, એ પણ એ જ પ્રકારની વાત છે. આપણામાં કહેવત છે કે બિલાડીના પેટમાં ખીર ટકે તો સ્ત્રીના પેટમાં વાત ટકે. આપણે ત્યાં જ આવું મનાય છે એમ નથી, પરંતુ સ્ત્રી માટે ઘણી, કોઈક વાર તો વધારેપડતી લાગે એટલી બધી, માનબુદ્ધિ ધરાવવા માટે પંકાયેલા પશ્ચિમના દેશોમાં પણ લોકો સ્ત્રીઓ વિશે આવું જ માનતા હોય એમ લાગે છે.

કેટલાક વખત પર એક પ્રસિદ્ધ અંગ્રેજી સાપ્તાહિકમાં આ પ્રકારનો વાંચેલો ટુચકો યાદ આવે છે:

એક વાર પતિપત્ની વચ્ચે કંઈક કારણસર તકરાર થઈ. કુદરતી રીતે જ સ્ત્રીએ પોતાની જીભનો ઉપયોગ કરવા માંડ્યો. પતિની જીભને મોંની અંદર જ થોડો સળવળાટ કરીને મૂંગા રહેવું પડ્યું. સંવનનના દિવસોમાં જે રૂપાની ઘંટડી જેવી મધુર લાગતી ને જેને વારંવાર સાંભળ્યા કરવાની તાલાવેલી રહેતી તે પત્નીની વાણી એ વખતે પતિને સ્લેટના પથ્થર પર ધારદાર ચપ્પુ ઘસાતો હોય તેવી કર્કશ ને કાનને પીડા કરનારી લાગી. થોડી વાર સાંભળ્યા પછી એણે મનને બીજા વિચારમાં પરોવવાનો પ્રયાસ

કરી પોતે જાણે કંઈ જ સાંભળતો ન હોય તેવો ઢોંગ કરવા માંડ્યો.

'તમે તો હું કહું છું તે સાંભળવાની દરકાર પણ કરતા નથી. તમારે મન તો હું જાણે ઘાસ કાપતી હોઈશ, નહિ? તમે બધા મરદો સરખા. એક કાને સાંભળી બીજા કાનથી કાઢી નાખવું એ તો તમારો સ્વભાવ જ છે. ભેજાંમાં કંઈ હોય તો વાત ત્યાં ટકે ને? આ તો બધું ખાલી ખમ! એટલે વાત એક કાનમાં દાખલ થાય કે તરત બીજા કાન વાટે બહાર નીકળી જાય; વચ્ચે કંઈ નડે જ નહિ ને?' પત્નીએ પોતાના પતિ સાથે બધા જ પુરુષોને ઝપાટામાં લઈ લીધા.

અત્યાર સુધી મૂંગો રહેલો પતિ આખરે અકળાઈને બોલી ઊઠ્યો: 'અમે મરદો તો એક કાનેથી સાંભળી બીજા કાનેથી બધી વાતો કાઢી નાખીએ છીએ. પણ તમે, બૈરાં! તમે તો બંને કાને સાંભળો છો ને પછી તરત જે મળે તેની આગળ મોં વાટે બહાર કાઢી નાખો છો, ને તેમાં થોડું તમારા પેટમાંથી પણ કાઢીને ઉમેરો છો!'

અલબત્ત, વરવહુ કે બીજાં કોઈ પણ પ્રાણીઓ લડતાં હોય છે ત્યારે તેમનો ઉદ્દેશ પોતાના કે પ્રતિપક્ષીના જ્ઞાનમાં વધારો કરવાનો અથવા સત્યની શોધ કરવાનો હોતો નથી. સાચું બોલવા કરતાં મોટેથી બોલવાનો જ એઓ પ્રયત્ન કરતાં હોય છે. સત્યનું સ્થાપન કરવા માટે નહિ પણ સામા પક્ષનું ઉત્થાપન કરવા માટે જ લડાઈઓ પ્રજાઓ ને પ્રજાનાં માતાપિતા વચ્ચે થાય છે. એટલે ઉપલી વાતમાં કંઈ પણ સત્ય રહેલું છે એમ કહેવું જરા જોખમકારક છે, છતાં એ ઉપરથી સામાન્ય રીતે પુરુષ સ્ત્રી માટે ને સ્ત્રી પુરુષ માટે શું ધારે છે તેનો કંઈક ખ્યાલ આવી શકે છે.

સ્ત્રીઓથી વાત ખાનગી રાખી શકાતી નથી, એવી ટીકા કરનારાઓને એક લેખકે બહુ સરસ સવાલ પૂછ્યો છે: 'સ્ત્રીઓ વાત ખાનગી રાખી શકતી નથી, એવો, અનેક અનુભવને આધારે તમે બાંધેલો મત માત્ર તમારી ઓળખીતી સ્ત્રીઓને જ લાગુ પડી શકે. દુનિયાની બધી સ્ત્રીઓને લાગુ પડે કે નહિ તે ચર્ચાસ્પદ છે, એમ જરૂર કહી શકાય. પણ તે જવા દઈએ અને દલીલ ખાતર માની લઈએ કે તમારી વાત સોળેસોળ આની સાચી છે, પણ મારો પ્રશ્ન એ છે કે સ્ત્રીઓ ખાનગી વાતો જાહેર કરે છે તે એ મેળવે છે ક્યાંથી, કોની પાસેથી? સ્ત્રીઓ પાસેથી જ એવી વાતો

એમને મળે છે એમ કહી શકાય નહિ. એમ હોત તો તો પુરુષોને ફરિયાદ કરવાનું કારણ રહેત જ નહિ. સ્ત્રીઓની જ ખાનગી વાતો સ્ત્રીઓ જ કરે ને પુરુષોને તો એ કોઈ વાર સાંભળવાનો લાભ મળી રહે પણ એમની વાત તો ખાનગી જ રહે. એટલે પુરુષને તો ફક્ત સ્ત્રીઓની ખાનગી વાત સાંભળવાનો લાભ મળે ને નુકસાન કોઈ જાતનું નહિ. પણ આ તો પુરુષોની પણ ખાનગી વાતો સ્ત્રીઓ જાહેર કરી દે છે અને તેથી પુરુષને ફરિયાદ કરવી પડતી હોય એમ લાગે છે. તો પછી પુરુષોની ખાનગી વાતો એને કહે છે કોણ? પુરુષ જ કે બીજા કોઈ?'

આ પ્રશ્નનો જવાબ હજી સુધી કોઈએ આપ્યો નથી અને આપી શકાય એમ લાગતું પણ નથી. ખરી વાત એ છે કે સ્ત્રીને જોઈને પુરુષનું મગજ બંધ થઈ જાય છે ને એનું મોં ઊઘડી જાય છે ને મગજના દરવાજા બંધ થઈ જાય છે. પોતાના સગા ભાઈને એ જે વાતો કહેતાં ખંચકાય તે વાતો કોઈ અજાણી પણ સુંદર તરુણીને કહેતાં અચકાતો નથી – અચકાતો નથી એટલું જ નહિ, પણ તે વાત એના આગળ કહી નાખવાને એ તલપાપડ થઈ જાય છે.

પુરુષનું હૃદય કુમુદ જેવું છે. કુમુદનું પુષ્પ જેમ ચન્દ્રના પ્રકાશમાં પોતાની પાંદડીઓ ઉઘાડે છે, તેમ પુરુષનું હૃદય પણ ચન્દ્ર સમી કોઈ લલનાની હાજરીમાં પોતાની અંદર છુપાવેલી ખાનગી વાતો ખુલ્લી કરી દે છે.

અને સ્ત્રી પવનની લહેર સમી છે. ઘણી વાર એ દેખાતી નથી તો પણ એની હાજરી જણાય છે. એની ગેરહાજરીથી ગભરામણ, અકળામણ ને ઘામ થાય છે. મંદમંદ ગતિથી આવીને એ સ્પર્શ કરી જતી હોય ત્યારે પુરુષ આનંદથી લગભગ બેભાન બની જાય છે. પણ જ્યારે કોપાયમાન બનીને વંટોળિયાનું સ્વરૂપ ધારણ કરે છે ત્યારે પ્રચંડમાં પ્રચંડ પુરુષ પણ એની આગળ લાચાર ને નિર્બળ બની જઈ મોં ઢાંકીને એક ખૂણામાં ભરાઈ બેસે છે. એના એ વંટોળિયા પૂરની સામે થવા જાય છે, તો એના માથા પર અનેક આસમાની આફતો તૂટી પડે છે. વાદળા સમા અનેક પુરુષોને એ ઘસડી આણે છે, કેટલાક સાથે રમત કરે છે ને કેટલાકને પાછા ધકેલી દે છે. આમ સ્ત્રીને અનેક રીતે પવનની લહરી સાથે સરખાવી શકાય.

અને પવનની લહેરનો પોતાને જે મળે તેને વાતાવરણમાં પ્રસારવાનો

ખાનગી વાત કોણ ફોડે છે? ૬૫

સ્વભાવ જાણીતો છે. બધા કનેથી કંઈ ને કંઈ સુગંધ, દુર્ગંધ લઈને બીજાઓને તેનો અનુભવ કરાવવાનું પરોપકારનું કાર્ય એ હંમેશાં કરે છે, તો કદાચ સ્ત્રીઓ પણ એ જ રીતે પુરુષ વગેરે પાસેથી જે કંઈ સુગંધ – દુર્ગંધયુક્ત સારી-નરસી વાતો મળે તે લઈને બીજાઓમાં તેને ફેલાવવાનું પરોપકારનું કામ કરે તો તેમાં ફરિયાદ શા માટે કરવી જોઈએ?

અને સૌથી મોટો સવાલ તો એ છે કે કોઈ પણ વાત ખાનગી શા માટે હોવી કે રહેવી જોઈએ? માણસ કંઈ શરમાવા જેવું કામ કરે તો જ તેને ખાનગી રાખવા માટે એને પ્રયત્ન કરવો પડે છે. જે જે સારાં કામ એ કરે છે તે બધાં ખાનગી રહે એવું એ કદાપિ ઇચ્છતો નથી. ઊલટું, એવાં કામો દુર્ભાગ્યે ખાનગી રહે ને જાણીતાં ન થાય તો પોતાની વરસગાંઠ કે એવું કોઈક નિમિત્ત શોધી બીજાઓ પાસે તેની ઉજવણી કરાવી એ પ્રસંગે એ કામો જાહેર કરવાની બીજાને તક મળે તેટલા ખાતર એ બનતી મહેનત કરી છૂટે છે.

પોતાનાં ખરાબ કૃત્યો જ ખાનગી રહે એમ એ ઇચ્છે છે, પણ જેમ ઉકરડો દબાયેલો રહે તેમ એ વધારે ગંધાય ને આસપાસની તંદુરસ્તીને જોખમમાં મૂકી દે, તેમ માણસનાં દુષ્કૃત્યો ખાનગી ખૂણે દબાયેલાં રહે તો એનાં પરિણામ વધુ ખરાબ આવે. એટલા માટે જાહેરમાં એને ઉઘાડાં પાડી ફરી એવાં કામ કરતાં એ મનુષ્ય અટકે એમ કરવાની જરૂર છે.

અને એ ઉપરાંત બીજાઓની ખાનગી વાતો સાંભળવાનું કોને મન નથી થતું? જો આપણને પુરુષોને બીજાઓની ખાનગી વાતો સાંભળવાની ઉત્કંઠા ન રહેતી હોત તો પછી સ્ત્રીઓ કે પુરુષો ગમે તે આવીને આપણી આગળ એવી વાતો કરવાની તસ્દી જ શું કરવા લેત? આમાં પણ demand and supply – માગણી ને તેને સંતોષવાનો સનાતન નિયમ પ્રવર્તે છે.

આ દૃષ્ટિએ જોતાં મદ્રાસ યુનિવર્સિટીનાં પ્રશ્નપત્રકો ફૂટી ગયાં તે સ્ત્રી દ્વારા કે પુરુષ દ્વારા એ સવાલનું મહત્ત્વ રહેતું નથી. એ ફૂટી ગયાં તેમાં પણ ગભરાવાનું કે નવાઈ પામવાનું કારણ નથી. એ વેચાયાં તે પણ બરાબર છે.

◻

૧૧

જોઈએ છે: હડતાળ નિષ્ણાતો

'હમણાં તમે કંઈ લખતા કેમ નથી? લખવાનું બંધ કરી દીધું છે?' બે દિવસ પર બસમાં ભેગા થઈ ગયેલા એક ગૃહસ્થે મને પૂછ્યું.

'કોઈ આવો સવાલ પૂછે એટલા માટે જ હું લખતો નહોતો.' મેં જવાબ દીધો.

'એટલે?' એમણે પ્રશ્ન કર્યો.

'તમે કેમ લખો છો?' એમ કોઈ પૂછે તેના કરતાં 'તમે કેમ લખતા નથી?' એમ કોઈ પૂછે એ વધારે સારું નહિ?' મેં કહ્યું.

'તમે પોંડિચેરી ગયા હતા?' એ ગૃહસ્થે મને પૂછ્યું.

આવા વિચિત્ર પ્રશ્નથી નવાઈ પામી મેં પૂછ્યું: 'ના, પણ હું પોંડિચેરી ગયો હોઈશ એમ તમે શા પરથી ધાર્યું.?'

'તમે ગૂઢ અને રહસ્યભરી વાતો કરો છો તે પરથી મને લાગ્યું કે કદાચ તમે પોંડિચેરી જઈને શ્રી અરવિંદના આશ્રમમાં રહી આવ્યા હો ને હવે યોગમાર્ગે જવા માગતા હો તો નવાઈ નહિ.'

'મેં કહ્યું તેમાં કશું ગૂઢ રહસ્યભર્યું નથી, પણ તદ્દન સાદી વાત છે. મારા લેખ આવતા બંધ થાય તેથી વાચકોને 'લેખ આવતા બંધ કેમ થયા' એમ લાગે ને મને એ માટે કોઈ પણ આગ્રહ કરે એવી ઇચ્છાથી મેં લખવાનું બંધ કર્યું હતું.' મેં ખુલાસો કર્યો.

પરંતુ મારા ખુલાસાથી એમને સંતોષ ન થયો. 'તમને વાતમાં મજાક જ સૂઝે છે!' એટલી બધી ટીકા કરી એઓ મૂંગા રહ્યા.

પરંતુ મેં એમને કહ્યું હતું તે સાચું જ હતું. સાચું જ એટલે કોર્ટમાં સોગંદ લેવડાવે છે તે જાતનું 'સત્ય'. 'સંપૂર્ણ સત્ય, અને સત્ય સિવાયનું

બીજું કંઈ નહિ' એવું સત્ય નહિ; પણ આપણા જીવનમાં હોય છે તેવું અધૂરું અને ભેળસેળવાળું સત્ય. બીજાં કારણો ભેગું મારા ન લખવાનું એક કારણ એ પણ ખરું કે મારાં લખાણો વાંચવાની લોકોમાં ઉત્કંઠા કેટલી છે તે જાણવાનું મને મળે.

મેં લખવાનું બંધ કર્યું ને થોડા જ વખતમાં 'તમે લખવાનું બંધ કેમ કર્યું છે? ફરી ક્યારે લખશો?' 'તમારા લેખો આવતા નથી એટલે અમે નિરાશ થઈ ગયા છીએ.' 'મહેરબાની કરીને ફરી કલમ હાથમાં લો, હમણાં તો પેપર વાંચવાનું મન પણ થતું નથી.' એ જાતના કેટલાય પત્રો મારા પર અને 'હમણાં તમારા પત્રમાં શ્રી દવેના લેખો કેમ આવતા નથી? તમે બંધ કર્યા છે? એમ હોય તો ફરી શરૂ કરવા અમે તમને ભારપૂર્વક વિનંતી કરીએ છીએ.' 'શ્રી દવેનાં લખાણ વગર તમારું પત્ર ફિક્કું ને નીરસ લાગે છે. એમની પાસે ફરી લખાવવાનું શરૂ કરો.' એવી મતલબના અનેક પત્રો આ તંત્રી પર આવ્યા ને અંતે આ પત્રનો ફેલાવો પણ ઘટવા માંડ્યો એટલે વાચકો તથા તંત્રીની વિનંતી પરથી મેં લખવાનું શરૂ કર્યું.

ઉપલો ફકરો મેં લખ્યો છે તે ફક્ત આંતરમનની, મારી અંદરખાનેની ઇચ્છા દર્શાવે છે. એમાં હકીકત કે સત્ય જેવું કશું નથી. અત્યાર સુધી મારા લેખો કેમ બંધ થયા તે વિશેની પૃચ્છા કરતો એટલે મને ફરીથી લખવાનો આગ્રહ કરતો એકે પત્ર મને મળ્યો નથી. એ પત્રના તંત્રીને પણ એવો કોઈ પત્ર મળ્યો હોય એમ હું જાણતો નથી. એ પત્રનો ફેલાવો મારા લેખો બંધ થયા પછી ઘટ્યો નથી, કદાચ વધ્યો હશે! ખરું કહું તો અત્યાર પહેલાં એ પત્રમાં મારા લેખો આવતા ને હવે આવતા નથી એની પણ ઘણા વાચકોને ખબર નથી. મેં મારા એક સાહિત્યરસિક મિત્રને એ પત્રનું નામ દઈને કહ્યું: 'હમણાં એ પત્ર માટે હું લખી શકતો નથી.' ત્યારે એણે પૂછ્યું: 'તમે એમાં લખતા'તા?'

દરેક માણસને પોતાનું તથા પોતાના કાર્ય ને કૃતિઓનું મહત્ત્વ ઘણું જ વધારે પડતું લાગે છે. 'હું ન હોઉં તો આ બધાનું શું થાય?' 'મારા લેખો ન મળે તો આ પત્ર ચાલી જ શકે નહિ.' 'હું એ સંસ્થામાંથી રાજીનામું આપું તો સંસ્થા સૂઈ જાય.' 'હું પિયેર ચાલી જાઉં તો એ બિચારા ભૂખે મરીને સુકાઈ જાય.' 'હું ઑફિસમાંથી એક દિવસ પણ ગેરહાજર રહું તો ઑફિસનું

બધું કામ રખડી જાય.' એવું માનનારા ને કહેનારા અનેક માણસો છે.

એક વાર એક સંસ્થાના વાર્ષિક સમારંભને અંગે અમે મોટું સંમેલન યોજ્યું હતું, અને તેમાં નાટ્ય, સંગીત, આદિનો સુંદર ને ભરચક કાર્યક્રમ રાખ્યો હતો. રિહર્સલ વખતે હંમેશ બને છે તેમ કાર્યકર્તાઓ વચ્ચે નજીવી બાબતમાં મોટો મતભેદ પડ્યો ને અમે થોડા મિત્રો એ સંસ્થામાંથી છૂટા પડ્યા. 'હવે સમારંભ થઈ નહિ જ શકે' એક મિત્રે કહ્યું.

'કદાચ થશે તોયે ફિક્કો ને નીરસ થશે. નાટ્યપ્રયોગો ને સંગીતનો કાર્યક્રમ રદ કરવો પડશે.' બીજા મિત્રે કહ્યું.

'કદાચ મહામહેનતે અહીંથી-તહીંથી માણસો ભેગા કરીને નાટ્યપ્રયોગો કરશે અથવા બેસૂરું ને બેતાલું ગાનારાઓ પાસે થોડાંક ગાયનો ગવડાવશે તોપણ કાર્યક્રમમાં કોઈ જાતની મઝા નહિ જ આવે. પ્રેક્ષકો બધા કંટાળી જશે.' મેં કહ્યું.

સમારંભને દિવસે અરસિક ને કંટાળાજનક કાર્યક્રમ રજૂ કરી અમારી ગેરહાજરીમાં એ સંસ્થાના સંચાલકો પોતાની કેવી ફજેતી કરાવે છે તે જોવા ખાતર મળેલા નિમંત્રણનો લાભ લઈ અમે ત્યાં હાજર થયા. પરંતુ અમારા સખેદાશ્ચર્ય વચ્ચે અમને જણાયું કે અમારી ગેરહાજરીથી કોઈ પણ વાતની ઊણપ નહોતી રહી. એટલું જ નહિ, પણ અમે કાર્યક્રમમાં ભાગ લીધો હોત ને એ સફળ થાત તે કરતાં પણ વધારે સફળતાથી આખો કાર્યક્રમ પાર પડ્યો.

'એ તો હું ભલા સ્વભાવની તમને મળી છું તે તમારી આટલી ઊઠબેઠ કરું છું. બીજી કોઈ મળી હોત તો ખબર પડત. હું નહિ હોઉં તો તમે રવડી જશો. તમારો કોઈ ભાવ પણ પૂછશે નહિ. મારા ગયા પછી તમારા કપાળમાં કોઈ ડામ પણ દેવાનું નથી.' આમ પોતાના પતિદેવને એક સન્નારી હંમેશ સંભળાવ્યા કરતાં હતાં. થોડા વખતમાં જ એમની ઇચ્છા ફળી ને પોતાના પતિને એકલો મૂકીને એ સ્વર્ગે સિધાવ્યાં. એ પછી થોડો વખત ગત પત્ની પાછળ શોક કરવામાં વિતાવી વિધુર બનેલા પતિદેવે સંસારની ધુરા ધારણ કરવા માટે બીજી વાર લગ્ન કર્યું અને રવડી જવાને બદલે એ આજે સુખચેનમાં દિવસો વિતાવે છે.

આમ આપણને આપણું પોતાનું ને આપણી વસ્તુનું ભારે મહત્ત્વ

લાગે છે. આપણા વગર સારી દુનિયા હેરાનપરેશાન થઈ જશે એમ પણ આપણને લાગી આવે છે; પરંતુ આપણા દુર્ભાગ્યે એવું કશું જ થતું નથી.

અત્યાર સુધીમાં દુનિયામાં કેટકેટલા મહાપુરુષો થઈ ગયા! પ્રખર લેખકો ને પંડિતો, મહાત્માઓ ને પયગમ્બરો, વિજેતાઓ ને ક્રાંતિકારીઓ, ફિલસૂફો ને વિચારકો કંઈ કેટલાય આવીને ચાલ્યા ગયા અને એમના મૃત્યુથી દુનિયાને ઝાઝી ખોટ પડી હોય એમ દેખાતું નથી. એમના ગયા પછી પણ દુનિયા તો હતી એમની એમ જ ચાલ્યા કરે છે. આ બધું જાણવા છતાં થોડો વખત હું એ પત્રમાં લખતો બંધ થઈ જઈશ એટલે વર્તમાનપત્રની આખી આલમમાં અને એ નહિ તો એ પત્રના વાંચનારાઓની આલમમાં હોહા મચી જશે એમ મને શાથી લાગ્યું એ હું સમજી શકતો નથી.

હવે મારા લેખોના મહત્ત્વનું મૂલ્યમાપન કરવા હું થોડો વખત હડતાળ પર ઊતર્યો હતો તે હડતાળ નિષ્ફળ નીવડી છે એમ જાહેર કરી હું એ હડતાળ પાછી ખેંચી લઉં છું. મને શોક એટલો જ થાય છે કે મારી હડતાળ તોડાવવા માટે સામા પક્ષ તરફથી કોઈ પણ જાતના કંઈ પણ પ્રયત્નો કરવામાં આવ્યા નહિ, ને એમ મારે હડતાળ પાછી ખેંચી લેવાનો પ્રસંગ આવ્યો.

પરંતુ મારા એ શોકના વાદળને એક રૂપેરી રેખા છે અને તે બે દિવસ પર બસમાં મળેલા સદ્‌ગૃહસ્થે 'તમે લખવાનું કેમ બંધ કરી દીધું છે?' એવો જે પ્રશ્ન પૂછ્યો હતો તે છે. એક જણે પણ આખરે આવી ઇચ્છા કરી એથી સંતોષ માનીને હું ફરી લખવા પ્રવૃત્ત થાઉં છું.

અને મારી હડતાળ નિષ્ફળ નીવડી છે તે માટે શોક કરવાનું કારણ નથી. ઇંગ્લૅન્ડમાં રાજાનું જ્યારે મૃત્યુ થાય છે ત્યારે 'રાજા મૃત્યુ પામ્યા, રાજા ઘણું જીવો' એમ કહેવાનો રિવાજ છે. કારણ કે એક રાજા મૃત્યુ પામે પછી તરત બીજો રાજા ગાદીએ આવે છે. એમ રાજાઓની પરંપરા અખંડ રહે છે. તે જ રીતે આપણે ત્યાં પણ હડતાળની જે પરંપરા શરૂ થઈ છે તે અખંડ રહેશે એમ અત્યારના સંજોગો જોતાં લાગે છે.

ગયું મહાયુદ્ધ પૂરું થયું તે પછી તરત જ આપણા દેશમાં 'ઇન્ફ્લુએન્ઝા'નો ભયંકર રોગચાળો ફાટી નીકળ્યો હતો ને અનેક મનુષ્યો એના ખપ્પરમાં હોમાઈ ગયા હતા. તે પરથી આ વખતે પણ લડાઈ બંધ

પડ્યા પછી કોઈ જબરદસ્ત રોગચાળો આખા દેશમાં ફાટી નીકળશે એમ ઘણાને લાગ્યું હતું, પરંતુ લડાઈ બંધ થયા પછી મહિનાઓ વીતી ગયા ને કોઈ એવો રોગચાળો હજી ફાટી નીકળ્યો નથી તે જોઈને લોકો નિરાશ થઈ ગયા છે.

પણ આ વખતે જુદી જાતનો રોગચારો ફાટી નીકળ્યો છે. એ માણસોનો નહિ પણ કામનો ભોગ લે છે, એના ખપ્પરમાં જાન નહિ પણ માલની આહુતિ અપાય છે. એ રોગચાળાનું નામ હડતાળ છે. આ લડાઈ પૂરી થયા પછી એક પણ દિવસ હડતાળ વિનાનો ગયો હોય એમ બન્યું નથી. પહેલાં પણ હડતાળો પડતી. પણ તે તાલ વિનાની. સાધારણ સળેખમ ને ભયંકર ને ચેપી ઇન્ફ્લુએન્ઝા વચ્ચે જેટલો ફરક છે તેટલો જ ફેર એ પહેલાંની હડતાળો ને અત્યારની પ્રચંડ હડતાળો વચ્ચે છે, અને ઊડતા રોગ પેઠે આવેલી આ હડતાળ ઊડતા પ્રવાસી કે પંખીના જેવી નથી. એ અહીં ઘર કરીને રહેવા આવી હોય એમ લાગે છે. વિદ્યાર્થીઓએ હડતાળ પાડી, પછી શિક્ષકોએ પાડી, ટ્રામ ને બસના કામદારોએ પાડી, પછી ટ્રામવે કંપનીએ પોતે પાડી. રેલવેવાળા પાડવા તૈયાર થયા ને એ અટકી ગઈ, તો હવે પછી ટપાલીઓની હડતાળ આવી પડી ને હવે પછી તરત જ તાર ખાતાવાળાઓની હડતાળ આવવાની છે.

આ હડતાળથી ઘણાને ઘણું નુકસાન થાય છે, ને થોડાકને થોડો ફાયદો થાય છે. પરંતુ કોઈ પણ અનિષ્ટ વસ્તુમાંથી પણ લાભકારક તત્ત્વ ખેંચી લેવાની કુશળતા આપણામાં હોવી જોઈએ. હવે આ હડતાળ આવી જ છે તો તેનો પણ બને તેટલો લાભ શા માટે ન ઉઠાવવો?

આમ ગમે ત્યાં ને ગમે ત્યારે હડતાળો પડે છે ને તેમાંની કેટલીક નિષ્ફળ જાય છે, ને થોડીક સફળ થાય છે. તેને બદલે જેમ બીજી બાબતોને માટે સલાહકારો ને નિષ્ણાતો હોય છે તેમ હડતાળ-નિષ્ણાતોની સમિતિ સ્થાપી, જેને જેને હડતાલ પાડવી હોય તે સર્વેને યોગ્ય દરે તેની સલાહ-સૂચના ને માર્ગદર્શન મળે એવી વ્યવસ્થા કરવાની જરૂર છે. એ સમિતિ ક્યાં ક્યાં, ક્યારે ને કેવી જાતની હડતાળો પડી હતી, એ હડતાળ કેવી રીતે આગળ વધી હતી ઇત્યાદિ વિગતવાર માહિતી ભેગી કરી, એને લગતા કાયદાકાનૂનોનો અભ્યાસ કરે, હડતાળિયાઓ માટે સરઘસમાં જોડાવા સારુ

માણસો મેળવી આપે, સ્થળે સ્થળે ફરીને હડતાળ પાડવાથી થતા ફાયદાઓ લોકોને સમજાવવા સારુ ધર્મોપદેશકો રાખે અને જરૂર પડે ત્યારે વકીલો ને લવાદની ગોઠવણ કરી આપે, ને દરેક હડતાળ વખતે બંને પક્ષો પાસેથી એ સમિતિ પોતાનું ક્મિશન લે અને એ પૈસાનો ઉપયોગ હડતાળ માટેની નવીનવી યોજના ઘડીને તેને અમલમાં આણવા સારુ કરે. આમ થાય તો હડતાળનું સ્વરૂપ પણ શાસ્ત્રીય ને ધોરણસરનું બને.

❐

૧૨

કાપડના કાપનો ઉપકાર

અત્યાર સુધી દરેક માણસને ૨૪ વાર કાપડ મળતું તેને બદલે હવેથી દરેકને ફક્ત ૧૦ વાર જ કાપડ આખા વરસમાં મળી શકશે એવા સમાચાર વાંચી મારા એક ઓળખીતા ગૃહસ્થ હતાશ બની ગયા છે અને જે મળે તેને પૂછે છે: 'હવે શું થશે ?'

મને એમણે આવો પ્રશ્ન પૂછ્યો ત્યારે મેં પ્રશ્નની મતલબ ન સમજાયાથી સામો સવાલ પૂછ્યો :

'શેનું શું થશે ?'

'કાપડનું ને માણસનું.' એમણે જવાબ દીધો.

'બંને પરથી કંટ્રોલ એટલે કે અંકુશ જતો રહેશે. માણસ પરથી તો લગભગ નીકળી ગયો છે અને કાપડ પરથી થોડા જ વખતમાં નીકળી જશે.' મેં કહ્યું.

'તમે આજનાં પેપર વાંચ્યાં હોય એમ લાગતું નથી.' એમણે કહ્યું.

'ના, પણ ગઈ કાલનાં વાંચ્યાં છે.' મેં કહ્યું.

'તેમાં જ આમ બોલો છો. તમે કાપડ ઉપરથી કંટ્રોલ ઊઠી જશે એમ કહો છો ને જુઓ, આ પેપરમાં તો એવા ખબર છે કે હવેથી માણસ દીઠ વરસમાં ફક્ત દશ વાર કાપડ મળશે.' એમણે કહ્યું.

મેં એમના હાથમાંથી વર્તમાનપત્ર લઈને એમણે કહેલા સમાચાર વાંચી જોયા.

'કેમ, હવે તો ખાતરી થઈને ? કાપડ પરથી અંકુશ નીકળી જવાની તમે વાત કરો છો તેને બદલે આ તો કાપડના પ્રમાણમાં પચાસ ટકાથીય વધારે ઘટાડો કરવાની વાત છે.' એમણે કહ્યું.

'પણ કાપડ પરથી અંકુશ નીકળી જશે એવા સમાચાર અગાઉ આવ્યા'તા ને આ તો – પણ ઊભા રહો, 'કાપડ પરથી અંકુશ નીકળી જશે' એ વાક્યનો અર્થ સમજવામાં આપણી ભૂલ થતી હતી. આપણે એમ ધાર્યું હતું કે હવે માણસ દીઠ અમુક વાર જ કાપડ મળશે એમ નહિ રહે. જેને જેટલું જોઈએ તેટલું મળી શકશે. પણ એનો અર્થ તો હવે સમજાયો. અત્યાર સુધી ૨૪ વાર કાપડ મળતું હતું. હવેથી દશ વાર મળશે એટલે ૧૪ વાર કાપડ પરનો અંકુશ નીકળી ગયો. ફક્ત દશ વાર કાપડ પૂરતો અંકુશ રહ્યો. થોડા વખત પછી એ પણ નીકળી જશે.'

'એટલે તમે કહેવા શું માગો છો?' મને બોલતો અટકાવી વચ્ચે જ મારા મિત્ર બોલી ઊઠ્યા. 'એ અંકુશ પણ નીકળી જશે એટલે બિલકુલ કાપડ મળશે જ નહિ, એમ? એનું નામ અંકુશ નીકળી ગયો કહેવાય કે વધ્યો કહેવાય?'

'તમે જાણો છો ને કે સુધરેલા સમાજમાં કાપડ વગર ફરવું એ ગુનો ગણાય છે! ઉપરાંત અમુક પ્રસંગે અમુક જાતનો પોશાક પહેરવો જ જોઈએ એવા પણ નિયમો છે. સમાજે વ્યક્તિ પર આ અંકુશો મૂક્યા છે. દરેક માણસે કપડાં પહેરવાં જ જોઈએ ને તે પૂરતા પ્રમાણમાં, ને અમુક ફેશનમાં પહેરવાં જોઈએ એવાં બંધનો આ રીતે કાપડ મળતું ઓછું થશે એટલે એની મેળે નીકળી જશે. અને મનુષ્ય ફાવે તે રીતે કપડાં પહેરવાં, ન પહેરવાં, ખાસ કરીને ન પહેરવાની બાબતમાં સ્વતંત્ર થશે. આ રીતે જોતાં કાપડ પરનો અંકુશ નીકળી જશે એમ કહેવું ખોટું નથી, અથવા વધારે ચોક્કસ રીતે કહેવું હોય તો એમ કહી શકાય કે માણસ પરનો કપડાં પહેરવા વિશેનો અંકુશ નીકળી જશે.' મેં કહ્યું.

'તમને આ હસવા જેવું લાગતું હશે. પણ મારું શું થશે? મને ઓછે કપડે કેમ ચાલશે?' મારા મિત્રે ગંભીર બની જઈને કહ્યું.

'હા, તમને શરૂઆતમાં જરા અગવડ લાગશે, દિવસમાં ત્રણ વાર તમારે કપડાં બદલવાં પડે છે.' મેં કહ્યું.

'ત્રણ વાર તો રજા હોય ને હું ઘરબહાર જવાનો ન હોઉં ત્યારે. બાકી આડે દહાડે તો સવારમાં ઊઠીને કપડાં બદલું છું, તે પછી હજામત કરીને કપડાં બદલું છું, નાહ્યા પછી પાછાં નવાં કપડાં બદલું છું. જમતી

વેળા એ કપડાં બદલી નાખું છું. જમી રહીને ઑફિસનાં કપડાં પહેરું છું. ઑફિસમાંથી સાંજે ક્લબમાં જાઉં છું ત્યારે જુદો જ સૂટ પહેરવો પડે છે. ક્લબમાંથી ઘેર આવીને કપડાં બદલું છું. **વાળુ વખતે પાછાં** બદલવાં પડે છે અને સૂતી વેળા તો જુદાં કપડાં જોઈએ જ.' મારા મિત્રે પોતાની દિનચર્યાનો અહેવાલ આપ્યો ને પછી પ્રશ્ન કર્યો : 'બોલો, હવે દહાડામાં મારે કેટલાં કપડાં જોઈએ ?'

'મારે છ મહિને જોઈએ તેટલાં.' મેં જવાબ દીધો.

'ત્યારે હવે મારા જેવાનું દશ વારમાં કેમ પૂરું થાય ?' એમણે કહ્યું.

'એ તો ધીરેધીરે ટેવ પડશે. અત્યારે તમે કપડાંની ગુલામી કરી રહ્યા છો અને એમાં આનંદ માની રહ્યા છો પણ એ ટેવમાંથી મુક્ત થતાં સ્વતંત્રતાનો ભોગવટો કરશો ત્યારે તમને દુઃખ નહિ પણ આનંદ થશે.' મેં કહ્યું.

પણ તેમને મારા જવાબથી સંતોષ ન થયો. 'દુઃશાસને દ્રૌપદીનાં કપડાં ઉતારી લીધાં હતાં પણ કૃષ્ણ ભગવાને એની વહારે ધાઈને એની લાજ રાખી હતી. તેમ આ લડાઈએ આપણાં કપડાં ઉતારી લીધાં છે તે હવે તો કોઈક કૃષ્ણ ભગવાન આવીને આપણી લાજ રાખે ત્યારે.' નિરાશ વદને એમણે કહ્યું.

માણસે કપડાં પહેરવાની શરૂઆત ક્યારથી કરી એનો કોઈ ભરોસાપાત્ર ઇતિહાસ મળી શકતો નથી. પરંતુ આદમ ને ઈવ વિશેની બાઇબલમાં આવેલી કથા પરથી સમજી શકાય છે કે ઈશ્વરે મના કરેલા ફળનો આસ્વાદ લીધા પછી ઈવને પહેલવહેલાં પાંદડાં વડે શરીરને ઢાંકવાનું મન થયું અને ત્યારથી માણસના પતનની શરૂઆત થઈ. બાળકને કપડાં પહેરવાં નથી ગમતાં એ જાણીતી વાત છે. નાનાં છોકરાંને બહાર લઈ જવાં હોય ત્યારે સૌથી મોટી મુશ્કેલી એમને કપડાં પહેરાવવામાં પડે છે એવી પ્રત્યેક માબાપના અનુભવની વાત છે. મારી પોતાની વાત કરું તો નાનપણમાં મને કપડાં પહેરાવવાં એ મારાં મોટેરાંઓ માટે મુશ્કેલમાં મુશ્કેલ પ્રશ્ન હતો.

હું નિશાળે જતો ત્યારે પણ નિશાળેથી ઘેર આવીને સૌથી પહેલું કામ કપડાં કાઢી નાખવાનું કરતો. તે વેળા મને ઘેર ભણાવવા એક મહેતાજી

આવતા. તેમની પાસે ભણવા બેસતી વખતે પણ હું કપડાંની બાહ્ય ઉપાધિ વિના જ, એમ ને એમ બેસવું પસંદ કરતો; પણ તે મારા મહેતાજીને ન રુચતું કે ન રુચતું મારા વડીલોને. મને ધમકાવી, ફોસલાવી, રમાડીરિઝાવીને કપડાં પહેરાવવા માટે એ સૌને એટલી મહેનત કરવી પડતી ને એટલો બધો વખત એમાં જતો કે પછી એ મહેતાજીને મને ભણાવવા માટે બહુ જ ઓછો વખત રહેતો અને એટલા ઓછા વખત પૂરતી પણ એમનામાં ભણાવવાની શક્તિ રહેતી નહિ! 'આવો કોઈ છોકરો મેં જોયો નથી', એમ એ મહેતાજી મારે માટે કહેતા. કદાચ કપડાં પ્રત્યેનો દ્વેષ મારામાં અદ્‌ભુત પ્રમાણમાં હશે. પરંતુ કુદરતી રીતે જ બાળકોને કપડાં પહેરવાં ગમતાં નથી એ હકીકત છે.

બાળકનો વિકાસ થાય છે, લગભગ તેવી જ રીતે માનવજાતનો વિકાસ થયો છે એમ ઘણા વિચારકો કહે છે. એ રીતે જોતાં આપણે કહી શકીએ કે આરંભકાળમાં મનુષ્યને કપડાં પહેરવાં નહિ ગમતાં હોય પછીથી કોઈકે માત્ર તોફાન કે મજાક કરવા ખાતર ઝાડની છાલ શરીરે વીંટાળી હશે. એ જોઈને થોડાંક બીજાંઓએ તેમ કર્યું હશે. કેટલાંકને ઝાડની છાલનો એ સ્પર્શ ગમ્યો હશે અને એમ ધીરેથી વલ્કલ પહેરવાની પ્રથા અસ્તિત્વમાં આવી હશે.

એ પછી સુતરાઉ, રેશમી, ગરમ વગેરે પ્રકારનાં વસ્ત્રોની શોધો થતી ગઈ. અને લોકોએ પહેલાં શરીરને ઢાંકવા ખાતર કપડાં પહેરવાનું ચાલુ રાખ્યું હશે અને હવે શરીર ઢાંકવા ખાતર નહિ પણ શરીર દેખાડવા ખાતર કપડાં પહેરવાની અત્યારની પ્રથા અમલમાં આવી છે. શરીર દેખાડવા ખાતર કપડાં પહેરવાં એ વદતોવ્યાઘાત – ઊંધું બોલવા જેવું છે એમ કોકને લાગશે. પરંતુ જો બધાં ઉઘાડાં શરીરે ફરતાં હોય તો કોઈના શરીર તરફ બીજાનું ભાગ્યે જ ધ્યાન જાય, જેવી રીતે ખુલ્લું નિર્મળ આકાશ હોય છે ત્યારે તેના તરફ લોકો જોતા નથી, પણ આકાશ વાદળોથી છવાઈ ગયું હોય કે સવાર અને સાંજને વખતે જાતજાતના રંગોની લીલા એમાં થઈ રહી હોય ત્યારે માણસનું ધ્યાન એના તરફ ખેંચાય છે, તેવી જ રીતે કંઈ પણ કપડાં પહેર્યાં વગર દિગંબર સ્વરૂપે બધાં મનુષ્યો ફરતાં હોય તો તેના તરફ કોઈની નજર ન ખેંચાય, પણ જાતજાતનાં ને ભાતભાતનાં

અવનવા રંગોવાળાં કપડાં પહેરીને લોકો રસ્તે નીકળે તો સ્વાભાવિક રીતે જ સૌનું ધ્યાન ખેંચાય.

એ ઉપરાંત આ શરીરને શણગારનારાં એવી રીતે કપડાં પહેરે છે કે શરીરના જુદાજુદા ભાગો સ્પષ્ટ-અસ્પષ્ટ રીતે નોખા તરી આવે ને તેના તરફ જોનારની દૃષ્ટિ ખેંચાય. એટલે શરીર દેખાડવા ખાતર હવે બધા નહિ તો કેટલાક લોકો કપડાં પહેરે છે એમ કહેવું એ બરાબર છે.

અને શરીરને ઢાંકવું એ પણ સલાહભર્યું નથી. એથી સૂર્યના તડકાનો લાભ શરીરને મળતો નથી, અને સૂર્યનાં કિરણોમાં 'ડી' વિટામિન પુષ્કળ પ્રમાણમાં છે એમ જાણકારો કહે છે. આ ઉપરાંત બીજું નુકસાન એ થાય કે શરીરની અસર મન પર ને મનની અસર શરીર પર પડે છે. તેને લીધે માણસનું શરીર ઢંકાયેલું રહેવાથી એનું મન બધું ગુપ્ત રાખતું થઈ જાય. 'સોનાના પાત્રથી સત્યનું મુખ ઢાંકી દીધું છે' એમ એક પ્રાચીન ઋષિએ કહ્યું છે તે કપડાંથી શરીરને ને દંભથી મનને ઢાંકી રાખનાર માણસને બરાબર લાગુ પડે છે.

માણસોને જેમ બને તેમ વધારે કપડાં પહેરતાં કરવાં એ મૂડીવાદીઓની યુક્તિ છે. રૂ, સૂતર, રેશમ આદિનો વેપાર કરનારાઓ અને મિલમાલિકો લોકો જો કપડાં ન પહેરે, અથવા પહેરવાનાં ઓછાં કરે તો મજૂરોનું ને આમ જનતાનું શોષણ કરીને તાલેવંત શી રીતે બની શકે? કરોળિયો પોતાના મોંમાંથી જાળું કાઢીને પછી તેમાં પોતે જ બંધાઈ જાય તેમ માણસે પોતે કપડાંની શોધ કરી એના તાણાવાણામાં એ એટલો ફસાઈ ગયો છે કે બહાર નીકળવાની તક મળે છે ત્યારે પણ જાણે એનું કંઈ અહિત થતું હોય એવી ફરિયાદ કરવા મંડી પડે છે.

કપડાં પહેરીને માણસે ભેદભાવ પણ વધારી મૂક્યો છે. કોણ ભિખારી છે ને કોણ સદ્ગૃહસ્થ છે તે આપણે એનાં કપડાં પરથી જ નક્કી કરીએ છીએ. જુદાજુદા ધર્મના કે પ્રાંતના લોકો તેમના પહેરવેશ પરથી ઓળખાઈ આવે છે. કોમી ઝઘડામાં પણ એક કોમનો મનુષ્ય બીજી કોમના મનુષ્યની છરીનો શિકાર થઈ જતો તે માત્ર એના પહેરવેશને કારણે. જો બધા એકસરખો પહેરવેશ રાખતા હોત તો કદાચ કોમી ઝઘડા તદ્દન બંધ ન થઈ જાત, પરંતુ એમાં આટલા પ્રમાણમાં જાનની ખુવારી તો ન જ થાત.

પરંતુ દરેક મનુષ્યનું રુચિચંત્ર જુદું હોવાથી મનુષ્યો એકસરખો પોશાક પહેરે એ બનવું મુશ્કેલ છે. આમ છતાં અસલ આપણા દેશના લોકો આ ગરમ દેશ માટે બહુ વસ્ત્ર પહેરવાં એ અનુકૂળ નથી એમ કહીને ફક્ત એક વસ્ત્ર પહેરતા, ને એક ઓઢતા. તેટલું પણ હમણાં કરીએ તો કાપડની તંગી ઘટે, એટલું જ નહિ બીજા પણ ઘણાઘણા ફાયદા થાય. સૂવા માટે પૃથ્વી એટલે ફૂટપાથ, પહેરવા માટે ઉપર આકાશ ને ચારે બાજુએ દિશા ને ખાવા માટે જ્ઞાનનું અમૃત, એ જેમને મળે છે તેને કોઈનો ભય નથી એમ કંઈ ખોટું કહ્યું છે?

૧૩

રૂપિયો

અત્યારે જ્યારે બધી ચીજના ભાવ વધી વધીને છેક આકાશે પહોંચી ગયા છે ત્યારે, એ ભાવ આંકવાનું સાધન નાણું, તેના પોતાના ભાવ ઘટી જવાની તૈયારીમાં છે એ નવાઈ જેવું છે. પથ્થરથી માંડીને પોલાદ સુધીના, મંડનાત્મક તેમ જ ખંડનાત્મક, બાંધવાના તેમ જ ભાંગવાના કામના પદાર્થોના, તેમ જ ઘાસલેટથી માંડીને ઘી સુધીની જીવન-જરૂરિયાતની ચીજોના ભાવ દિવસે-દિવસે વધતા ગયા છે. પણ જે વસ્તુ વડે બધાંનું મૂલ્ય આંકવામાં આવતું તેની પોતાની કિંમત દહાડે-દહાડે ઘટતી ગઈ છે.

એક ગૃહસ્થ પોતાની એક માંદી સ્ત્રી ને બે માંદાં બાળકને લઈને હવાફેર માટે ગયા હતા. હવાફેર કરી આવ્યા પછી એ સ્ત્રી તથા બાળકોનું વજન પહેલાં કરતાં પણ વધ્યું અને એમનું પોતાનું વજન ઘટી ગયું. તેવું જ આ બાબતમાં કાંઈક બન્યું લાગે છે. અસલ રાણીછાપના રૂપિયામાં જેટલું રૂપું હતું તેટલું રૂપું તે પછીના એડવર્ડછાપના રૂપિયામાં રહ્યું નહિ, એમાં જેટલું રૂપું હતું તે પણ તે પછીના શહેનશાહોની છાપના રૂપિયા આવતા ગયા તેમતેમ ઘટતું ગયું અને હવે તો રૂપિયામાંથી રૂપું તદ્દન જતું રહેવા બેઠું છે.

આનાં અનેક કારણો આપવામાં આવે છે, પણ મને તો આમાં કુદરતનો હાથ લાગે છે. બધે સમપ્રમાણતા જળવાઈ રહેવી જોઈએ એવો કુદરતનો કાયદો છે. અમુક દેશમાં વસતિનો એકાએક વધારો થઈ જાય ત્યારે એ ત્યાં રેલ, તોફાન, આગ, ધરતીકંપ, કોલેરા, ઇન્ફ્લુએન્ઝા, મેનિનજાઈટીસ તથા વર્ગો ને કોમો વચ્ચેનાં યુદ્ધો પ્રેરીને વસતિનો ઘટાડો કરી નાખે છે. એ જ રીતે જ્યારે બધી વસ્તુઓના ભાવ વધી ગયા ત્યારે એ ભાવને માપવા

માટેનું જે મુખ્ય સાધન તેની પોતાની કિંમતમાં ઘટાડો કરી નાખવાની એણે પ્રેરણા કરી. એટલે પાંચ રૂપિયે મળતી વસ્તુ આજે પચીસ રૂપિયે મળે છે તો અત્યારના એ પચીસ રૂપિયાનું મૂલ્ય જ અસલના પાંચ રૂપિયા જેટલું કરી નાખવું એટલે બધું સમતોલ થઈ રહેશે એવી ધારણાથી કુદરતે સત્તાના આસને બિરાજતા અધિકારીના હૃદયમાં રૂપિયાને માત્ર નામનો જ રૂપિયો બનાવવાની પ્રેરણા કરી હશે એમ લાગે છે.

નાનપણમાં ઘણી વાર મને ખોટો રૂપિયો કોઈ ને કોઈ પધરાવી દેતું ત્યારે વડીલો સલાહ આપતા: ‘રૂપિયો હંમેશાં ખખડાવીને લેવો.’ રૂપેરી ઘંટડી સમો અવાજ કાઢી પુરુષહૃદયનું આકર્ષણ કરનારી સ્ત્રીઓ વિશે મેં બહુ સાંભળ્યું છે પણ એવી સ્ત્રીઓ કે સ્ત્રીઓનો અવાજ સાંભળવાનું સદ્ભાગ્ય મળ્યું નથી, પરંતુ રૂપિયાનો અવાજ તો એવી સલાહ મળ્યા પછી મેં વારંવાર સાંભળ્યો છે અને એ અવાજ અત્યંત મીઠો, મોહક ને મૂલ્યવાન લાગ્યો છે.

પણ બહુ જ સુંદર કંઠ ધરાવતા એક ગવૈયાને મેં વર્ષો પૂર્વે સાંભળ્યા પછી, થોડા વખત પર જ ત્રણેક વાર ફરી સાંભળવાનો પ્રસંગ મળ્યો અને એ ત્રણે વેળા એમનો અવાજ બેસી ગયેલો ને કર્કશ લાગ્યો. ત્યારે મેં એમને પૂછ્યું: ‘આપનો અવાજ હવે આમ કેમ થઈ ગયો છે?’

‘શું થયું છે મારા અવાજને?’ એમણે પૂછ્યું.

‘પહેલાં જેવી મીઠાશ લાગતી નથી. કદાચ શરદી થઈ હશે.’ મેં કહ્યું.

‘ના, શરદી તો શું, પણ હવે ઉંમર થઈ એટલે અવાજ ક્યાંથી ચાલે? હવે અમે જૂના થયા.’ એમણે જરા હસીને કહ્યું.

‘આપ એમ કહો તે કેમ ચાલે? રૂપિયો ને ગવૈયો, એ બંને ગમે એટલા જૂના થાય પણ એમનો અવાજ તો સારો રહેવો જ જોઈએ. નહિ તો બંનેની કિંમત કોડીની થઈ જાય.’ મેં જવાબ દીધો.

પરંતુ એ પછી મને જાણે સાન આપવા માટે હોય તેમ રૂપિયાનો અવાજ દહાડે-દહાડે કર્કશ થતો ગયો અને હવે તો બીજું કંઈ નહિ તો અવાજથી પણ માણસનું આકર્ષણ કરવાની એની શક્તિ બિલકુલ લુપ્ત થઈ જવાનો સંભવ ઊભો થયો છે.

પણ ગીતામાં કહેલું છે કે ‘ગયેલાંનો કે નહિ ગયેલાંનો શોક ડાહ્યા

માણસો કરતા નથી.' તે પ્રમાણે ગયેલા કે જવા બેઠેલા રૂપિયાનો ને રૂપાનો શોક કરવાની જરૂર નથી.

એક વાર એક સુપ્રસિદ્ધ લેખકનો કચરા જેવો લેખ એક સારા માસિકમાં છપાયેલો જોઈ તંત્રીના કોઈક મિત્રે એને પૂછ્યું: 'આવો લેખ તમે કેમ છાપ્યો ? એમાં કશું જ નથી.'

ત્યારે તંત્રીએ જવાબ દીધો: 'લેખ સામું ન જુઓ, લેખકના નામ સામે જુઓ. લેખની પોતાની કિંમત ભલે કંઈ નહિ હોય, પણ લેખકના નામની કિંમત છે ને ?'

એ રીતે રૂપિયામાં બિલકુલ રૂપું નહિ રહે તો વાંધો નહિ, પણ એનું નામ રૂપિયો તો રહેશે ને ?

પણ જેમાં બિલકુલ રૂપું હોય જ નહિ તેને રૂપિયાનું નામ કેમ ઘટે ? એવો પ્રશ્ન કેટલાકને થશે. 'એ રૂપાનો સિક્કો હોવાથી જ એને રૂપિયો એવું નામ મળ્યું છે. પણ હવે એમાં રૂપું જરા પણ નહિ રહે, તે પછી પણ એને રૂપિયો કહેવો એ શું ખોટું નથી ?' એમ કોઈ પૂછે તો તેનો જવાબ એટલો જ છે કે: 'દુનિયા જુઓ. માણસો ને માણસોનાં નામ જુઓ. જેનામાં જે ગુણ હોય તે જ પ્રકારનું તેને નામ આપવું જોઈએ એવો કોઈ નિયમ નથી.'

'પણ એ તો માણસની બાબતમાં – વસ્તુઓની બાબતમાં તો ઘણુંખરું એના ગુણધર્મ પ્રમાણે નામ આપવામાં આવે છે. એટલે રૂપિયો હવે રૂપાનો મટીને નિકલનો બને ત્યારે એને રૂપિયો કહેવાને બદલે નિકલિયો કહીએ તો શું ખોટું ?' એમ પૂછી શકાય.

રૂપિયાને એમાંથી રૂપું ગયા પછી આપણે નિકલિયો કહીશું તો વસ્તુસ્થિતિમાં કંઈ ખાસ ફેર પડશે નહિ. પરંતુ એમ કરવાની જરૂર નથી. અસલ ગુણધર્મ પ્રમાણે વ્યક્તિ કે વસ્તુનાં નામ પડે છે. વખત જતાં ગુણો જતા રહે છે તોપણ નામ ચાલુ રહે છે. દાખલા તરીકે ગાંધી, વકીલ, વેપારી, ડૉક્ટર, વેવાઈના, માસીના, કાણે, લૂલે, હાથી, ઘોડા, મંકોડી, મચ્છર વગેરે વગેરે અટકો ઘણા માણસોની હોય છે. અને તેમાંના કોઈનામાં પણ એ અટકથી દર્શાવાતો ગુણ રહેલો હોતો નથી. પણ એમના પૂર્વજો અમુક જાતનો ધંધો કરતા તેથી કે અમુક ગુણો એમનામાં હતા તેથી એવી ઉપાધિ મળેલી તે પેઢી દર પેઢી ચાલુ રહી એટલો જ બોધ એમાંથી લેવાનો છે.

રૂપિયો

ફિલસૂફો કહે છે કે નામ ને રૂપ બંને જૂઠાં છે. બંનેનો નાશ થાય છે. એમાં રૂપનો પહેલાં નાશ થાય છે ને પછી નામનો. પણ મને લાગે છે કે કેટલીક વેળા રૂપનો નાશ થાય છે ને નામ રહી જાય છે. આપણા બધાની બાબતમાં પણ આમ જ બને છે ને! દહાડે-દહાડે આપણું રૂપ ઓછું થતું જાય છે. હજામ, અસ્ત્રો, કાતર, લિપસ્ટિક, પાઉડર, તેલ, ધૂપેલ, સ્નો, ક્રીમ વગેરે વગેરેની મદદથી ઓછા થતાં રૂપને જાળવવાનો સતત પ્રયત્ન કરવા છતાં રૂપ તો ઓછું થતું જ જાય છે. છતાં નામ એવું ને એવું રહે છે.

ખરું પૂછો તો આપણી કોઈ પણ વસ્તુ આ ક્ષણભંગુર ને દિવસે-દિવસે બદલાતા જતા સંસારમાં ટકી રહેલી હોય તો તે આપણું નામ જ છે. અને રૂપિયો પણ આખરે આપણી જ પેદાશ છે ને! એટલે આપણી પેઠે તેનું રૂપ પણ દહાડે-દહાડે ઓછું થતું જાય છે, છતાં એનું નામ તો જળવાવું જ જોઈએ. આપણે આજે આર્ય છીએ. મહાન સંસ્કૃતિના વારસ છીએ, બ્રાહ્મણ છીએ કે ભંગિયા છીએ એવું બધું કહી શકીએ છીએ, તેનું કારણ એ નથી કે આપણે આજે એવા છીએ, પણ ઘણાં વરસો પહેલાં, આપણે જેને આપણા પૂર્વજો માનીએ છીએ તે એવા હતા.

નિકલનો રૂપિયો ને રૂપાનો રૂપિયો બંનેના આંતરિક મૂલ્યમાં ફેર હોવા છતાં બંને રૂપિયા તરીકે સરખા જ ગણાય. એમાં કદાચ કેટલાકને વાંધો લેવા જેવું લાગશે. પણ એ બરાબર નથી. રૂપિયાનું પોતાનું મૂલ્ય કેટલું છે એ કોઈ જોતું નથી અથવા જોતા હોય તો તે ભૂલ કરે છે. રૂપિયો તો બીજાંના મૂલ્યને આંકવાનું સાધન છે. ફૂટપટી લાકડાની હોય, લોખંડની હોય કે દોરીની પટી હોય તેથી એમાં જેમ ફેર પડતો નથી, તે જ રીતે રૂપિયો રૂપાનો હોય, ત્રાંબાનો હોય, ચામડાનો હોય કે નિકલનો હોય તેથી એમાં કશો જ ફેર પડતો નથી.

કોઈ પણ વસ્તુનું મૂલ્ય, એની પોતાની અંદર શું રહ્યું છે તે પરથી થતું નથી, પણ બહારના માણસ એની કેટલી કિંમત આંકે છે તે પરથી જ એનું મૂલ્ય નક્કી થાય છે. મોટા માણસો મોટા છે, કારણ કે આપણે, બીજાઓએ તેને મોટા માન્યા છે. હલકા માણસો હલકા છે, કારણ કે તેઓ હલકા ગણાય છે. હલકા છે કે નહિ તે કોણ જાણે! આપણે આપણી જાતને ગમે તેવી મોટી માનીએ પણ લોકો જ્યાં સુધી આપણો મોટા

તરીકે સ્વીકાર ન કરે ત્યાં સુધી આપણી મોટાઈની આપણને પોતાને પણ ખાતરી થતી નથી.

એક રીતે જોતાં આપણે બધા જ, રૂપિયાની પેઠે કંઈક અંશે રૂપાના ને કંઈક અંશે નિકલના બનેલા છીએ અને કેટલાક તો ફક્ત નિકલના જ હોય છે. છતાં સૌને રૂપિયા તરીકે ગણાવાની ઇચ્છા હોય છે ને કેટલાક ગણાય છે પણ ખરા. એવા 'નિકલિયા' રૂપિયાઓ સમાજમાં રૂપિયા તરીકે ચાલુ થઈ ગયા પછી એમને કદી એમ થાય છે કે 'હું રૂપિયો ગણાઉં છું તે ખોટું છે, હું તો નિકલિયો છું?'

❐

૧૪

અનુભવનો બોધપાઠ

ટ્રામ–બસની હડતાળનો, ચોવીસ દિવસ પછી આખરે અંત આવ્યો છે અને ટ્રામ–બસના અભાવે મુંબઈ શહેરના શાંત અને વધારે પડતા વિશાળ લાગતા રસ્તાઓ ફરી પાછા ગાજતા ને ગિરદીવાળા થઈ ગયા છે. હવે આ હડતાળના અનુભવે સૌએ બોધપાઠ લેવો જોઈએ એમ જુદે-જુદે સ્થળેથી સલાહ આપવામાં આવે છે. હડતાળિયાઓને, બેસ્ટ કંપનીને, મુંબઈના પ્રજાજનોને આ હડતાળ દ્વારા ઘણું શીખવાનું મળ્યું છે અને બીજું કંઈ નહિ તો એ અનુભવે હવે પછી એ બધા કંઈક વધારે શાણપણ શીખી શકશે તોપણ એ હડતાળને લીધે સૌને જે પારાવાર મુશ્કેલી વેઠવી પડી તે એળે નહિ જાય એમ શાણા પુરુષો કહે છે.

દુ:ખ, દર્દ, આપત્તિ, સંકટ, ભૂખમરો એ બધાં અનિષ્ટ છે. પણ તેમાંથી પણ માણસને કંઈ ને કંઈ શીખવાનું મળે છે અને એક વાર એનો અનુભવ લઈ માણસ ઘડાય તો એનું જીવન સુધરી જાય એમ વિચારકો કહે છે.

પરંતુ અનુભવથી માણસ શીખે છે એ વાત દુનિયાનો જેને અનુભવ છે તેઓ ભાગ્યે જ કબૂલ કરશે. એક વાર અમુક જાતનો અનુભવ મળ્યા પછી અને ખાસ કરીને ખરાબ અનુભવ મળ્યા પછી, માણસ એ જાતનું કામ કરવા તૈયાર નહિ થાય એમ માનવું તે માનવસ્વભાવનું અજ્ઞાન સૂચવે છે.

મારા એક ઓળખીતા ગૃહસ્થની નાની છોકરી સળગતા ફાનસના ગોળાને પકડવા જતાં અગિયારમી વાર દાઝી ગઈ અને એ વાત એમણે મને કરી ત્યારે મેં પૂછ્યું: 'પણ એ છોકરી દશ-દશ વાર દાઝી ગયા છતાં ફાનસના ગોળાને પકડવા કેમ ગઈ ? 'દૂધથી દાઝેલો છાશ પણ ફૂંકીને પીએ' એવી આપણામાં કહેવત છે. પણ આ તો ફાનસના ગોળાથી દાઝ્યા છતાં

રેતીની રોટલી

એ જ ગોળાને ફરી પકડવા જાય છે !'

'નાદાન છોકરી છે, એ શું સમજે ?' મારા મિત્રે જવાબ દીધો.

'વારુ, એ તો નાદાન છે. પણ તમે ને તમારાં પત્ની તો શાણાં છો ને ?' મેં કહ્યું.

'હા, પણ અમે શું કરીએ ?' એમણે પૂછ્યું.

'તમે જાણો છો કે તમારી નાની છોકરી પતંગિયાની પેઠે ફાનસ તરફ આકર્ષાય છે. દશ-દશ વાર સળગતા ફાનસના ગોળાનો સ્પર્શ કરીને એ દાઝી ગઈ છતાં એને ફાનસ પાસે તમે જવા કેમ દો છો ?' મેં કહ્યું.

'અમે તે કેટલેક ઠેકાણે ધ્યાન આપીએ ? અને એક બે વાર છોકરી દાઝી પછી અમને એમ લાગ્યું હતું કે હવે એને ફાનસનો અનુભવ થયા પછી, ફરી વાર એ ફાનસ પાસે નહિ જાય.' એમણે જવાબ દીધો.

'અનુભવથી બાળક શીખતાં નથી એ તો મારો પોતાનો અનુભવ છે. હું નાનો હતો ત્યારે ખુરસી ઉપર ચડી એની પીઠ તરફ અવળે મોઢે ઊભો રહીને હું મારું શરીર ઝુકાવતો અને પછી, પહેલાં ખુરસી અને તેના પર હું એમ બંને જમીન પર ઢળી પડતાં. દિવસમાં ચારેક વખત હું એમ રોજ કરતો અને પડવાનો અનુભવ મળ્યા છતાં એમાંથી કંઈ શીખતો નહિ, એવી ફરિયાદ મારે વિશે મારા વડીલો હજી પણ કોઈક વાર હું કોઈક બાબત પર જીદ કરું છું ત્યારે કહે છે. બાળક અનુભવે ભલે ન શીખે, પણ તમે તો મોટા છો. તમને બાળક અનુભવે શીખતું નથી એવો અનુભવ મળ્યા પછી તમે કેમ કંઈ ધડો ન લીધો ?' મેં પ્રશ્ન કર્યો.

'ભલા માણસ, જવા દોની વાત. કોઈ અનુભવે કશું જ શીખતું નથી.' એમણે આખરે કંટાળીને કહ્યું.

એમણે તો ઉપલું વાક્ય, વાત બંધ કરવાના ઇરાદાથી જ કહ્યું હતું. એ પોતે એને સાચું માનતા હોય એમ એમના બોલવા પરથી મને લાગ્યું નહિ. પણ કેટલીક વાર આપણે સાચી નહિ હોય એમ માનીને અમુક વાત કરીએ છીએ ને આખરે એ સાચી નીકળતાં આપણે નવાઈ પામીએ છીએ. તેમ એમણે ભલે કહેવા ખાતર એમ કહ્યું હોય, પણ એમની વાત તદ્દન ખરી છે એમ મારે કહેવું જોઈએ.

ભોજનું કાટલું કાઢી નાખવાના ઇરાદાથી મુંજે મારાઓ સાથે એને

જંગલમાં મોકલાવ્યો ને ભોજને એ વાતની ખબર પડતાં એણે મુંજ પર છેવટનો સંદેશો મોકલાવ્યો કે 'આ દુનિયામાં માંધાતા ને મોટામોટા કંઈ-કંઈ રાજાઓ થઈ ગયા. દશ મોઢાવાળા રાવણને હણનાર રામ ને ધર્મરાજ યુધિષ્ઠિર એ બધા પણ ગયા. પણ એમાંથી કોઈની જોડે પૃથ્વી ન ગઈ. તે હવે મુંજ, તારી સાથે આવશે!'

ભોજે કવિતામાં જે સંદેશો મુંજને મોકલાવ્યો તે જ સંદેશો ઇતિહાસ ગદ્યમાં સૌ કોઈને પહોંચાડે છે. અને એમાં રહેલા સત્યનો અનુભવ બધાને જ થાય છે. આમ છતાં એ પરથી હજી સુધી કોઈએ ધડો લીધો હોય એ જાણ્યામાં નથી.

ગઈ લગ્નસરા વખતે એક વૃદ્ધ પુરુષ પાંચમી વાર પરણવા નીકળ્યા. એમની પહેલી પત્ની કોઈક જોડે નાસી ગઈ હતી. બીજી પત્ની હંમેશાં માંદી રહેતી હતી અને શેઠ કોક વાર મજાકમાં કહેતા: 'હું બૈરી સાથે નથી પરણ્યો, માંદગી સાથે પરણ્યો છું.' ત્રીજી પત્નીના ભાઈએ અર્થાત્ શેઠના સાળાએ શેઠને નામે સટ્ટો કરીને એમને ખુવાર કરી નાખ્યા હતા. અને ચોથી ચંડિકા સમી હતી. એણે શેઠના પર દાબ રાખી એમને એટલે અંશે ગુલામ બનાવી દીધા હતા, કે ઘરના નોકરચાકરો પણ એમની દયા ખાતા. આમ છતાં એમને પાંચમી વાર પરણવાને તૈયાર થયેલા જોઈ એમને દામ્પત્ય જીવનના કોઈક જાણકારે પૂછ્યું: 'શેઠ, તમને ચારચાર લગ્નનો આવો અનુભવ થયા પછી પાંચમી વાર પરણવા શા માટે નીકળ્યા છો?'

ત્યારે શેઠે એમને કહ્યું: 'બચ્ચા! તું શું સમજે? બધી વાર કંઈ સરખું જ બને છે? ચારચાર વાર મને પરણવાનો ખરાબ અનુભવ મળ્યો છે તો હવે સારો જ મળશે. દરેક દાવ કંઈ ખાલી ન જાય.'

માણસ અનુભવથી શીખતો નથી તેનું કારણ આ ઉપરથી સમજી શકાય એમ છે. માણસના સ્વભાવમાં જે જુગારનું તત્ત્વ રહેલું છે તે એને સમજાવે છે કે: 'ભલે આ વખત તને કડવો અનુભવ મળ્યો. પણ ફરી એક વાર ઝુકાવ. દરેક દાવ ખાલી જતો નથી.'

સળગતા ફાનસના ગોળાને એક વાર અડકીને દાઝેલી છોકરીના મનમાં એ જ્યારે બીજી વાર ફાનસના ગોળાને અડકવા જાય છે ત્યારે એવો ખ્યાલ, અજાણ્યે પણ રહેલો હોય છે કે 'ગઈ વખત હું દાઝી તેથી

આ વખત પણ દાઝીશ એમ થોડું જ બનવાનું છે !' દશમી વખત દાઝેલો માણસ છાશ ફૂંકીને પીતો નથી, એટલું જ નહિ, પણ દૂધથી ને બીજા અનેક ગરમ પદાર્થોથી વારંવાર દાઝતો જ રહે છે; અને 'હવે તો નહિ જ દાઝું' એમ કરીને એ ફરી વાર દાઝવાની પ્રવૃત્તિમાં મંડી જાય છે.

છેક છેલ્લી ઘડી સુધી કામ મુલતવી રાખવાની મને અસલથી ટેવ પડી છે. એનાં કડવાં ફળ મેં અનેક વાર ચાખ્યાં છે. અત્યારે આ લેખ લખું છું ત્યારે પણ છેલ્લી ઘડી સુધી મુલતવી રાખવાનાં માઠાં ફળનો આસ્વાદ હું લઈ રહ્યો છું અને આમ છતાં, અનેક વાર કડવો અનુભવ મળ્યા પછી પણ હું એમાંથી કંઈ જ શીખી શક્યો નથી અને શીખી શકીશ એમ લાગતું પણ નથી.

અને માણસની આ વિચિત્ર વૃત્તિને લીધે પરિણામ હંમેશાં ખરાબ આવે છે એમ પણ નથી. અનુભવ પરથી ન શીખવાના ગુણને લીધે ઘણી વાર માણસ સારાં કામ પાછળ પણ મંડ્યો રહે છે. નઠારી પ્રવૃત્તિઓમાં પડેલા માણસોને કડવો અનુભવ થયા પછી પણ એ પ્રવૃત્તિનો ત્યાગ એઓ કરી શકતા નથી એ જેમ ખરું છે, તેમ સારી પ્રવૃત્તિ ઉપાડનારા માણસો, એ પ્રવૃત્તિ કેટલીય વાર નિષ્ફળ જતાં હતાશ થવાનો પ્રસંગ આવ્યા છતાં, હવે આવો અનુભવ નહિ મળે, એમ માની પોતાની પ્રવૃત્તિ જારી જ રાખે છે એ પણ સાચું છે.

પેલો પાઠ્યપુસ્તકમાંનો જાળ રચવા જતાં ભોંય પર પડી ગભરાતો ને વણતૂટેલે તાંતણે ઉપર ચડવા મથતો કરોળિયો પાંચ-પાંચ વાર નિષ્ફળ જઈને પછડાયો, છતાં એણે એમ ન માની લીધું કે 'પાંચ-પાંચ વાર મને પછડાવાનો અનુભવ મળી ગયો. હવે ડાહ્યા થઈને મારે આ કામ છોડી દેવું જોઈએ.' પણ એ તો હિંમતભેર 'ભીડ્યો છઠ્ઠી વાર' અને આખરે સફળ થયો.

માનવજાતના ઇતિહાસનો અનુભવ આપણને શીખવે છે કે હિંસા, જોરજુલમ કે ધાકધમકીથી કદી પણ માણસની ઉન્નતિ થઈ શકતી નથી. કદાચ ધારેલી વસ્તુ એ સાધનો વડે મળે છે તો તે ઝાઝો વખત ટકી શકતી નથી. આમ છતાં માણસ હિંસાનો આશ્રય લેતો અટક્યો નથી. હજારો વર્ષના અનુભવે એ શીખ્યો નથી એ જેમ સાચું છે તેમ બીજે પક્ષે એ પણ સાચું છે કે સદીઓથી પયગંબરો ને સાધુ પુરુષો, ઉપદેશ સાંભળી

અનુભવનો બોધપાઠ

માણસો અહિંસક થતા નથી એવો એમનો લાંબો અનુભવ છતાં હજીયે અહિંસાનો પ્રચાર કરતા અટક્યા નથી. 'લોકો ભલે મહાન પયગંબરો, સંતો ને વિચારકોના સતત ઉપદેશ ને પ્રચાર છતાં હજી સુધી અહિંસાનું પાલન કરતાં શીખ્યા નથી, અને મારી અગાઉના અનેક મહાપુરુષોને આ બાબતમાં નિષ્ફળતા મળી છે અને મને પોતાને પણ અનેક વાર નિષ્ફળતા સાંપડી છે, તેમ છતાં, હું તો અહિંસાનો પ્રચાર ચાલુ રાખીશ' એવો આગ્રહ રાખીને સંત પુરુષો હજીયે એ સત્પ્રવૃત્તિ ચાલુ રાખે છે. તે જો પોતાની અગાઉના મહાપુરુષોને ને પોતાને મળેલા કડવા અનુભવ પરથી એમણે ધડો લીધો હોય તો ચાલુ રાખી શક્યા ન હોત.

કોઈ પણ માણસ કોઈ પણ જાતના અનુભવ પરથી કંઈ પણ શીખતો નથી એમ કહેવાનો આશય નથી. બહુ જ ઓછા માણસો પારકાના અનુભવ પરથી પણ શીખે છે, એમના કરતાં કંઈક વધારે માણસો પોતાને જે અનેક અનુભવો મળે છે તેમાંથી બહુ જ થોડા અનુભવ પરથી ઘણું થોડું શીખે છે. બાકીના મોટા ભાગના માણસો પોતાના કે પારકા, કોઈના પણ અનુભવ પરથી કંઈ પણ શીખતા નથી.

અનુભવને લીધે માણસ સુધરી શકતો હોત તો આજે કોઈ પણ જાતનો સુધારો કરવાની જરૂર ન રહેત. પંદરેક હજાર વર્ષ પહેલાં જ મનુષ્ય સંપૂર્ણ અવસ્થાએ પહોંચી ગયો હોત.

❏

૧૫

મોટા નાના છે, ને નાના મોટા છે

નવલરામ વિશે લખતાં ગોવર્ધનરામે લખ્યું છે કે:

મોટા નાના વધુ મોટામાં તો નાના શા ખોટા?
વ્યોમદીપ રવિ નભબિંદુ તો ઘરદીવડા શા ખોટા?

એટલે કે ગમે તેવા મોટા માણસો એમના કરતાં મોટા માણસો કરતાં તો નાના જ હોય છે. આકાશના દીવા જેવો સૂર્ય પણ આકાશમાં તો નાનકડા ટપકા જેવડો લાગે છે, તો આપણા ઘરના નાનકડા દીવા શા ખોટા? નવલરામ કદાચ દુનિયાભરના લેખકોની સરખામણીમાં નાના લાગે, પણ આપણા ગુજરાત પ્રાંત માટે એ કંઈ ખોટા નથી.

વડોદરા ખાતે શ્રી મેઘાણીએ એમના પુસ્તક 'માણસાઈના દીવા' બદલ એમને સ્વ. મોતીસિંહજી મહીડાનું પારિતોષિક મળ્યું તે પ્રસંગે ભરાયેલી સભા આગળ ભાષણ કરતાં ઉપલી લીટીઓ ટાંકીને એવી મતલબનું કહ્યું હતું કે આ રીતે આપણે બીજા કરતાં નાના છીએ, બીજાઓ મોટામોટા દીવાઓ છે ને આપણે તો ઘરદીવડીઓ છીએ, એમ કહીને ખોટી દીનતાની વૃત્તિ કેળવવાની જરૂર નથી. આપણે નાના છીએ એમ માનીને આપણે આપણી જાતને નુકસાન કરીશું. આપણે બીજાઓ કરતાં ઊતરતા નથી, એ અભિમાન ભલે ન રાખીએ. પણ ખોટી નમ્રતા ધારણ કરીને જાતને હીણી દેખાડવાની જરાય જરૂર નથી.

શ્રી મેઘાણીએ ગુજરાતીઓ સાહિત્ય, સંગીત, કલા આદિના ક્ષેત્રમાં પોતાને બીજાઓના પ્રમાણમાં ઊતરતી કક્ષાના માને છે તે સામે આપેલી સાવચેતી ધ્યાનમાં રાખવા જેવી છે. આપણે આપણા અગ્રણી કલાકારોને બીજા પ્રાંત કે દેશના કલાકારો કરતાં હંમેશાં ઊતરતા માનવાની જરાય

જરૂર નથી, પરંતુ એથીય આગળ વધીને કોણ મોટા કે કોણ નાના, મોટાનું મહત્ત્વ વધારે છે કે નાનાનું તેનો પણ વિચાર કરવાની જરૂર છે.

ગોવર્ધનરામે કહ્યું છે કે મોટાઓ પોતાના કરતાં વધારે મોટા હોય તેની આગળ નાના લાગે છે. આ તો એટલું સ્પષ્ટ છે કે નાનાં છોકરાં પણ સમજી શકે. પણ 'મોટાઓ' એમના કરતાં 'નાના' ગણાતા મનુષ્યો કરતાં પણ વધારે નાના હોય છે. જેમજેમ એ મોટા થતા જાય તેમતેમ નાના બનતા જાય છે અને બધી જ બાબતમાં એમ બને છે.

માણસ જેમ પૈસાદાર બને છે તેમ એ ગરીબ થતો જાય છે. થોડા દિવસ પર મારા એક મિત્ર સાથે મારે એક ધનાઢ્ય પુરુષને ત્યાં જવાનું થયું. એ શેઠસાહેબ શેરબજારમાં ઊથલપાથલ કરી શકતા, રૂ બજારમાં ખળભળાટ મચાવી શકતા, અળશી ને શીંગદાણાના ભાવમાં ઉછાળો આણી શકતા અને અનેક સંસ્થાઓના ટ્રસ્ટી તથા કંપનીઓના ડિરેક્ટરના પદને શોભાવતા. એમનું રહેવાનું મકાન કોઈ મહારાજાના મહેલ જેવું હશે એમ હું ધારતો હતો, પણ જ્યારે એમના મકાને હું ગયો ત્યારે મને કોઈ શેઠિયાને ત્યાં નહિ પણ વેઠિયાને ત્યાં ગયો હોઉં એવું લાગ્યું.

શહેરના ગીચ લત્તામાં એમનું મકાન હતું. ઉત્તર ધ્રુવમાં છ મહિના રાત રહે છે, પણ એમના મકાનમાં તો હંમેશા રાત્રિ જ રહેતી. બ્રિટિશ સામ્રાજ્યમાં કદી પણ ન આથમનારો સૂર્ય એમના મકાનમાં ઊગતો પણ નહોતો. રસ્તા પરનો કચરો વાળીને જેમ એક સ્થળે ઝાડુ વાળનારા ભેગો કરે છે, તેમ કોઈકે આખા શહેરનું અંધારું વાળીને એમના મકાનમાં ભેગું કર્યું હતું. આવા અંધારઘેરા મકાનમાં શહેરના દીવા જેવા એ શેઠિયા રહેતા હતા.

એમના પોશાક વગેરે પરથી મહિને ત્રીસ-પાંતરીશ રૂપિયાની કમાણી કરનાર આ કોઈ મુનીમ હશે એમ કોઈને પણ લાગે. એમની સાથે જે વિષયની વાત કરવા મારા મિત્ર ગયા હતા તે બાજુએ રહી ગઈ ને એમણે અત્યારની મોંઘવારી પર મોટું ભાષણ આપ્યું. પોતાને ને કુટુંબીઓને શાકભાજી વગર રહેવું પડે છે, વચ્ચે આને શેર કોબીજ મળતી ત્યારે વળી શાકભાજી ખાઈ શકતાં, હવે તો કોબીજ પણ મોંઘી થઈ જવાથી શાકભાજી વગર ચલાવવું પડે છે એવી જાતની એમણે ફરિયાદ કરી.

ત્યારે મારાથી ન રહેવાયું. મેં કહ્યું: 'શેઠસાહેબ, આપને શી તંગી

છે? આપ તો ચાહો તેટલું ખરચી શકો છો. મરો તો ગરીબ લોકોનો છે.'

'એ જ વાત છે ને ભાઈ!' શેઠસાહેબે મારી સામે જોઈને કહ્યું ને પછી ઉમેર્યું: 'કોઈ સમજતું જ નથી. અમારી પાસે પૈસા છે તે શું ખરચી નાખવાના છે? સડેલા–ગંધાતા શાક માટે બાર-પંદર આના ફેંકી દઉં તો પૈસાની કિંમત હું સમજતો જ નથી એમ કહેવું પડે. પણ તમે જેમને ગરીબ લોકો કહો છો તે તો નિરાંતે મઝા કરે છે. મારા મુનીમને હું વીસ રૂપિયા મહિને આપું છું પણ મારા બેટાને એક દહાડો પણ શાક વગર ચાલતું નથી. ભીંડા, બટાકા ને પાપડી જેવાં મોંઘાં શાક પણ એ લાવે છે. આમ પૈસાની એને કિંમત ન હોય તો પછી ગરીબ જ રહે ને?'

'પણ પૈસા જો ખરચવા ન હોય તો પછી એનો બીજો ઉપયોગ શો?' મેં પૂછ્યું.

'તમને એ નહિ સમજાય.' એમણે જવાબ વાળ્યો.

પણ એમના જેવા બીજા કેટલાક તાલેવંત માણસોના વર્તન પરથી મને સમજાયું કે જેમજેમ માણસ પૈસાદાર થતો જાય છે તેમ-તેમ પૈસા ખરચવાની એની શક્તિ નહિ, તો વૃત્તિ ઘટતી જાય છે અને તેને લીધે વગર ગરીબાઈએ એ ગરીબાઈની તંગી વેઠી લે છે.

એ જ રીતે પોતાના પ્રાંત કે દેશમાં પ્રતિષ્ઠા મેળવીને પ્રખ્યાત બનેલા માણસો કીર્તિ મેળવવા માટે જે હવાતિયાં મારે છે તે જોઈને એ ખરેખર મોટા છે કે નાના તે વિશે સંદેહ પડે છે. પોતાનાં કાર્યથી દેશભરમાં જાણીતા થયેલા માણસો, એમની વરસગાંઠ આવે કે એમની દીકરીના દીકરાને વિલાયત કે અમેરિકા જવાનું થાય તે પ્રસંગે એમની છબિ છાપામાં પ્રસિદ્ધ થાય, તે વખતે થયેલા મેળાવડામાં એમણે આપેલા ભાષણનો અહેવાલ છપાય તે માટે એટલી બધી ચિંતા કરે છે કે રાતના એમનાથી ઊંઘી પણ શકાતું નથી. સારી આબરૂ કમાયા પછી પણ જાણે પોતાને હજી આબરૂ મેળવવાની છે, પ્રતિષ્ઠા પ્રાપ્ત કરવાની બાકી જ છે અને તે કોઈ પણ ઉપાયે, લોકોને હસવા જેવાં લાગે એવાં કામો કરીને પણ, મેળવવી જ જોઈએ એમ એઓ માનતા હોય એમ લાગે છે. લોકો તરફથી એમની પ્રશસ્તિઓ સારી રીતે થઈ હોય, એમને સાચા દિલથી વખાણનારાઓએ અભિનંદન આપ્યાં હોય તેમ છતાં એ બધાથી અસંતોષ

પામી જાહેરમાં એમને માન મળે, એમનાં સ્તુતિગાન ગવાય, તે માટે એઓ જાતે જ ગોઠવણ કરે છે.

બીજો કોઈ એવું કરે ત્યારે 'આ કેવું મૂર્ખાઈ ભર્યું છે? ગમે તેવો મોટો માણસ પણ પોતે જાતે પોતાના ગુણ ગવડાવવા બીજાઓ પર આ પ્રમાણે દબાણ કરે તે કેટલું વિચિત્ર કહેવાય?' એવી ટીકા કરનારાઓ પોતે પણ પ્રસંગ આવ્યે એ પ્રમાણે જ વર્તે છે. એ પરથી એમ લાગે છે કે માણસને જેમ મોટાઈ મળતી જાય છે તેમ એ નાનો થતો જાય છે ને મોટા બનવાના એના કોડ વધતા જાય છે. 'લોકો મને માન આપે' એવી ઇચ્છા દરેક માનવીને થાય છે. પણ જેને લોકો ખરેખર માન આપતા હોય છે તેને એવી ઇચ્છા સૌથી વધારે રહે છે એ નવાઈ જેવું નથી?

એ ઉપરાંત જિંદગીમાં જેને આપણે મહત્ત્વની બાબતો તરીકે ગણીએ છીએ તેના કરતાં જેને નજીવી બાબત કરીને તુચ્છકારી કાઢીએ છીએ તેનું મહત્ત્વ કેટલું વધારે છે તે પણ વિચારવા જેવું છે. ઊંચી-ઊંચી ટેકરીઓ ને મોટા પહાડો આઘેથી, ને કોક વાર પાસેથી પણ, સુંદર ને ભવ્ય લાગે છે, એ સાચું છે. પણ ખરી જરૂર, ખરી મહત્તા એ ઊંચી ટેકરીઓ ને ભવ્ય પર્વતોની નથી, સપાટ રસ્તાની છે. આપણો બધો વ્યવહાર એ પહાડોને લીધે નહિ, પણ રસ્તાઓને લીધે ચાલે છે. એ જ રીતે મોટાઈને શિખરે પહોંચેલા માણસો આપણું આકર્ષણ કરે છે. એમને માટે આપણા હૃદયમાં આદર ને ભક્તિભાવ જન્મે છે. પણ આપણા હંમેશના વ્યવહારમાં તો એ મોટા નહિ, પણ નાના માનવીઓની જ જરૂર રહે છે. મોટાઓની જેટલી અસર આપણા જીવન પર થાય છે તે કરતાં નાનાઓની ઘણી વધારે થાય છે. આપણને માંદગીને બિછાને પટકનારા ને મરણ સુધી પહોંચાડનારાં જીવડાંઓ અત્યંત નાનાં હોય છે. પ્રચંડ શરીરના વાઘ, સિંહ, વગેરે કરતાં નરી આંખે દેખાય પણ નહિ એવા કોલેરા, પ્લેગ, ઇન્ફ્લુએન્ઝા આદિ રોગોનાં નાનકડાં જંતુઓ મનુષ્યના જીવન પર ઘણી વધારે અસર કરે છે. આપણી શાળાઓ, કોલેજો, ધારાસભાઓ, ઑફિસો ને બીજી અનેક સંસ્થાઓ ચાલે છે તે મહાપુરુષોને લીધે નહિ, પણ સાધારણ ને સામાન્ય, નાનકડા માનવીઓને લીધે. નાટક કંપની ને સિનેમાગૃહો કમાણી કરે છે તે એના ઓરકેસ્ટ્રા આદિ વર્ગોને લીધે નહિ પણ પિટ ક્લાસને લીધે.

રેલવે કમાય છે પ્રથમ કે બીજા વર્ગના મુસાફરો પાસેથી નહિ પણ ત્રીજા વર્ગના ઉતારુ કનેથી.

અને આપણો સંસાર પણ ચાલે છે કે તૂટે છે તે દુનિયાની મહત્ત્વની બાબતોને લીધે નહિ, પણ જગતના બનાવમાં જેનું જરાય મૂલ્ય નથી એવી નાનીનાની બાબતોને લઈને. હમણાં હમણાં છૂટાછેડાના ઘણા કેસો અદાલતને આંગણે આવે છે તેનાં કારણો તપાસીશું તો આ વાતની ખાતરી થશે.

દેશની આર્થિક સ્થિતિને માટે હૂંડિયામણનો પ્રશ્ન ઘણો અગત્યનો છે. પણ એ વિશે મતભેદ પડવાને લીધે પતિપત્ની વચ્ચે તકરાર થઈ હોય એવો એકે દાખલો નોંધાયો નથી. હિંસા-અહિંસાનો પ્રશ્ન અત્યારે ઉગ્ર સ્વરૂપ ધારણ કરી રહ્યો છે. પરંતુ સ્વતંત્રતા પ્રાપ્ત કરવા માટે હિંસાનો ઉપયોગ થઈ શકે કે નહિ એ વિશે મતભેદ જાગતાં કોઈ પતિ કે પત્નીએ છૂટાછેડાની માગણી કરી હોય એમ જાણવામાં આવ્યું નથી. મુક્તિ જીવન દરમિયાન પણ મળી શકે કે મૃત્યુ પછી જ મળે એ આપણા વેદાંતનો મોટો પ્રશ્ન છે પણ એ વિશે વિખવાદ થતાં કોઈ પતિપત્નીએ એકબીજાથી મુક્ત થવાની ઇચ્છા દર્શાવી હોય એમ હજી નોંધાયું નથી.

પરંતુ એને બદલે રાતે પત્નીની કે પતિની ઘોર બોલતી હોય તો તે કારણે છૂટાછેડા માગવાના દાખલા નોંધાયા છે. પતિને કારેલાં ભાવતાં હોય ને પત્નીને રુચિકારક ન લાગતાં હોય ને તેથી તે કારેલાં કરવાની ના પાડે તો એવી નજીવી બાબતને લીધે એ પત્નીને પિયર વળાવી બીજી બૈરી કર્યાની વાત પણ ઘણાંકે સાંભળી હશે. દાંત ઘસવા માટે 'પેસ્ટ' સારી પડે કે 'પાઉડર' તે વિશે મહિના સુધી કડવાશભરી ચર્ચા ચલાવ્યા પછી એકબીજાનું મોં ન જોવું એમ કરીને છૂટા પડેલાં દંપતીની વાત મારે કાને આવી છે.

સૂર્ય પાછળ પૃથ્વી ફરે છે કે પૃથ્વી પાછળ સૂર્ય ફરે છે એ વાત જ્યોતિષશાસ્ત્રની દૃષ્ટિએ ઘણી મહત્ત્વની છે અને સૂર્ય પાછળ પૃથ્વી ફરે છે એમ સામાન્ય લોકમત વિરુદ્ધ પ્રતિપાદન કરનાર વિજ્ઞાનવેત્તાને મૃત્યુની સજા ભોગવવા વારો આવ્યો હતો એ આપણે જાણીએ છીએ. પણ આવી મોટી બાબતનું કશું પણ મહત્ત્વ આપણા જીવનમાં છે ખરું ? સૂર્ય પાછળ પૃથ્વી ફરે કે પૃથ્વી પાછળ સૂર્ય ફરે. જેને જેની પાછળ ફરવું હોય તે તેની

મોટા નાના છે, ને નાના મોટા છે ૯૩

પાછળ ભલે ફરે. એમાં આપણે વખત કે મિજાજ બગાડવાની શી જરૂર? પણ એક પુરુષ અમુક સ્ત્રી પાછળ ફરે કે એક સ્ત્રી અમુક પુરુષ પાછળ ફરે તો દુનિયા ઊથલપાથલ થઈ જાય એવી બીક એનાં સગાંવહાલાંઓને લાગે છે.

આમ ખરી રીતે જોતાં મોટાઓ મોટા નથી, પણ નાના છે. ને નાનાઓ મોટા છે અને મોટી ગણાતી બાબતો છોટી ને નકામી છે ને નકામી ને નાની ગણાતી બાબતો ઘણી મોટી ને મહત્ત્વની છે, એ સિદ્ધાંત આ નકામા ને નાનકડા લેખથી સમજાશે તો મોટું કામ થયું એમ મને લાગશે.

❑

૧૬

પંચોતેર વર્ષના નવજુવાન

'આટલી આટલી નવી શોધો થાય છે. અસલ જે છ મહિને થઈ શકતું તે છ દિવસમાં થઈ શકે એવી ઝડપ વિજ્ઞાનની મદદથી દરેક ક્ષેત્રમાં પ્રાપ્ત કરવાના અખતરાઓ થઈ રહ્યા છે, પણ ખૂબ જલદી લાંબાલાંબા વાળ ઊગે એવી કોઈ દવા, એવા કોઈ પ્રયોગ કેમ કોઈ શોધી કાઢતું નથી?' મારા એક કલારસિક મિત્રે ફરિયાદ કરતાં કહ્યું.

'તારે આ જાતની ફરિયાદ કરવી પડે છે? તારે કંઈ પણ જરૂર હોય તો વાળ વધારવાની નહિ પણ કપાવવાની છે. છેક છેલ્લા તે ગઈ લડાઈ પહેલાં વાળ કપાવ્યા હશે. તે પછી કપાવ્યા લાગતા નથી. વાળ વધારવાની જરૂર હોય તો મારે છે.' એના લાંબા વાળ ને મારા માથે પડેલી ટાલ તરફ એનું ધ્યાન ખેંચતાં મેં કહ્યું.

'હું મારે માટે કહેતો નથી. હું બીજા માટે કહું છું.' એણે જવાબ દીધો.

'તું પરોપકારી પુરુષ છે તે હું જાણું છું. પણ મારે માટે કે મારા જેવા માટે તારે ફિકર કરવાની જરૂર નથી. વાળ વગર ચલાવી લેતાં ધીરેધીરે અમે શીખી ગયા છીએ.' મેં કહ્યું.

'હું કહું છું તે અમારા એક આર્ટિસ્ટ માટે. અમારે મુંબઈની કલારસિક પ્રજા સમક્ષ નૃત્યનો એક નવો પ્રોગ્રામ આવતે મહિને રજૂ કરવો છે. મને એક બહુ સરસ આર્ટિસ્ટ મળી ગયો છે. પંદર દિવસ પહેલાં એ મને મળ્યો ત્યારે નૃત્ય શું તેનું એને ભાન પણ નહોતું. પણ મેં એને હાથમાં લીધો, ને તું માનશે? ત્રણ દિવસમાં મણિપુરી, બે દિવસમાં કથકલી, ને સાડાચાર કલાકમાં કથ્થક નૃત્ય એ શીખી ગયો. બીજા બે દિવસમાં તાલ ને અદાકારી પર એણે પ્રભુત્વ મેળવી લીધું. હવે એ નૃત્યનો પાકો નિષ્ણાત બની ગયો

છે. પણ કોણ જાણે શું છે કે એને માથે આછાઆછા વાળ છે તે કંઈકંઈ તેલ ઘસ્યાં, હલકામાં હલકા કોપરેલથી માંડી ઊંચામાં ઊંચા દિવેલ સુધીનાં બધી જાતનાં તેલનો ઉપયોગ કરી જોયો પણ વાળમાં જરાય વધારો થતો જ નથી !' મારા મિત્રે કહ્યું.

'પણ તેથી મૂંઝાવાની શી જરૂર છે ? વીગ ક્યાં નથી મળતી ? તારા જેવા અભિનય ને કલાના જાણકારને એટલીય ખબર ન હોય એ હું માનતો નથી.' મેં કહ્યું.

'એટલી તો અક્કલ મારામાં છે. વીગનો ઉપયોગ કરી જોયો પણ એક પણ માથે ટકતી જ નથી. જેમતેમ મહેનત કરીને એને વીગ પહેરાવીએ છીએ ને પછી એ નાચવા માંડે છે એટલે, પગના બેત્રણ ઠેકા માંડ ભરે એટલામાં તો વીગ માથા પરથી સરી પડે છે.' એમણે કહ્યું.

'કદાચ બહુ તેલ વાપરવાને લીધે માથું ચીકણું થઈ ગયું હશે એટલે વીગ સરી પડતી હશે. પહેલાં સાબુ ચોળી માથું સાફ કરી નાખો ને પછી વીગ પહેરાવો.' મેં સૂચના કરી.

'મજાકની વાત નથી. એને લીધે તો અમારો પ્રયોગ અટકી પડ્યો છે. એના વાળ વધતાં ઓછાંમાં ઓછાં પાંચેક વર્ષ લાગશે. ત્યાં સુધી બેસી રહેવું કેમ પાલવે ?' મારા મિત્રે કહ્યું.

'પણ એમાં એટલા બધા નિરાશ થવાની શી જરૂર છે ? ખરું પૂછે તો, નૃત્યમાં વાળની શી જરૂર છે ? તદ્દન બોડા માણસો પણ ધારે તો સરસ નૃત્ય કરી શકે. નૃત્યમાં જરૂર પડે છે પગની, હાથની, મોઢાના અભિનયની, ને ખાસ કરીને જોનારાઓની. વાળની એમાં જરાય જરૂર પડતી નથી. એને નૃત્ય સરસ આવડે છે તો પછી છે એટલા વાળ સાથે એ ભલે નૃત્ય કરે. નૃત્ય સુંદર હશે તો પછી બહારના દેખાવની શી જરૂર છે ?' મેં તેને આશ્વાસન આપતાં કહ્યું.

'તું સમજતો નથી. લાંબા વાળ વગરનો માણસ નૃત્યકાર થઈ જ ન શકે. એ ગમે તેટલું સારું નૃત્ય કરે પણ એની છાપ પડે નહિ. ટૂંકા વાળવાળા સારા નૃત્યકાર કરતાં લાંબા વાળવાળા ખરાબ નૃત્યકાર વધારે વખણાય છે. લાંબા વાળ એ દેખાવ પૂરતા છે એ વાત ખરી, પણ આપણે બધી વસ્તુનો નિર્ણય દેખાવ પરથી જ કરીએ છીએ એ તું કેમ ભૂલી જાય

છે? ઘણા જુવાનો ખરી રીતે ઘરડા હોય છે ને કેટલાક ઘરડા માણસો સારી રીતે જુવાન જેવા હોય છે, પણ આપણે તો દેખાવ પરથી જ એકને જુવાન ને બીજાને ઘરડો કહીએ છીએ કે નહિ?' મારા મિત્રે કહ્યું.

એમની વાત પરથી આપણે ત્યાં કોઈ સુપ્રસિદ્ધ દેશસેવક, સાહિત્યકાર, કે કેળવણીકાર પચાસ, સાઠ કે પંચોતેર વર્ષનો થાય છે ત્યારે એને અભિનંદન આપવા માટે યોજવામાં આવતા મેળાવડાઓમાં મોટા ભાગના વક્તાઓ વૃદ્ધત્વને આરે પહોંચેલા એ મહાપુરુષને 'પચાસ વર્ષનો જુવાન.' 'સાઠ વર્ષનો તરુણ' કે 'પંચોતેર વર્ષનો નવજુવાન' કહીને ઓળખાવે છે એ પણ યાદ આવ્યું.

માણસને એના બહારના દેખાવ પરથી જ આપણે જુવાન કે ઘરડો કહીએ છીએ. પણ જાણકારો કહે છે કે દેખાવ ખોટો છે, ઉંમર પરથી જુવાની કે ઘડપણ નક્કી કરવાનાં નથી, એ મનુષ્યનાં વર્તન ને ભાવ પરથી એ જુવાન છે કે વૃદ્ધ છે તે નક્કી કરવું જોઈએ એમ જણાવે છે પણ દુનિયા તો એમને વૃદ્ધ જ કહે છે. 'ઇકોતેર વર્ષના નવજુવાન' તરીકે ભરસભામાં ઓળખાવાયેલા પુરુષને ગાડીવાળાઓ, રસ્તે ચાલતી તરુણ સ્ત્રીઓ ને તોફાની બાળકો 'કાકા' તરીકે જ સંબોધે છે. વક્તા કે સભાજનોનો સાદ એમના કાન સુધી કદી પહોંચતો જ નથી.

ઉંમરમાં વૃદ્ધ થવા છતાં પોતે હજી જુવાન જ છે એમ ઘણા વૃદ્ધ પુરુષોને લાગે છે ને પોતે જે માનતા હોય છે તે બીજા પાસે મનાવવા માટે એ ફાંફાં પણ ખૂબ મારે છે. ઉંમર વધતાં ઘરડા થવું એ નથી બિનકુદરતી કે નથી એમાં કંઈ શરમાવા જેવું. બાળક જુવાન થાય છે ને જુવાન ઘરડો થાય છે એ તદ્દન સ્વભાવિક ક્રમ છે. એમાં અધવચ કોઈ અટકી જતું નથી. બીજી બધી બાબતમાં માણસની પ્રગતિ અટકી પડે, પણ આ બાબતમાં એ અટકતો નથી. અટકવા ઇચ્છે તોય એનાથી અટકી શકાતું નથી. આમ છતાં, જુવાની ઓળંગી ગયા પછી પણ પોતે જુવાનનો જુવાન જ રહ્યો છે એમ માનવાનું એને હંમેશ મન રહે છે. 'પંચોતેર વર્ષનો જુવાન' એવા પ્રયોગો આપણે સાંભળીએ છીએ ને કરીએ છીએ. છતાં 'પચીસ વર્ષનો બાળક' 'પાંત્રીશ વર્ષનો કીકલો' ને 'પંચ્યાશી વર્ષનો કિશોર' એવા પ્રયોગો કરતા નથી. ઘણાય જુવાનો ને ખાસ કરીને વૃદ્ધો બાળક જેવા જ હોય છે

છતાં આપણે તેને બાળક કહેતા નથી.

પરંતુ માણસ બાળપણ વટાવીને જુવાન થાય છે ને જુવાનીમાંથી આગળ વધી વૃદ્ધ બને છે ત્યારે પણ ખરી રીતે જોતાં એ બાળક કે જુવાન મટી જતો નથી. એ બાળપણનો ત્યાગ કરે છે, એનું શરીર જુવાનીનો જોશ ગુમાવે છે, પણ એનું મન એનો ત્યાગ કરતું નથી. જુવાનીના રંગ એના મનમાંથી સદંતર ઊખડી જતા નથી. કાળ ભગવાનની અસર સૌથી વધારે માણસના શરીર પર થાય છે. એથી ઓછી એના મન પર થાય છે. મન કરતાં ઓછી એના હૃદય પર થાય છે ને તેથી પણ ઓછી અસર એના આત્મા પર થાય છે – અથવા આત્મા પર તો એની અસર થતી જ નથી.

હું અત્યાર સુધી માનતો હતો કે હું હવે કંઈ બાળક નથી. ટ્રામમાં કે ટ્રેનમાં મને કોઈ અડધી ટિકિટે મુસાફરી કરવા દે નહિ. તે છતાં અડધી ટિકિટે હું મુસાફરી કરવા માગું તો મને થાણા તરફ જ મુસાફરી કરવા યોગ્ય લોકો માને. એમ છતાં હું હજીય બાળક છું એનો મને હમણાં જ અનુભવ થયો.

ત્રણેક દિવસ પર એક માણસે દોડતી ટ્રામ સાથે શરતમાં ઊતરી એને પકડી પાડી અંદર ચઢવા પ્રયાસ કર્યો હતો ત્યારે મારે ઉતાવળનું કામ હતું, હું કલાકથી રાહ જોઈને ઊભો રહ્યો હતો તે બસ આવી ગઈ હતી તેમ છતાં એ બસ ગુમાવીને પણ પેલો માણસ ટ્રામ પકડી શકે છે કે નહિ તે જોવા ઊભો રહ્યો. એ માણસથી એ ટ્રામ ન પકડાઈ. એટલામાં બીજી ટ્રામ આવી પહોંચી તે પણ પૂર ઝડપે ચાલતી હતી. તેને દોડીને પકડવા એણે યત્ન કર્યો અને આખરે પકડી પાડી એ અંદર દાખલ થઈ ગયો. મારાથી તાળી પડાઈ ગઈ ને બાજુમાં ઊભેલા એક-બે ગૃહસ્થો મારા સામું વિચિત્ર રીતે જોઈ રહ્યા. મેં તાળી પાડવાનું કારણ જણાવ્યું.

'આ તો નાના છોકરા જેવું કહેવાય.' એકે ટીકા કરી.

આજે ઑફિસે આવતાં રસ્તામાં સળગતી પડેલી એક સિગારેટ જોઈને તેને પગના જોડાથી હોલવી નાખવા મેં યત્ન કર્યો ને હું આગળ ચાલ્યો. પાછળ ફરીને નજર કરી તો સિગારેટ હોલવાઈ નહોતી. કોઈ જોતું તો નથીને એની ખાતરી કરીને હું પાછો ફર્યો ને સિગારેટ પર જોરથી પગ મૂક્યો અને જાણે કંઈ જાણતો ન હોઉં તેમ આગળ ચાલ્યો. પાછા વળી

નજર કરી તો સિગારેટ હજી પણ થોડીથોડી સળગતી હતી. 'અરેત્તારીની!' એમ મનથી બોલીને જાણે રસ્તા પર કંઈ પડી ગયું હોય ને તે શોધતો હોઉં તેવો દેખાવ કરીને હું સિગારેટ સુધી આવ્યો ને પગથી બરાબર ચાંપીને તેને હોલવી નાખીને પછી જ આગળ વધ્યો. મારામાં રહેલું બાળપણ આ રીતે બહાર આવ્યું.

કોઈક વૃદ્ધ પુરુષો કેટલીક વાર તરુણ સ્ત્રી તરફ વધારે પડતી નજર નાખે છે ત્યારે બીજાઓને આશ્ચર્ય થાય છે. 'હવે કાકા, તમે ઘરડા થયા. તમારા દીકરાની દીકરી જેવી છોકરીઓ સામું તમારે જોવાનું હોય નહિ!' એમ એક વાર તરુણ ને સુંદર સ્ત્રી તરફ આંખમાં મીઠાશ લાવીને જોતાં એક વૃદ્ધજનને એક જણે કહ્યું. ત્યારે તેના આગળ પોતાની પાસે કેળાંની લૂમ હતી તેમાંથી એક ખૂબ સડવાની અણી પર આવેલું ને એક સારું પાકું કેળું ધરી એ વૃદ્ધજને કહ્યું: 'આ બે કેળાંમાંથી તમે કયું પસંદ કરો?'

'અલબત્ત, સડેલું નહિ.' પેલાએ જવાબ દીધો.

'અને હું પણ સડેલું પસંદ ન કરું ને આ સરસ પાકેલું ફળ પસંદ કરું તો તમને નવાઈ લાગે?' વૃદ્ધ પુરુષે પૂછ્યું.

'ના, નવાઈ શેની લાગે? એ જ કુદરતી છે.' પેલાએ જવાબ દીધો.

'બસ ત્યારે. એ જ રીતે હું ઘરડો થયો છું છતાં ઘરડું બગડી ગયેલું ફળ પસંદ કરવાને બદલે સુંદર ફળ પસંદ કરું છું, કારણ કે મારી જીભ, મારી સ્વાદવૃત્તિ ઘરડી નથી થઈ ને તમને પણ હું એમ કરું એ જ બરાબર લાગે છે. તો તે જ પ્રમાણે હું ઘરડી સ્ત્રી સામે જોવાને બદલે સુંદર ને તરુણ સ્ત્રી સામે જોઉં છું, કારણ કે હું ઘરડો થયો હોવા છતાં મારી રસિકતા ઘરડી નથી થઈ તેમાં તમને નવાઈ કેમ ઊપજે છે?' વૃદ્ધ પુરુષે કહ્યું.

ને પેલો કંઈ પણ જવાબ દઈ શક્યો નહિ. તરુણ સ્ત્રીનાં દર્શને ઘડપણના ભાર હેઠળ થોડી વાર દબાઈ ગયેલું એમનું યૌવન આમ બહાર આવ્યું, એમાં કંઈ પણ નવાઈ જેવું નથી.

આપણે જીવનમાં જેમજેમ આગળ વધતા જઈએ છીએ તેમતેમ પાછલી વસ્તુઓ, પૂર્વકાળમાં મેળવેલ અનુભવો ગુમાવતા જઈએ, તો આપણે જરા પણ પ્રગતિ કરી શકીએ નહિ. આપણા પૂર્વજોનો વારસો આપણે મેળવીએ

છીએ. આપણા પ્રાચીન ભૂતકાળની ભવ્યતા સંભારી સંભારીને આપણે જાળવી રાખીએ છીએ તો આપણે વૃદ્ધ થતાં આપણી પોતાની જ જુવાની ને આપણું બાળપણ સદંતર ગુમાવી બેસીએ તે કેમ ચાલે?

એટલે કુદરતે જ એવો કીમિયો કર્યો છે કે માણસ શરીરે ભલે ઘરડો થાય, એના વિચાર, એની કલ્પના, એની લાગણી ને ખાસ કરીને એની માગણી એ કદી પણ ઘરડાં થતાં નથી. એનું બાળપણ ને એની જુવાની એ બંને ઘડપણના હાથ ઝાલી જોડેજોડ ચાલ્યાં આવે છે. દાદાનો હાથ દીકરાએ ઝાલ્યો હોય ને દીકરાનો હાથ તેની મા કે તેના બાપે પકડ્યો હોય ને એ ત્રણે જણા સાથે ચાલતાં હોય તેમ એક વૃદ્ધ માણસના જીવનમાં પણ ઘડપણ, જુવાની ને બાળપણ ત્રણે સાથેસાથે જ ચાલે છે. એમાંથી કોક વાર એકાદનાં દર્શન થાય છે તો કોક વાર બીજાનાં ને કોક વાર ત્રીજાનાં. બાકી ત્રણે હોય છે તો સાથે જ.

❐

૧૭

વાયદાનું મહત્ત્વ

ઘણા વખત પર હું મારા એક મુરબ્બીને મળવા શેરબજારમાં ગયો હતો. એઓ શેરબજારમાં ધંધો કરતા હતા. એમને મળવા ગયો ત્યારે એ પોતાની 'ઑફિસ'માં નહોતા. કલાકેક એમની વાટ જોતાં મારે બેસી રહેવું પડ્યું. એ દરમિયાન એમના મુનીમ હતા તેમની વાતચીત સાંભળવાનો લાભ મળ્યો. એઓ શેરો ને તેજીમંદીની વાત કરતા હતા. મને એમાં કંઈ સમજ પડી નહિ. પણ એમને મુખેથી 'વાયદાના સોદા' એ શબ્દ સાંભળી મને નવાઈ લાગી. મારા મુરબ્બી કામ પતાવીને મળ્યા. તેમની સાથે મારે જે વાત કરવાની હતી તે પૂરી કરી મેં પૂછ્યું: 'હું આ તમારા બજાર વિશે તદ્દન અજાણ છું, પણ 'વાયદાના સોદા' જેવો શબ્દ સાંભળી મને જરા કુતૂહલ થયું છે. સોદાના વાયદા હોય, સોદો કરવાના વાયદા લોકો કરે એ સમજાય એવું છે; પણ 'વાયદાના સોદા' એ કંઈ મને સમજાયું નહિ.'

'ઓહો! એમાં શું? એ તો નાનું છોકરું પણ સમજે એવું છે. હું સમજાવું તને' કહીને એમણે પચ્ચીસેક મિનિટ સુધી વ્યાખ્યાન કર્યું પણ હું નાનું છોકરું નહોતો એટલે કંઈ સમજી શક્યો નહીં. એટલું જ માત્ર સમજી શક્યો કે શેરબજારમાં બે જાતના સોદા થાય છે. રોકડાના સોદા ને વાયદાના સોદા.

હંમેશાં હું મોડો ઊઠું છું પણ રવિવારે તો રોજ કરતાંયે મોડો ઊઠું છું. એક રવિવારે એમ સારી રીતે મોડો ઊઠ્યો. દાતણ કરીને ચાની વાટ જોતો બેઠો હતો એટલામાં બેત્રણ ભાઈ મને મળવા આવ્યા. સામાન્ય રીતે મને કોઈ મળવા આવે તે (એ જો ફંડમાં પૈસા ભરાવવા ન આવ્યા હોય તો) ગમે છે. પણ ઊંઘમાંથી ઊઠ્યા પછીનો અને ચા પીધા પહેલાંનો વખત હું ધારું છું કે દરેકના જીવનમાં કટોકટીનો કહી શકાય એવો હોય

છે. એ સમય દરમિયાન મને કોઈ પણ મળવા આવે તે ગમતું નથી. એટલે આગંતુકોને હાર્દિક નહિ પણ કેવળ ઔપચારિક આવકાર આપીને મેં બેસવા કહ્યું. 'બોલો, શું કામ છે ?' એમના બેઠા પછી મેં પૂછ્યું. 'અમે એક માસિક કાઢીએ છીએ.' પ્રથમ ગૃહસ્થે કહ્યું. 'એ સારી વાત છે.' મેં કહ્યું. 'એનો ખાસ અંક કાઢવા વિચાર છે.' 'વિચાર ખોટો નથી. દરેક માસિકનો વરસમાં કે છ મહિનામાં એક ખાસ અંક તો કાઢવો જ જોઈએ. સામયિકની દુનિયાનો એવો અણલખ્યો નિયમ છે.' મેં કહ્યું. 'એ માટે તમારો લેખ જોઈએ છે.' એમણે કહ્યું અને એક ચિઠ્ઠી મારા હાથમાં મૂકી. ચિઠ્ઠી મારા એક નિકટના મિત્રે લખી હતી ને તેમાં એ ભાઈના માસિકને માટે ગમે તેમ વખત કાઢીને પણ એક સરસ લેખ લખી આપવા આગ્રહ કર્યો હતો. યોગ્ય પુરસ્કાર લેખ બદલ એઓ આપશે એમ પણ એમાં જણાવ્યું હતું. ચિઠ્ઠી વાંચી રહીને મેં કહ્યું : 'ઠીક છે, જોઈશ.' 'ના, જોઈશ નહિ ચાલે. તમારે લેખ આપ્યા વિના ચાલવાનું નથી.' તેમણે દૃઢતાથી કહ્યું. 'બનશે તો લખી મોકલીશ.' મેં કહ્યું. 'ક્યારે લેવા આવું ? બે-ત્રણ દહાડા પછી આવું ?' એમણે પૂછ્યું. 'જુઓ, હમણાં હું બહુ કામમાં છું –' 'તો આવતે અઠવાડિયે – રવિવારે હું આવી જાઉં ?' મને વચ્ચેથી જ અટકાવી એમણે કહ્યું. 'રવિવાર તો નહિ, પણ સોમવારે આવજો !' મેં કહ્યું.

એમના ગયા પછી થોડી વારે દૂધવાળો ભૈયો આવ્યો. 'કેમ ભૈયાજી ? શું છે ?' મેં પૂછ્યું. 'બિલના પૈસા' ભૈયાજીએ કહ્યું. 'હાં, બરાબર, પણ હજી મેં તમારું બિલ બરાબર જોયું નથી. આવતે રવિવારે આવજોની.' 'ગયે રવિવારે હું આવ્યો'તો ત્યારે તમે આ રવિવારે આવવાનો વાયદો કર્યો'તો,' ભૈયાજીએ મને સંભાળી આપતાં કહ્યું. 'એ બરાબર છે, પણ હું તદ્દન ભૂલી ગયો. આવતા રવિવારે જરૂર હું તમારું 'બિલ' ચૂકવી આપીશ.' મેં કહ્યું.

એ જ દિવસે બપોરની ટપાલમાં પત્ર આવ્યો, 'આપની પ્રસ્તાવના હજી આવી નથી. ગયે અઠવાડિયે મોકલી આપવા તમે લખ્યું હતું. આખું પુસ્તક છપાઈ ગયું છે. ફક્ત આપની પ્રસ્તાવના બાકી છે. એક-બે દિવસમાં જરૂર મોકલી આપશો.' 'હજી આનો વાયદો પણ ઊભો છે' હું મન સાથે બબડ્યો. એટલામાં મારો પુત્ર આવી પહોંચ્યો. તે ઉત્સાહભેર કહેવા લાગ્યો : 'ભાઈ, આજે આવશો ને ?' 'ક્યાં ?' મેં પૂછ્યું. 'કેમ ? મને બેટ અપાવવાનું

છે તે ભૂલી ગયા?' 'જો, આજે મારે જરા કામ છે. આવતે રવિવારે જરૂર આપણે બેટ લેવા જઈશું.' મેં કહ્યું. 'ઊંહું. ગયે રવિવારે પણ તમે એમ જ કહ્યું'તું. આજે તો આવવું જ પડશે.' એણે કહ્યું. 'આજે તો ખરેખર, મારે ઘણું જ કામ છે. બેત્રણ લેખો લખવાના છે.' 'આવતે રવિવારે પણ તમે એમ જ કહેશો. હું જાણું છું કેની!' એણે કહ્યું, 'ના, ના. આવતે રવિવારે જરૂર. એમાં ફેર નહિ પડે. જા, હવે રમવા જા.' મેં કહ્યું.

એના ગયા પછી આવતે રવિવારે મારે કેટલા વાયદા પાળવાના છે તેનો મને વિચાર આવ્યો ને વાયદાના સોદાનો અર્થ હું અત્યાર સુધી નહોતો સમજ્યો તે મને સમજાઈ ગયો. મોલિયેરના એક નાટકમાં એક સાહિત્યરસિક પુરુષ સુપ્રસિદ્ધ સાક્ષર પાસે સાહિત્યકાર થવા માટેની તાલીમ લેવા જાય છે. કવિતા, નાટક ઇત્યાદિ વિશે થોડુંક સાંભળ્યા પછી એ કહે છે, 'એ તો આપણને નહિ આવડે.' 'ત્યારે તું ગદ્યકાર થા', સાક્ષર એને કહે છે. 'એ શી રીતે થવાય? ગદ્ય એટલે શું?' એ પૂછે છે. સાક્ષર એને ગદ્ય એટલે શું તે સમજાવે છે ત્યારે એ ઉત્સાહમાં આવીને બોલી ઊઠી છે, 'ઓહો! ત્યારે તો હું જે આ બોલું છું તે ગદ્ય છે, એમ? મને ખબર જ નહિ કે હું ગદ્યકાર છું!' 'વાયદાના સોદા' એ શબ્દોનો અર્થ હું સમજતો નહોતો છતાં હું પોતે જ વાયદાના સોદાઓ કરી રહ્યો હતો.

શેર બજારમાં જેમ બે જાતના સોદા થાય છે. રોકડાના ને વાયદાના, તેમ દુનિયામાં પણ બે પ્રકારના મનુષ્યો છે: રોકડિયા ને વાયદાવાદી. કેટલાક અમુક કામ કરવાનું આવે કે તરત તે કરી નાખે, વાયદા જેવી વસ્તુને એ ઓળખે જ નહિ. મારા એક મિત્ર છે એમની પાસે કોઈ લેખ માગે ને 'મંગળવાર સુધીમાં મોકલાવી આપશો.' એમ લખે તો એ રવિવારે મોકલી આપે. મારી પાસે એ જ રીતે માગે તો હુંયે રવિવારે મોકલી આપું. પણ એઓ લેખ માગનારે નિર્દિષ્ટ કરેલા મંગળવાર પહેલાંના રવિવારે મોકલી આપે ને હું એવા ત્રણેક મંગળવાર ગયા પછીના રવિવારે મોકલી આપું; ને તે દરમિયાન બેત્રણ વાયદાઓ પણ કર્યા જ હોય.

આવા રોકડિયા પુરુષો મારા જેવા વાયદાવાદી પ્રત્યે કંઈક તિરસ્કારથી જુએ છે. વાયદા કરવા એ ખોટી વસ્તુ છે એમ એઓ કહે છે, પણ ખરી રીતે જોતાં વાયદા વિના સંસાર ચાલે નહિ. વાયદાના ફાયદા એટલા બધા

થાય છે કે જેને એક વાર એનો લાભ મળ્યો છે તેને પછી વાયદા વિના ચાલતું નથી. દુનિયામાં અત્યારે ઘણા વાદો ચાલી રહ્યા છે તેમાં વાયદાવાદ જૂનામાં જૂનો છે. વાદ તરીકે કોઈએ એની પ્રતિષ્ઠા કરી નથી, પરંતુ શૃંગાર, કરુણ, વીર, હાસ્ય આદિ બધા રસોની પાછળ અદ્ભુતનું તત્ત્વ હંમેશાં રહેલું જ હોય છે તેમ બીજા બધા વાદોની પાછળ વાયદાવાદ રહેલો હોય છે. વાયદા વિના કોઈ પણ વાદ નભી ન શકે નહિ! સમાજવાદ, સામ્યવાદ, ગાંધીવાદ, લોકશાસનવાદ કે કોઈ પણ વાદ લો, એ બધા સમાજને સુધારવાના વાયદા કરે છે કે બીજું કાંઈ? એ બધા વાદના પ્રચારકો જાતજાતની યોજનાઓ ઘડી પાંચ-પંદર કે પચીસ વર્ષમાં દુનિયાની શિકલ ફેરવી નાખવાના વાયદા આપે છે.

અને ઘણી વાર વાયદો કરવાને લીધે જ આપણાથી અમુક કામ થઈ શકે છે, આપણે પરાણે પણ તે કરવું પડે છે. મારી પાસે કોઈ લેખ માગવા આવે ત્યારે સૌથી પ્રથમ મારે વાયદાનો જ આશ્રય લેવો પડે છે. 'પરમ દિવસે આપીશ', એમ કહીને લેખ લેવા આવનારને હું વિદાય કરું છું. બે કે ત્રણ દિવસ રહીને એ ફરી દર્શન દે છે, ને લેખની ઉઘરાણી કરે છે. 'ઓહ! હું તો તદ્દન ભૂલી ગયો. આવતે અઠવાડિયે જરૂર આપીશ.' એમ કહીને એ અર્ધસંતુષ્ટ વ્યક્તિને હું વિદાય કરું છું. બીજે અઠવાડિયે ફરી પાછી ઉઘરાણી કરવા એ આવી પહોંચે છે ત્યારે બીજું કોઈ બહાનું કાઢી હું નવો વાયદો કરું છું. કેટલાક આવા વાયદાથી કંટાળીને મારો પીછો છોડી દે છે, કેટલાક આદું ખાઈને પાછળ લાગે છે તેને મારે ગમે તેમ કરીને લેખ લખી આપી સંતોષવા પડે છે.

મારા આ અનુભવ પરથી વાયદાનું મહત્ત્વ હું બરાબર સમજી શક્યો છું. જો હું વાયદા ન કરતો હોત તો લેખો પણ ભાગ્યે જ લખી શકતો હોત. હું લેખો ન લખી શકતો હોત તો મને કે બીજા કોઈને નુકસાન શું થવાનું હતું એ સવાલ જુદો જ છે. પણ હું જે કાંઈ લેખનપ્રવૃત્તિ કરી શકું છું તે પણ વાયદાને જોરે જ. ત્રણચાર વાયદા ખાલી ગયા પછી હવે જો વાયદો નહિ પળાય તો શરમાવા જેવું થશે એમ મને લાગે છે અને ગમે તેમ કરીને પણ હું કાંઈક લખી કાઢું છું. એને બદલે પહેલેથી જ વાયદો કર્યો ન હોત તો હું કદાપિ લખી શકત નહિ.

બધા માણસો મારા જેવા હોતા નથી એ સાચું, પણ ઘણા માણસો મારા જેવા હોય છે એ પણ એટલી જ સાચી વાત છે.

કેટલીક વાર માણસ આપેલા વાયદા પાળી શકતો નથી તેટલા પરથી એમ ધારી લેવું કે વાયદા કરનાર માણસ ઢોંગી હોય છે તે ખોટું છે. વાયદો કરનાર માણસ આપેલી મુદતમાં વાયદો પાળવાનો ઇરાદો રાખતો જ હોય છે, છતાં આખરે તો માણસ લાચાર પ્રાણી છે. એને તબિયત, હવાપાણી, નસીબ, પત્ની એમ કેટલાય પર, કોઈ પણ કામ કરતાં પહેલાં આધાર રાખવાનો હોય છે. વાયદો કરતી વેળા એ બધું એના ખ્યાલમાં રહેતું નથી. પેલા જાણીતા ટુચકામાં આવે છે કે એક પ્રેમીએ પોતાની પ્રિયતમાને પોતાના હૃદયનો ભાવ વ્યક્ત કરતાં લખ્યું છે કે 'તને મળવા માટે હું શું ન કરું? ભડભડતી આગમાં ઝંપલાવું, અગાધ સમુદ્રના જળમાં ડૂબકી મારું' અને એ પત્રના છેવટના ભાગમાં તાજે કલમ કરીને એણે ઉમેર્યું, 'હું કાલે તને જરૂર મળવા આવવાનો હતો પણ વરસાદ હતો એટલે અવાયું નહિ.'

પ્રિયતમાને ખાતર આગ ને અગાધ જળસમુદ્રમાં ઝંપલાવવાની વાત કરીને પછી માત્ર વરસાદથી ડરી જઈને એને મળવા જવાનું માંડી વાળે એવા બડાઈખોર પ્રેમ પર આમાં કટાક્ષ કર્યો છે, પરંતુ વાયદા કરનારની મનોદશાનું પણ આના પરથી જ્ઞાન મળે છે. વાયદો કરતી વેળા એ પોતાની શક્તિ પર મુસ્તાક હોય છે. પણ વાયદો પાળવાનો વખત આવતાં કોઈ નજીવી વસ્તુ પણ એને વાયદાનું પાલન કરતાં રોકી શકે છે. પણ આટલા પરથી વાયદો આપનાર માણસ વાયદો પાળી ન શકે તો એ માણસે ખોટો વાયદો આપ્યો હતો એમ કહી શકાય નહિ.

વાયદો એ માણસની સંસ્કારિતા સૂચવે છે. 'મારું આટલું કામ કરી આપશો?' એમ આપણે કોઈને વિનંતી કરીએ ને એ ધડ દઈને ના પાડી દે 'તો આ માણસ કેવો અસભ્ય ને જંગલી છે' એમ આપણને લાગ્યા વિના રહે નહિ. 'ઠીક છે, જોઈશ' એટલું જ કહે તો તેના પર વિશ્વાસ બેસે નહિ. 'આણે મને ખેરવ્યો' એમ આપણને લાગે. પણ તેને બદલે એનાથી એ કામ તરત થાય એમ ન હોય ત્યારે 'જુઓની, હમણાં તો મારે બહુ રોકાણ છે. પાંચસાત દિવસ પછી હું કરી શકીશ' એમ કહે ત્યારે 'એણે તરત કરી આપ્યું હોત તો સારું થાત' એમ આપણને પહેલાં લાગે પણ

પછી એમ થાય કે 'માણસ કેટલો સારો છે! માથે આટઆટલો કામનો બોજો છે છતાં ના ન પાડી. કહ્યું છે એટલે કરી આપશે ખરું.'

આમ વાયદો, કરનારને ને સાંભળનારને બંનેને સંતોષ આપી શકે છે.

હંમેશ વાયદા કરીને કદી પણ કામ ન કરે એવા માણસો પણ હોય છે. એ જ્યારે પહેલવહેલો વાયદો કરે છે ત્યારે જ એના મનમાં 'આ કામ કરવું નથી' એવો નિશ્ચય થઈ ગયેલો હોય છે. પણ 'નકામી ના શું કામ પાડવી ?' એવા વિચારથી એ કામ કરી આપવાનો વાયદો કરે છે. એમનો વાયદો કેવળ છેતરવાના ઇરાદાથી કરાયેલો હોય છે. પરંતુ એ જાતના વાયદા કરનારનો કોઈ ભરોસો કરતું નથી, જૂઠું બોલનારા તરીકે એમની ખ્યાતિ બંધાઈ ગઈ હોય છે. ખરી રીતે જોતાં, ખોટા સિક્કા પાડનારને આપણે ટંકશાળી કહેતા નથી, તેમ ખોટા વાયદા કરનારને આપણે વાયદાવાદી કહી શકીએ નહિ.

કેટલીક વાર ખાસ છેતરવાના ઇરાદાથી નહિ પણ સામા માણસને સારું લગાડવા ખાતર અથવા કેવળ શિષ્ટાચાર ખાતર પણ વાયદા કરવામાં આવે છે. એવા વાયદા કરનાર ને સાંભળનાર બંને જાણતા હોય છે કે આ કંઈ પાળવા માટે વાયદા કરવામાં આવતા નથી, પણ માત્ર બોલવા ખાતર કરવામાં આવે છે. હાઈસ્કૂલમાં મારી સાથે એક ભાઈ ભણતા હતા તે કોઈ-કોઈ વેળા મને અચાનક મળી જાય છે ત્યારે કહે છે, 'જરૂર હું તમારે ત્યાં આવી જઈશ.' વીસેક વાર એમણે આવી જવાનો વાયદો કર્યો છે પણ હજી આવ્યા નથી. હું પણ એમને એ જ રીતે કહું છું 'કંઈ નહિ, તમારાથી મારે ત્યાં નહિ અવાય તો હું તમારે ત્યાં આવી જઈશ.' પણ હું પણ હજી સુધી એમને ત્યાં ગયો નથી. છતાં હજીએ અમે જ્યારે મળી જઈએ છીએ ત્યારે બંને પરસ્પરને 'હું તમારે ત્યાં આવી જઈશ' એમ કહીએ છીએ. કહેતી વેળા અમારા બંનેના ખ્યાલમાં હોય છે કે આ વાયદો પાળવાના માટેનો નથી. આ જાતના ન પાળવાના ઇરાદાથી કરવામાં આવતા વાયદાવાદીઓને આપણે અગસ્ત્યના અનુયાયી કહી શકીએ. બીજાને કેવળ વાટ જોડાવવા માટે જ એ અપાય છે.

તરત થઈ શકે એવાં કામ કરવા માટે પણ કેટલીક વાર લોકો વાયદો કરે છે. અમારી જ્ઞાતિના એક શ્રીમાન ને પ્રતિષ્ઠિત ગૃહસ્થ છે. એમની પાસે જૂનાં બિલ લઈને ઉઘરાણીવાળા આવે છે ત્યારે તરત પૈસા ચૂકતે

કરી દેવાની સગવડ હોવા છતાં એઓ હંમેશ વાયદા કરે છે અને દરેક ઉઘરાણીવાળાને પાંચ-છ ધક્કા ખવડાવે છે ત્યાર પછી જ તેમના માગતા પૈસા ચૂકવે છે. 'આ બિચારાઓને નકામા આમ ધક્કા શા માટે ખવડાવો છો?' એમ એક વાર કોકે એમને પૂછ્યું ત્યારે એમણે જવાબ દીધો: 'બેત્રણ વાયદા કર્યા વિના કોઈને પૈસા આપવા નહિ એવો મારો સિદ્ધાંત છે.' કોઈ પાસે પૈસા લેવાના હોય ત્યારે આ સિદ્ધાંત એ પાળે છે કે નહિ તે કોણ જાણે! પણ કોઈને આપવાના હોય છે ત્યારે તો અચૂક પાળે છે.

એક રીતે જોતાં આ આખો સંસાર વાયદા પર ચાલે છે. સંસારના બજારમાં રોકડા કરતાં વાયદાના સોદા જ વધારે પ્રમાણમાં થાય છે. પ્રેમમાં પડેલા તરુણો એકબીજાને લગ્ન કરી નાખવાના ને લગ્ન કર્યા પછી અન્યના સુખ ખાતર પોતાના સુખનું બલિદાન આપવાના વાયદા કરે છે. ત્રણ મહિનાનું ભાડું ચડી ગયા પછી ભાડૂત મકાન-માલિકને આવતે મહિને બધું સામટું ચૂકવી આપવાનો વાયદો કરે છે. દશબાર વર્ષ પહેલાં મરી ગયેલો દાદો માંદો પડી જવાથી ઘાટીને બે મહિનાનો પગાર અગાઉથી લઈને 'દેશમાં' જવું પડે છે ત્યારે પંદર દિવસમાં પાછા ફરવાનો એ વાયદો કરે છે. ડૉક્ટર દર્દીને અઠવાડિયામાં તબિયત ઘોડા જેવી બનાવી આપવાનો વાયદો કરે છે.

આપણાં બજારો ચાલે છે ને બંધ થાય છે, ઉદ્યોગધંધાઓ ખીલે છે ને કરમાય છે, ચૂંટણીના મેદાનમાં ઝુકાવનારાઓ મત મેળવે છે ને ગુમાવે છે, મોટાંમોટાં કામો કરનારાઓ કામો ઉપાડે છે ને બગાડે છે, નવી યોજનાના ઘડવૈયાઓ નિત્યે જુદીજુદી યોજનાઓ ઘડે છે ને રદ કરે છે, તે બધાની પાછળ જો વાયદાનું બળ ન રહ્યું હોય તો એમાંનું કશું પણ થઈ શકત ખરું?

માણસ સામાન્ય રીતે બીજાને છેતરવાને માટે જ વાયદા કરતો નથી. તેનું એક પ્રમાણ એ છે કે એ સૌથી વધારે વાયદા તો પોતાની જાત સાથે કરે છે. કેવળ શુભ નિષ્ઠાથી ને બહુ જ પ્રામાણિકપણે એ પોતાની જાતને વાયદો કરતાં કહે છે, 'હવે આવતી કાલથી હું ચા છોડી દઈશ' અથવા 'આવતા વર્ષથી કસરત કરવા માંડીશ.' હું પોતે મારી જાત સાથે વારંવાર આ પ્રકારના વાયદા કરું છું. 'હવે આવતી કાલથી મારે વહેલા ઊઠવું છે' એમ મેં કંઈ કેટલી વાર મારી જાતને વાયદો આપ્યો છે. 'આવતા શનિવારથી

થોડીક કસરત કરવી છે. દરરોજ પાંચ-છ માઈલ ચાલવાની શરૂઆત આ ગુરુવારથી કરવાનો છું.' એમ મારા મનને હું વાયદો કરું છું. લેખો લખી આપવાના વાયદા કર્યા હોય ને એકસામટા પાંચસાત લેખો લખવાના આવી પડે ત્યારે હવે આવતા અઠવાડિયામાં બે વાર ત્રણ-ત્રણ કલાક લખવા બેસવું છે એવો વાયદો હું મન સાથે કરું છું. અલબત્ત, આમાંના કોઈ વાયદા હજી સુધી હું પૂરા કરી શક્યો નથી, પણ એ જુદી વાત છે. હું આ વાયદા કંઈ કોઈને છેતરવાને તો કરતો જ નથી.

માત્ર સ્વભાવજન્ય આળસને લીધે કે પ્રતિકૂળ પરિસ્થિતિની સામે થવાની અશક્તિને કારણે હું એ વાયદાનું પાલન કરી શકતો નથી.

ભાવિમાં કોઈની નજર પહોંચતી નથી એમ કહેવાય છે પણ એ તદ્દન ખરું નથી. માણસની નજર સ્થૂળ રીતે પણ ફક્ત એના નાક સુધી જ પહોંચતી નથી, પણ એથી આઘે સુધી એ જઈ શકે છે. કદાચ અત્યંત દૂરના ભવિષ્યને નિહાળવા મનુષ્ય શક્તિમાન નહિ થતો હોય; પરંતુ એની દૃષ્ટિ આઘે સુધી જોઈ શકે છે એ નિર્વિવાદ છે અને ડાહ્યો માણસ એ જેટલે સુધી જોઈ શકે છે તેટલા સુધીનો વાયદો કરે છે.

ગમે તેવા લાંબા વાયદા કરનાર પણ 'આવતે જન્મે હું આ કામ કરી આપીશ' એમ કહેતો નથી. વ્યક્તિની નજર ટૂંકી હોય છે, સંસ્થાની નજર એથી લાંબી હોય છે, રાજ્યની નજર એનાથી પણ લાંબી હોય છે ને સૌથી લાંબી નજર ઈશ્વરની હોય છે. એથી સૌ પોતપોતાની નજર પ્રમાણે વાયદો કરે છે. વાયદાનો ગાળો એ દૃષ્ટિની વિશાળતા ને શક્તિમત્તા પર આધાર રાખે છે. જેની જેટલી નજર ને જેટલી શક્તિ તે પ્રમાણે લાંબો વાયદો એ કરે છે. આપણી પાસેથી પૈસા ઉછીના લઈ જનાર સામાન્ય વ્યક્તિ પાંચસાત દિવસમાં કે મહિના કે છ મહિનામાં એ પાછા આપી જવાનો વાયદો કરે છે, વીમાકંપની જેવી સંસ્થાઓ વીસપચીસ વર્ષે પૈસા ચૂકવી આપવાનો વાયદો કરે છે, રાજ્યની ધુરા ધારણ કરનારાઓ પાંચથી પચાસ વર્ષ પર્યંતના વાયદા કરે છે અને સર્વશક્તિમાન ઈશ્વર જન્મજન્માંતરના વાયદા આપી કહે છે: 'બહુ જન્મોને અંતે તું મને પામી શકીશ.' આમ વાયદા કરવામાં પણ ગુંજાશની જરૂર છે. વાયદા કરનારાઓ કંઈ ઢીલોપોચા ને હળવા હૃદયના હોતા નથી, પણ દીર્ઘ દૃષ્ટિવાળા ને શક્તિશાળી હોય છે. □

૧૮

શિખામણ આપવાનો હક

'તમે આ કહો છો રાવસાહેબ?' એક વખતના અમારા પડોશી શ્રી ચતુરભાઈ પટેલ અચાનક એક રેસ્ટોરાંમાં ભેગા થઈ ગયા. ત્યાં બેચાર મિત્રો સાથે એમણે ગપ્પાં હાંકતાં તે વખતે થયેલા હુલ્લડ વિશે વાત કરતાં કહ્યું: 'હું તો સમજી જ શકતો નથી કે કોઈ પણ નિર્દોષ માણસ પર હાથ ઊપડી જ શી રીતે શકે? તેમાંયે બાળક ને સ્ત્રી! એના શરીરમાં છરી હુલાવી દેવાની છાતી જ કેમ ચાલે?'

એ સાંભળીને એમના એક મિત્ર ઉપર મુજબ બોલી ઊઠ્યા. એઓ ભારે પ્રભાવશાળી દેખાવાનો પ્રયત્ન કરતા હતા. કપડાં પહેરવાથી ને વાળ હોળવાથી માંડીને શબ્દો બોલવા સુધીની બધી બાબતોમાં એ બહુ જ દમામ દાખવા મથતા. ઘરમાં એમનો પ્રભાવ પડતો પણ ખરો. બહાર કોઈ વાર એમનો પ્રભાવ પડતો તો ઘણી વાર લોકો એમને હસી પણ કાઢતા. એમને રાવસાહેબનો ખિતાબ મળ્યો નહોતો, ને મળે એવો સંભવ પણ નહોતો, છતાં લોકો એમને એઓ માનતા તેમ માન આપવા ખાતર ને બીજાઓ સમજતા તેમ મજાક કરવા ખાતર, રાવસાહેબ કહીને સંબોધતા.

'કેમ? હું કેમ ના કહું? શું તમને જ બોલવાનો હક્ક છે ને મને નથી? અને હું કહું છું તેમાં ખોટું શું છે?' રાવસાહેબે સવાલ કર્યો.

'તમે કહો છો તેમાં ખોટું તો કંઈ નથી, પણ તમે આ વાત કરો છો તેથી નવાઈ લાગે છે.' મિત્રે જવાબ દીધો ને પછી મારા તરફ જોઈ પૂછ્યું: 'રાવસાહેબ, નિર્દોષ પર, ખાસ કરીને સ્ત્રી ને બાળક પર કોઈ હાથ કેમ ઉપાડી શકે એમ કહે છે તે તમને પણ નવાઈ જેવું નથી લાગતું?'

'ના, મને એમાં કાંઈ પણ નવાઈ જેવું નથી લાગતું.' મેં જવાબ દીધો.

'શું કહો છો ? બસ ત્યારે, હવે મારાથી કંઈ બોલાય તેવું રહ્યું નથી. પણ તમને નવાઈ નથી લાગતી તે જાણીને મને બહુ જ નવાઈ લાગે છે.' રાવસાહેબના મિત્રે કહ્યું.

રાવસાહેબ એમના લડાયક સ્વભાવ માટે જાણીતા હતા. નજીવા પ્રસંગે પણ એ ઉશ્કેરાઈ જતા. વર્ષો પહેલાં એ એક ગામડાની અંગ્રેજી મિડલ સ્કૂલમાં શિક્ષક હતા. ત્યાં એમની પહેલાંના છ વર્ષમાં શાળાના બધા માસ્તરોએ મળીને જેટલા વિદ્યાર્થીઓને નહિ માર્યા હોય તેટલા વિદ્યાર્થીઓને એમણે છ મહિનામાં મેથીપાક ચખાડીને મારવાનો 'રેકર્ડ' કર્યો હતો. 'પટેલ માસ્તર નથી પણ ગોધા છે' એમ ગામના લોકો એમને માટે કહેતા. આખરે કોઈક વિદ્યાર્થીને એઓ મારવા માગતા હતા તે કરતાં વધારે પ્રમાણમાં એમનાથી મરાઈ ગયું, અથવા પાછળથી એમણે પોતાનો બચાવ કરતાં એમ જણાવ્યું હતું તેમ એમણે માર તો જોઈએ તેટલા પ્રમાણમાં જ માર્યો હતો, પણ વિદ્યાર્થીની ખમવાની શક્તિ જોઈએ તે કરતાં ઘણી ઓછી નીકળવાને પરિણામે સામાન્ય રીતે એ મારની જે અસર થવી જોઈએ તે કરતાં ઘણી વધારે થઈ ગઈ હતી. એ ગમે તેમ હોય. પણ વિદ્યાર્થીના વડીલે એની સામે કાયદેસર પગલાં ભરવાની તજવીજ કરી અને એ વડીલ પગલાં ભરે તે પહેલાં એમણે પોતે જ પગલાં ભર્યાં, નિશાળ છોડીને ચાલી જવા માટે.

એઓ તે પછી મુંબઈ આવીને કોઈક વેપારી પેઢીમાં જોડાયા. એમણે ધંધો તો બદલ્યો પણ એમનો સ્વભાવ બદલાયો નહિ. હવે નિશાળમાં છોકરા મારવા માટે ન મળતાં એમની નજર ઘર તરફ ગઈ. એમને પોતાને જ ત્યાં એમનાં પોતાનાં ત્રણ બાળકો હતાં અને એક પત્ની હતી. બસ, પછી વધારે શું જોઈએ ? માર મારવા માટે આટલાં શરીર કંઈ ઓછાં કહેવાય ? એમણે તે પછી ઘરમાં હાથ ચલાવવા માંડ્યો. દરરોજ એમની પત્નીને ને બાળકોને થોડોથોડો મેથીપાક એમના તરફથી મળવા માંડ્યો. અને પછી એ વાત વધી ગઈ. એમનાં પત્ની અને બાળકોની માર ખાવાની શક્તિ અને એમનો માર મારવાનો શોખ દહાડે-દહાડે વધતાં ગયાં. પણ પાડોશીઓ કંટાળ્યા ને એક જણે એમના સસરાને ખબર આપી. સસરા આવીને પોતાની પુત્રીને ને દૌહિત્રોને લઈ ચાલ્યા ગયા અને એઓ એકલા પડી ગયા.

'હવે એમને કોઈ સાથે લડવાનું મળતું નથી એટલે આરસી આગળ

ઊભા રહીને લડે છે ને મુક્કાબાજી પણ કરે છે' એમ એક વાર એમના આરસીવાળા કબાટનો કાચ ફૂટી ગયો ત્યારે કોઈકે ટીકા કરી હતી. આ રીતે લડાયક ખમીર માટે સર્વત્ર જાણીતા થયેલા રાવસાહેબ કોઈ પણ નિર્દોષ માણસ પર, ખાસ કરીને સ્ત્રી કે બાળક પર હાથ ઊપડી જ શી રીતે શકે એમ આશ્ચર્ય દર્શાવે ત્યારે સાંભળનારને નવાઈ લાગે એમાં નવાઈ નથી, પરંતુ મને નવાઈ ન લાગી એટલે મેં ખુલાસો કરતાં જણાવ્યું: 'મને નવાઈ નથી લાગી તેનું કારણ એટલું જ છે કે આવી વાતો ઘણા માણસોને મોઢેથી મેં સાંભળી છે.'

'પણ આ તો રાવસાહેબ કહે છે! અને તમે જાણો છો કેની કે એમણે વિદ્યાર્થીઓને મારવાની બાબતમાં રેકર્ડ કર્યો છે.' મિત્રે કહ્યું.

'હા, હું જાણું છું. પણ એના જેવા જ આ બાબતમાં પ્રમાણભૂત કહી શકાય. એમને આ વાતનો અંગત અનુભવ હોવાથી એઓ આમ કહેવાને પૂરેપૂરા લાયક છે એમ હું માનું છું.'

'તમે પણ અજબ છો. ડાહી સાસરે ન જાય ને ઘેલીને શિખામણ દે તેના જેવી વાત છે.' મિત્રે કહ્યું.

એ રાવસાહેબના મિત્રો માફક ઘણા એમ માનતા જણાય છે કે પોતે સાસરે ન જતી હોય એવી ડાહી સ્ત્રીએ ઘેલીને સાસરે જવાની શિખામણ આપવી તે ખોટું છે. પણ જે જરા પણ વિચાર કરશે તેની ખાતરી થયા વિના નહિ રહે કે સાસરે ન જનારી ડાહીને એવી શિખામણ આપવાનો પૂરેપૂરો અધિકાર છે.

કોઈ પણ વસ્તુનો ઉપદેશ આપતાં પહેલાં તેને આચારમાં મૂકી બતાવવી જોઈએ. અંગ્રેજીમાં કહેવત છે કે Example is better than precept એટલે કે કોઈ માણસને શિખામણ આપવાને બદલે આપણે પોતે પોતાનાં વર્તનથી એના પર છાપ પાડવી જોઈએ.

થોડાં વર્ષ પહેલાં અહીં પ્રભાતફેરીઓ નીકળતી ત્યારે એક ઊગતા કવિએ વીર રસનાં અનેક કાવ્યો પ્રભાતફેરીઓને માટે રચી આપીને વીર રસના કવિ તરીકેની ખ્યાતિ સંપાદન કરી હતી. એમનાં કાવ્યો વાંચી એમની વીરતા વિશે ઘણાઓને ભારે માન થતું. તે પછી હુલ્લડ થયું. એઓ જે મહોલ્લામાં રહેતા હતા ત્યાં કંઈ એમને ખાસ ગભરાવા જેવું નહોતું. છતાં

વારંવાર અફવાઓ આવતી: 'ઓ આવ્યો! ઓ આવ્યો!' એમ અર્ધી રાતે પોકારો પડતા ને ઘણાક લોકો ઓરડાની બહાર દોડી આવતા. ઓરડાની બહાર આવેલામાંના કેટલાક મકાન બહાર પણ નીકળતા ને તે વેળા કેટલાક ઓરડામાં ભરાઈ જઈ અંદરથી સાંકળ મારી દેતા. વીર રસના કાવ્ય રચનારા એ ભાઈ છેલ્લા વર્ગના હતા. બધા પુરુષો જ્યારે ઓરડાની અથવા મકાનની બહાર નીકળી પડતા ત્યારે એ ઓરડામાં ભરાઈ જઈને અંદરથી સાંકળ મારીને બેસી જતા. પણ એક વાર એમનાં પત્ની કુતૂહલ જોવા માટે ઓરડાની બહાર નીકળી આવ્યાં. 'અરે! અરે! બહાર ક્યાં ચાલી?' કરતા એ પાછળ આવ્યા. પણ એટલામાં 'ભાગો, ભાગો!' એમ કોઈકે ચીસ પાડી અને બૈરીને બહાર રાખી એઓ ઓરડામાં ભરાઈ જઈ બારણાં વાસીને બેઠા. એમની સ્ત્રીએ આવીને બારણાં ખખડાવવા માંડ્યાં, પણ એમણે ઉઘાડ્યાં નહિ. પાડોશીઓએ આવીને કહ્યું: 'અરે! બારણાં ઉઘાડો. ભાભી બહાર રહી ગયાં છે!'

તોયે એમણે બારણાં ન ઉઘાડ્યાં. આખરે કોકે કંટાળીને કહ્યું: 'આ તે કોણ મૂવો છે? બૈરી બહાર છે ને એ અંદર ભરાઈ બેઠો છે. વીર રસની કવિતા કરે છે ને છે ત્યારે આવો સાવ બાયલો!' ત્યારે એકદમ બારણાં ઉઘાડી 'તારા બાપનું શું દાટ્યું હતું તે જોવા ગઈ'તી?' એમ હોઠ દાબીને એ તિરસ્કારથી બબડીને પત્નીને અંદર ખેંચી લઈ ફરી પાછાં બારણાં બંધ કરીને બેસી ગયા.

આવો માણસ વીર રસનાં કાવ્યો લખે તેની શી અસર થાય એમ આપણને લાગે. પરંતુ કોઈ માણસ બહાદુર હોય પણ સારો કવિ ન હોય ને વીર રસનાં કાવ્યો લખવાનો પ્રયત્ન કરે, તો તેની જે અસર થાય તેનાં કરતાં એ માણસનાં વીર રસનાં કાવ્યોની અસર વધારે થાય એમાં સંદેહ નથી. એ માણસ ભલે પોતે બહાદુર બની શકતો નથી, પણ બીજાને બહાદુર બનાવવાની એનામાં શક્તિ છે.

દારૂ પીનાર મનુષ્ય દારૂ પીવો એ બહુ ખોટું છે એમ કહે છે ત્યારે આપણે તેને હસી કાઢીએ છીએ, પણ એને એમ કહેવાનો હક છે, એટલું જ નહિ, એના કહેવા પાછળ અનુભવનું બળ પણ રહેલું હોય છે, એમ આપણે સમજવું જોઈએ.

હું ઘણીય વાર માણસોને તબિયત સુધારવાની બાબતમાં સલાહ-સૂચના-શિખામણ આપું છું. મારું શરીર તથા મારી તબિયત જોઈને માંદા માણસને પણ થાય છે કે 'આના કરતાં તો અમે સારા છીએ.'

શરીરને સુદૃઢ, તાકાતવાળું, બળવાન બનાવવાના પ્રયત્નો મેં બહુ કર્યા નથી, ને કર્યા હોય તો તેમાં મને સફળતા મળી નથી, એ વસ્તુ હું છુપાવવા માગું તોય છુપાવી શકતો નથી. આમ છતાં શરીર બળવાન કેમ થઈ શકે તે હું જાણું છું. બીજાઓએ પોતાના શરીરને તંદુરસ્ત રાખવા શું-શું કર્યું હતું તે મેં વાંચ્યું છે, તો એ મારા જ્ઞાનનો લાભ હું બીજાને શા માટે ન આપું? એ લાભ ભલે મેં પોતે ન લીધો, પણ બીજાને આપતાં પણ મારે શા માટે અચકાવું જોઈએ? 'પહેલાં તમારું શરીર સુધારો ને પછી બીજાને સલાહ આપવા નીકળો' એમ કોઈક મને કહે ને એનું કહેવું હું માનું તો તેથી કોઈને પણ ફાયદો થાય ખરો? મારું શરીર સુધરતાં, કદાચ એ અશક્ય વસ્તુ બને, તોપણ વીસપચીસ વર્ષ નીકળી જાય ને તે દરમિયાન મારી સલાહનો લાભ લઈ તંદુરસ્ત બનવાની તક કેટલાય માણસોને જતી કરવી પડે !

શાંતિનો ભંગ કરનારા ગુંડાઓ ને બદમાશો પણ ઘણી વેળા નાનાં બાળકો અથવા મોટેરાંઓ લડી પડે છે ત્યારે તેમને છોડાવવા નીકળી પડે છે તે આપણા દરરોજના અનુભવની વાત છે. તે વખતે આપણે એને કહેતા નથી કે 'પહેલાં તારી જાતને સુધાર. હજી તો અર્ધા કલાક પર જ પાનવાળા સાથે તેં જમાવી હતી. અને અત્યારે છોકરાંઓને લડતાં અટકાવવા તું શું જોઈને આવ્યો છે ?'

ઊલટું સામાન્ય રીતે અશાંતિનો ઉપાસક આ રીતે પણ શાંતિ સ્થાપવાના કામમાં મદદરૂપ થાય છે તે બદલ આપણે રાજી થઈએ છીએ.

પ્રાચીન કાળના ઋષિઓએ પણ કહ્યું છે કે 'અમે કહીએ તેમ કરવું, અમે કરીએ તેમ નહિ.' અર્થાત્ અમારી શિખામણ તમારે માનવી, અમારાં આચરણ સામે જોવું નહિ.

એટલે કોઈ પણ માણસ પાસે એ સારી શિખામણ આપતો હોય તો, એ પોતે કેવો છે તે જોયા સિવાય ગ્રહણ કરી લેવી એમાં જ સૌને લાભ છે.

❑

૧૯

અસમાનતા દૂર કરો

અસમાન લગ્નો અટકાવવાને લગતો ખરડો શ્રીમતી લીલાવતી મુનશીએ ધારાસભામાં રજૂ કર્યો ત્યારે અસમાન લગ્ન એટલે શું, એ વિશે બહુ રમૂજી ચર્ચા થઈ હતી એવા સમાચાર પ્રસિદ્ધ થયેલા જોઈને મને થયું હતું કે હજી સુધી સમાનતા શું ને અસમાનતા શું એનો પણ ખ્યાલ આપણે બરાબર કરી શકતા નથી; તો લગ્નના વિષયમાં જ નહિ પણ જીવનનાં બધાં જ ક્ષેત્રોમાં અસમાનતા ભરાઈ બેઠી છે તેને દૂર કરવાની જે વાત ચાલી રહી છે તેનું શું થશે? અસમાનતા એટલે શું એ નક્કી કરતાં પચીસ વર્ષ નીકળી જશે. તે પછી તેને દૂર શી રીતે કરી શકાય તેની ચર્ચા બીજાં પંદરપચીસ વર્ષ ચાલશે ને તે પછી પચીસ વર્ષે એ અસમાનતા દૂર કરવા માટેનાં પગલાં ભરવાની તૈયારી કદાચ થઈ શકશે.

પરણનાર સ્ત્રી ને પુરુષની ઉંમરમાં જો અસમાનતા – ભારે તફાવત – હોય તો એવાં લગ્નો થતાં અટકાવવાં જોઈએ એવો શ્રીમતી લીલાવતીનો ઉદ્દેશ જરૂર આવકારપાત્ર છે. પરંતુ ઉંમર સિવાય બીજી ઘણી બાબતોમાં અસમાનતા હોઈ શકે છે એમ વાજબી જ રીતે અનેક સભ્યોએ ધારાસભાની ચર્ચા દરમિયાન જણાવ્યું હતું. પરંતુ આપણે એથીયે આગળ વધીને કહેવું જોઈએ કે ઉંમર સિવાય બીજા અનેક વિષયોમાં પણ અસમાનતા રહેલી છે, અને તેને દૂર કરવાની સૌથી મોટી જરૂર છે.

ખાસ કરીને બીજા વિષયો હમણાં જવા દઈએ, તોપણ આર્થિક વિષયમાં જે અસમાનતા સમાજના જીવનમાં જોવામાં આવે છે તે માટેના ઉપાયો યોજ્યા વગર હવે ચાલે એમ નથી, એમ એ વિશે જેમણે વિચાર કર્યો છે તેમનો જ નહિ પણ એ વિશે જેમણે વિચાર કર્યો નથી તેમનો

પણ અભિપ્રાય છે.

સદીઓથી આ બાબતનો નિવેડો લાવવાના પ્રયાસો થઈ રહ્યા છે. આનો કાયમી ઉકેલ કે નિકાલ આવતાં હજી અનેક વર્ષો નીકળી જશે એમ લાગે છે; છતાં આ દિશામાં કંઈક ગતિ કે પ્રગતિ અત્યારે પણ થઈ શકે એમ છે એમ મને લાગે છે. હમણાં થોડા વખત પર મારે અહીંના એક સુપ્રસિદ્ધ સર્જ્યનને ત્યાં જવું પડ્યું હતું. તે વેળા એમની વાતચીત પરથી આ દિશામાં કેવાં પગલાં ભરી શકાય એનો કંઈક ખ્યાલ મને આવ્યો.

હું તો અમથો જ એ સર્જ્યનસાહેબને મળવા ગયો હતો, વાઢકાપ કરાવવા માટે નહિ. એમના કન્સલ્ટિંગ રૂમમાં હું ગયો ત્યારે એઓ કોઈક બે ગૃહસ્થો સાથે વાત કરતા હતા. 'ડૉક્ટરસાહેબ કામમાં હોય એમ લાગે છે' એમ ધીરે અવાજે – એઓ સાંભળી શકે એ રીતે બબડીને હું પાછો ફરવા જતો હતો ત્યાં એમણે મને બોલાવીને કહ્યું: 'આવો, આવો, કંઈ ખાનગી નથી.'

હું એમના ઓરડામાં ગયો ને ત્યાં બાજુએ પડેલી ખુરસી પર બેઠો. 'સાહેબ, અમારે એટલું જ કહેવાનું છે કે અમારી પાસેથી આપે બહુ મોટી રકમ લીધી છે.' પેલા બેમાંથી એક ગૃહસ્થે ફરિયાદ કરતાં ડૉક્ટરને કહ્યું.

'તમને એમ લાગતું હશે. બાકી મેં તો મારા Usual Charge (હંમેશની રકમ) પ્રમાણે જ બિલ કર્યું છે.' ડૉક્ટરે જવાબ દીધો.

'પણ આવું જ ઑપરેશન મહિના પર તમે અમારા પાડોશમાં રહેતા કીકા ભવાનના દીકરાને કરેલું તેના આનાથી અરધા કરતાંયે ઓછા પૈસા લીધા હતા.' બીજા ગૃહસ્થે કહ્યું.

'અત્યારે મને એ યાદ નથી આવતું. પણ કદાચ ઓછા લીધાયે હોય.' ડૉક્ટરે કહ્યું.

'ત્યારે અમારી પાસેથી વધારે કાં માગો છો ?' પહેલા ગૃહસ્થ બોલ્યા.

'જુઓ,' ડૉક્ટરસાહેબે ખુલાસો કરતાં કહ્યું. 'હું સૌની સ્થિતિ જોઈ તે પ્રમાણે ચાર્જ કરું છું. તમે કહો છો એ માણસની સ્થિતિ પૂરા પૈસા ભરવા જેટલી નહિ હોય, એટલે મેં અરધા પૈસા લીધા હશે.'

'પણ કામ તો એનું એ જ ને ? એકસરખા કામ માટે આપ અમુક માણસ પાસેથી થોડા પૈસા લો ને બીજા ગૃહસ્થ પાસેથી વધારે લો એમાં

ન્યાય ક્યાં રહ્યો ?' બીજા ગૃહસ્થે પૂછ્યું.

'આમાં ન્યાય-અન્યાયની વાત નથી. મારે દર્દીના ખિસ્સા સામું પણ જોવું જોઈએ ને ? અલબત્ત, જેવું કામ તેવો ચાર્જ તો કરવો જ પડે. પણ માણસની પોતાની સ્થિતિ પણ જોવી જોઈએ. તદ્દન ગરીબ હોય તેને મફત સલાહસૂચના ને ડૉક્ટરની મદદ મળી શકે તેવી વ્યવસ્થા કરવી એ તો આપણા સૌની ફરજ છે. આ જ જાતના ઑપરેશન માટે તદ્દન ગરીબ હોય તેની પાસેથી હું કંઈ લેતો નથી. સામાન્ય સ્થિતિવાળા માણસો પાસેથી અર્ધો ચાર્જ લઉં છું. તમારા જેવા સારી સ્થિતિવાળા વેપારીઓ પાસેથી પૂરો ચાર્જ લઉં છું ને રાજામહારાજા કે ધનપતિઓ હોય તેમની પાસેથી બમણા કે ત્રમણા પૈસા પડાવતાં પણ અચકાતો નથી. એ તો જેવો માણસ તેવો ચાર્જ.' ડૉક્ટરે કહ્યું.

ડૉક્ટરના ખુલાસાથી પેલા બેને સંતોષ થયો કે નહિ તે તો ન જણાયું. ઘણુંખરું સંતોષ નહિ જ થયો હોય, પણ પછી વધારે બોલ્યા વગર તેમણે ડૉક્ટરની રજા લઈ ચાલવા માંડ્યું.

એમના ગયા પછી ડૉક્ટરે મારા તરફ ફરી પૂછ્યું: 'હું ખોટું કહું છું – માણસ જોઈને પૈસા લેવા જોઈએ કે નહિ ?'

'તમારી વાત તદ્દન સાચી છે, પણ બધા એ પ્રમાણે કરતા નથી એ જ દુઃખની વાત છે. જો બધા વિષયમાં આ રીતે વિચાર કરે તો સૌને સગવડ મળે.' મેં કહ્યું.

આપણામાં કહેવત છે કે 'જેવું કામ તેવાં દામ', પણ મને લાગે છે કે એને બદલે ડૉક્ટરે કહેલું સૂત્ર 'જેવો માણસ તેવો ચાર્જ' એ વધારે ન્યાયી છે. જીવનનાં વિવિધ ક્ષેત્રોમાંથી અસમાનતા દૂર કરવી હોય તો તે બે રીતે બની શકે; કાં તો બધાને જ સરખી સગવડ, પૈસાટકા સહિત, મળવી જોઈએ, અથવા સૌને તેની જરૂરિયાત પ્રમાણે તે ખરચી શકે તેવી કિંમતે વસ્તુઓ મળવી જોઈએ.

'અહીં એક જ ભાવે બધી વસ્તુઓ મળે છે' એવું પાટિયું વાંચીને આપણે આનંદ પામીએ છીએ. નાના છોકરાથી માંડીને મોટી ઉંમરના વૃદ્ધો સુધી ત્યાં કોઈ માલ લેવા જાય તોય તેને છેતરાવાનો ભય નહિ રહે એમ જાણી આપણે દુકાનદારની પ્રામાણિકતા માટે ઊંચો મત બાંધીએ છીએ. પણ

દરેકને એક જ ભાવે વસ્તુ મળી રહે તે બસ નથી. આદર્શ સમાજવ્યવસ્થામાં સૌને જીવનની જરૂરિયાતની ચીજ મળવી જ જોઈએ. પરંતુ સૌને જરૂરી ચીજ નહિ મળે એવો ભય ઊભો થાય ત્યારે 'રેશનિંગ' જેવી વ્યવસ્થા કરવી પડે છે. એને લીધે દરેકને બધી વસ્તુ સરખે ભાગે મળી શકે છે. એક માણસને જે ચીજ દશ રૂપિયે મળે તે જ ચીજ બીજા માણસને પચીસ રૂપિયે ને ત્રીજાને ત્રણ આનામાં મળે તેમ ન થવું જોઈએ. આવું થવાનો ભય ઊભો થાય ત્યારે કંટ્રોલ – ભાવનિયમન – નો આશ્રય લેવો પડે છે.

આટલું થાય તો જાણે બધું થઈ ગયું એમ કેટલાકને લાગે છે. પણ આટલું પૂરતું નથી. સૌને બધી વસ્તુ એકસરખે ભાવે મળે એ ઇષ્ટ છે. એમાં કોઈ વચ્ચે ફેર નહિ. બાળકને ને વૃદ્ધને, રાયને ને રંકને, બધાને એક જ ભાવે વસ્તુ આપવામાં સમાનતા નહિ પણ અસમાનતા રહેલી છે. અને આનો ખ્યાલ પણ ઘણાને હોય છે એટલે જુદાજુદા વર્ગના મનુષ્યો માટે એ ઘણી વાર જુદા ભાવો રાખે છે. દાખલા તરીકે ટ્રામ, ટ્રેન, સિનેમા વગેરેમાં બાળકોને અર્ધે ભાવે ટિકિટ મળે છે. શાળા તથા કૉલેજોમાં ગરીબ અથવા ઊંચો નંબર રાખનાર વિદ્યાર્થીઓ પાસે અર્ધી ફી લેવામાં આવે છે. દલિત વર્ગના માણસોને અમુક નોકરીઓ માટે પહેલી પસંદગી મળે છે. એક વાર બાળકો ને માતા થવાની તૈયારી કરતી સ્ત્રીઓને ઓછા ભાવે ઉત્તમ દૂધ મળે એવી વ્યવસ્થા કરવામાં આવી હતી.

પરંતુ આમાં હજી સુધારાને અવકાશ છે. ટ્રેન, ટ્રામ વગેરે વાહનોમાં મુસાફરી કરનારાં બાળકો પાસેથી અર્ધી ફી શા માટે લેવામાં આવે છે? બાળકો ઓછી જગ્યા રોકે છે એમ કહેવું એ બરાબર નથી, એમ બાળકનો કોઈ પણ અનુભવી માણસ કહી શકશે. એને બદલે લોકોના ગજા ને ગજવા પ્રમાણે ભાવ રાખવો જોઈએ. તવંગરના બાળક પાસેથી અર્ધી ટિકિટ માગવા કરતાં પુખ્ત ઉંમરના ગરીબ માણસ પાસે અર્ધી ટિકિટના પૈસા લેવા તે વધારે યોગ્ય નથી?

માણસની આવકના પ્રમાણમાં એની પાસેથી પૈસા લેવા જોઈએ અથવા જે માણસ જેટલી જગા રોકે તે પ્રમાણે તેની પાસેથી પૈસા લેવા જોઈએ. એ માટે દરેક સ્કવેર ઇંચ પ્રમાણે ભાવ રાખવો જોઈએ. તેમ નહિ તો માણસના વજન પ્રમાણે ભાવ રાખી શકાય. મારા કરતાં વધારે વજનવાળાં બાળકો

અર્ધે ભાવે મુસાફરી કરે ને મારે ઉંમર વધારે હોવાને કારણે જ, વજન ઓછું હોવા છતાં, પૂરો ભાવ આપવો પડે એ ક્યાંનો ન્યાય ?

સિનેમામાં બાળકો માટે અર્ધો ભાવ રાખવાનું કારણ પણ સમજાતું નથી. શું બાળકો અર્ધો વખત સિનેમા જુએ છે? કદાચ એમ કહેવામાં આવે કે બાળકો સિનેમામાં રજૂ થતી ફિલ્મ બરાબર સમજતાં નથી, તો તે દલીલ પુખ્ત ઉંમરના ઘણા મનુષ્યોને માટે પણ કરી શકાય એમ છે. સમજશક્તિ પ્રમાણે જ જો ઘરાક પાસેથી પૈસા લેવાના હોય તો ઘણી સિનેમા કંપનીઓને દેવાળું કાઢવાનો વખત આવે. આને બદલે કાણા કે બહેરા માણસો પાસેથી અર્ધો ભાવ લેવો જોઈએ. એઓ એક જ આંખે જોતા હોય છે અથવા ફક્ત જોવાનું જ કાર્ય કરતા હોય છે ને સાંભળવાનું એમનાથી બની શકતું નથી. ખરી રીતે તો સિનેમાવાળાઓએ પણ માણસની આવકના પ્રમાણમાં ભાવ લેવા જોઈએ.

બધી જ બાબતમાં લોકોને એની આવકના પ્રમાણમાં પૈસા આપવા પડે એવી વ્યવસ્થા થવી જોઈએ, આ મુશ્કેલ છે ખરું, પણ અશક્ય નથી. 'ઇન્કમટેક્ષ' જેમ 'ઇન્કમ' એટલે આવક ઉપર જ લેવામાં આવે છે, તેમ જે જે વસ્તુ માણસ ખરીદવા માગતો હોય તે બધી વસ્તુનો ભાવ એની આવકના પ્રમાણમાં એણે આપવો એવો નિયમ થવો જોઈએ.

દાખલા તરીકે ભીંડા બધાને જ પાંચ આને શેર મળે તો ફક્ત પૈસાદાર ને થોડા મધ્યમ વર્ગના ઉડાઉ માણસો એનો ઉપયોગ કરી શકે. પણ એ જ ભીંડા ગરીબ માણસને બે પૈસે, મધ્યમ વર્ગ માટે એક આને, જરા ઠીક કહી શકાય એવી સ્થિતિવાળાને બે આને ને તાલેવંત માણસને આઠ આને શેર મળે એમ થાય તો ખાવાના ક્ષેત્રમાંથી અસમાનતા દૂર થાય ને સૌને સરખું જમવાનું મળે.

એ જ પ્રમાણે બાળકને ને સગર્ભા સ્ત્રીઓને દૂધ ઓછે ભાવે મળે છે તેમાં પણ સુધારો થવો જોઈએ. બાળકને ને સગર્ભા સ્ત્રીઓને દૂધની જરૂર છે એ સાચું છે, પણ મોટી ઉંમરના પુરુષોને પણ એની એટલી જ જરૂર હોય છે. એઓ બાળક કે સગર્ભા સ્ત્રી નથી બની શકતા તેમાં એમનો વાંક નથી, કુદરતનો વાંક છે અને કુદરતના વાંક માટે એને શોષવું પડે એ વાજબી કહેવાય નહિ. પૈસાદાર પુરુષનાં બાળક ને સગર્ભા સ્ત્રી વધારે

પૈસા ખરચીને સારું દૂધ જરૂર મેળવી શકે, પરંતુ મોટી ઉંમરના ગરીબ સ્થિતિના પુરુષને પાણીવાળું દૂધ જ પીવું પડે છે. એટલે દૂધ પણ સૌને એમની આવકના પ્રમાણમાં ભાવ બાંધી, આપવાની વ્યવસ્થા કરી શકાય.

આમ દરેક બાબતમાં કરવામાં આવે તો આર્થિક અસમાનતા ઘણે અંશે ઓછી થઈ જાય.

❑

૨૦

નવાઈ મરવાની નથી, મારવાની છે

કોમી હુલ્લડ દરમિયાન એક ભાઈ ઘરમાં જ ભરાઈ રહેતા. 'રહેતા' એવો ભૂતકાળનો પ્રયોગ કર્યો છે તેનું કારણ એ નથી કે હવે હિંમતભેર એમણે બહાર નીકળવા માંડ્યું છે. પણ 'આ હુલ્લડ ક્યારે અટકશે તે કહેવાય એમ નથી' એમ એમના માનીતા જોશીએ જણાવ્યું એટલે હવે એ પોતાને 'વતન' ચાલ્યા ગયા છે, માટે જ ભૂતકાળનો પ્રયોગ કર્યો છે. બાકી એ મુંબઈમાં હોત તો હજીયે ઘરમાં જ હોત.

શાકભાજી લેવા એમનાં પત્ની બહાર જતાં, એમનાં બાળકો નિશાળે જતાં, એમનો ઘાટી રહી શકાય તેટલો વખત ઘરની બહાર રહેતો. એમનાં વૃદ્ધ માતા પણ દેવદર્શન કરવા બહાર જતાં. પરંતુ એમણે પોતે એ અહીં હતા ત્યાં સુધી ઘરબહાર પગ મૂક્યો નહોતો.

એમના મિત્રો ને પડોશીઓ 'તમે આટલા પોચા ને બાયલા કેમ છો? તમારાં છોકરાંઓ ને પત્ની પણ બહાર જાય છે ને તમને બીક લાગે છે? મરદ જેવા મરદ થઈને આવા ડરપોક શાથી થયા?' એમ એમને મહેણાં મારતા ત્યારે એ હસીને જવાબ દેતા: 'મને બીક લાગે છે એ તમારી વાત ખરી છે. પણ તમે ધારો છો એ જાતની બીક લાગતી નથી. મને એવી બીક રહે છે કે હું ઘરની બહાર નીકળીશ ને કદાચ ઉશ્કેરાઈ જઈશ તો કોઈને મારી બેસીશ. કદાચ અહિંસાધર્મ હું ચૂકી જાઉં એ જ બીકને લીધે હું બહાર નીકળતો નથી.'

'ખરા તમે! છોકરા સામું બોલે છે અને બૈરી પણ તમને ફાવે તેમ કહે છે છતાં એના કોઈના પર હજી તમારો હાથ ઊપડી શક્યો નથી ને બહાર જઈને બીજાઓને તમે મારી નાખવાના, કેમ?' એમના જવાબનો

મિત્ર તથા પડોશીઓ પ્રત્યુત્તર વાળે છે.

એઓ શાંતિથી સાંભળી રહે છે ને પછી કહે છે : 'તમારે માનવું હોય તો માનો, પણ મારા મનની વાત તમે શું જાણો ? આપણા પાડોશી વીરચંદ વાણિયાનો છોકરો ક્ષત્રિયની કન્યા પરણી આવ્યો છે તે તો તમે જાણો છો ને ?'

'હા, પણ તેને આ વાત સાથે શો સંબંધ છે ?'

'ઘણો સંબંધ છે. એ ક્ષત્રિય કન્યાનાં બાળકો સાથે મારાં બાળકો રમે છે. તેથી મારાં બાળકોમાં ક્ષત્રિયપણું આવવા માંડ્યું છે. જેની તેની જોડે એ જમાવતા ફરે છે. એનો ચેપ થોડોઘણો મને પણ લાગ્યો છે. એટલે હું બહાર નીકળું ને ન કરે નારાયણ તે ચેપ દ્વારા મેળવેલું ક્ષાત્રતેજ મારામાં ઊભરાઈ આવે તો કોઈને પણ પ્રહાર કરી બેઠા વગર રહું નહિ, સમજ્યા ?' એમણે ખુલાસો કર્યો.

અલબત્ત, આ ખુલાસો કોઈને ગળે ઊતર્યો નહિ, અને પોતાનું બાયલાપણું સંતાડવા આ બધાં બહાનાં કાઢે છે એમ જ સૌએ માન્યું.

કદાચ એ ભાઈ પોતાની ભીરુતા ઢાંકવા આ જાતનું બહાનું કાઢતા હોય, તોપણ મુદ્દે એમની વાત સાચી છે. તે કાળે જે જાતનાં રમખાણો ચાલી રહ્યાં હતાં તેમાં સાચો ભય આ જ હતો કે સામાન્ય રીતે શાંતિપ્રિય ને અહિંસા પાળનારા મનુષ્ય મારામારી કરવા તરફ વળી જાય.

સાધારણ રીતે કાયદાને માન આપીને ચાલનારા મોટા ભાગના માણસોને પોતાના જાનમાલની સલામતીનો ભય લાગતો. 'બહાર નીકળ્યા પછી સહીસલામત ઘેર પાછા પહોંચીએ ત્યારે ખરા' એમ ઘણા માણસો કહે છે.

ઑફિસેથી કે દુકાનેથી ઘેર આવતાં મોડું થઈ જાય ને કોઈ વાહન મળી શકતું નહિ ને ચાલતા આવવું પડતું ત્યારે માણસ રસ્તે એવી રીતે ચાલતા કે જાણે હમણાં કોઈ ઠેકાણેથી ગુંડો નીકળી આવીને એમને છરી ભોંકી દેશે. આસપાસ, આજુબાજુ, આગળ-પાછળ ને ગલીઓની અંદર નજર નાખતા એ ચાલતા. રસ્તા પર પડેલી વસ્તુઓ તરફ એનું ધ્યાન રહેતું નહિ. પંદર ડગલાં ચાલતાં એ બાર વાર ઠોકર ખાતા ને વારંવાર દીવાના થાંભલા સાથે અથડાઈ પડતા.

નવાઈ મરવાની નથી, મારવાની છે

આવી ભયવિહ્વળ, બેબાકળી મનોદશા ઘણા માણસોની આવે વખતે થઈ જતી અને તેનું કારણ એ નહોતું કે એ પોતે હિંસક થઈ જઈને કોઈને મારી બેસશે એવી એને બીક લાગતી, પણ બીજો કોઈ આવીને પોતાને મારી જશે એવો ભય એને સતત રહ્યા જ કરતો.

આમ છતાં આવે પ્રસંગે ખરો ભય માણસ અહિંસાધર્મ ચૂકીને મારામારી કરવા તરફ વળી જાય એવો છે એમ કહેવું તે વાજબી શી રીતે કહેવાય એવો સંશય કુદરતી રીતે જ થાય એમ છે.

પરંતુ આપણે આ બાબતમાં જરા ઊંડા ઊતરીને વિચાર કરીશું તો જણાઈ આવશે કે આ જાતના ઉશ્કેરાટના ને ગભરાટના પ્રસંગોમાં સાચો ભય, માણસ અકસ્માત કોઈકની છરીનો ભોગ થઈને મરી જાય તેનો નથી, પણ એ ઉશ્કેરાઈ જઈને કોઈકને મારી બેસે, અથવા મારવાનો વિચાર સેવવા માંડે તેનો જ છે.

મનુષ્ય અકસ્માત મૃત્યુ પામે એવો ભય આવાં રમખાણોને લીધે વધે છે એ સાચું, પણ એ ભય નવો આવ્યો નથી. રમખાણો ન હોય ત્યારે પણ એ જાતનો ભય તો રહે જ છે. એવો ભય મનુષ્યને માથે હંમેશનો તોળાઈ રહ્યો છે. એની યાદ આપણાં ધર્મશાસ્ત્રો અને વીમાવાળાઓ વારંવાર કરાવે છે. એ ઉપર તો ધર્મ ને ધંધો બંને નભી રહ્યા છે.

એક પ્રાચીન શ્લોકમાં કહ્યું છે કે ડાહ્યા માણસે જાણે કોઈ દિવસ મરવાનું જ ન હોય તે રીતે વિદ્યા ને પૈસો મેળવવા પાછળ મંડવું ને મોત જાણે હમણાં જ આવી પહોંચશે એમ માની ધર્મ કરવા માંડવો. અત્યારના કાળ પ્રમાણે એમાં ફેરફાર કરી કહી શકાય, 'શાણા પુરુષો કોઈ દહાડો જાણે મોત આવવાનું જ ન હોય એમ માની પૈસો ભેગો કરવા મંડી પડે છે ને થોડા જ વખતમાં મરી જવાનું છે એમ માનતા હોય તે રીતે ઝડપ-ઝડપ દુનિયાની મોજમજાહ લૂંટવા લાગે છે.'

મૃત્યુ જેવી ચોક્કસ વસ્તુ એક પણ નથી. તેમ જ મૃત્યુ જેવી અચોક્કસ વસ્તુ પણ એક નથી. મોત આવવાનું છે એ ચોક્કસ છે, ક્યારે આવશે એ તદ્દન અચોક્કસ છે. દરેક મનુષ્યને મરવાનું તો છે જ, અને પોતે ક્યારે મૃત્યુ પામવાનો છે તે કોઈ પણ જાણી શકતો નથી. એટલે મોત ચોક્કસ આવી પહોંચે છે પણ ખબર ન પડે એ રીતે આવી પહોંચે

રેતીની રોટલી

છે. એ દૃષ્ટિએ જોતાં બધાં જ મૃત્યુ એક રીતે અણધાર્યાં કહી શકાય.

પણ રોગથી કે વૃદ્ધાવસ્થાની નબળાઈથી કે કુદરતી રીતે નહિ, પરંતુ અકસ્માતને કારણે ઘણા ન મરવા જોગ મનુષ્યો પણ મૃત્યુ પામે છે અને તેથી આ જાતનાં રમખાણોને લીધે કોઈ પણ મનુષ્યના અકસ્માત સ્વધામ પહોંચી જવાનો ભય ઊભો થયો છે એમ કહીને કંઈક જાણે નવી વસ્તુ જ કહી હોય એમ કેટલાક માને છે, તેઓ ભારે ભૂલ કરે છે. એ ભય તો સદાનો છે ને સદા રહેવાનો છે. આગ, રેલ, ઝેર, ચેપી રોગ, યુદ્ધ, હૃદયની હડતાળ, વગેરે અનેક કારણો ભેગું આ રમખાણનું એક કારણ નવું ઉમેરાયું એટલું જ. બાકી આકસ્મિક મૃત્યુ એ દુનિયાની શરૂઆતથી ચાલતી આવેલી વસ્તુ છે.

દરેક મનુષ્યે મરવાનું છે જ એ તો કુદરતી નિયમ છે, પણ દરેક મનુષ્યે કોઈક બીજા મનુષ્યને મારવાનો પણ છે એવો કુદરતી કે બિનકુદરતી કોઈ નિયમ નથી. જીવતો મનુષ્ય મર્યા વગર રહેવાનો જ નથી. એ આપણે જાણીએ છીએ. પણ માર્યા વગર કોઈ જીવી શકે નહિ એમ કહી શકાય નહિ. એટલે આ જાતનાં રમખાણોને લીધે જે નવો ભય ઊભો થયો છે તે એક મનુષ્ય મરી જાય તેનો નથી, પણ એ અચાનક કોઈને મારી બેસે તેનો છે એમ જ કહેવું જોઈએ.

કદાચ એમ કહેવામાં આવે કે આપણા જેવા સામાન્ય રીતે શાંતિ ને સલામતી શોધનારા ને ભોગવનારા માણસો માટે કોઈકને મારી બેસવું એ બહુ સંભવિત અથવા શક્ય નથી, તો તેના જવાબમાં કહેવું જોઈએ કે સામાન્ય સંજોગોમાં એ વાત સાચી છે, પણ અસામાન્ય સંજોગોમાં એવો ભય જરૂર ઊભો થાય છે.

કદાચ આપણા જેવા નબળા, મનથી તેમ જ તનથી નબળા ને ઢીલાપોચા માણસો બીજાઓ પર પ્રહાર કરવાની હિંમત પણ ક્યાંથી કરી શકે એવી શંકા પણ થાય. પરંતુ આવા પ્રસંગે જે રીતે અન્ય મનુષ્યો પર પ્રહાર કરવામાં આવે છે તેમાં તનની કે મનની સબળતા જરૂરી નથી. નબળા મનુષ્યો પણ છાનામાના પ્રહાર કરીને કે દૂરથી કંઈક ફેંકીને છુપાઈ જાય છે. સામા મનુષ્યને કહીને એને તૈયારી કરવાનો વખત આપીને અને શસ્ત્રાસ્ત્રથી એ સજ્જ થઈ આવે પછી સામે મોંએ એની સાથે લડવા

નવાઈ મરવાની નથી, મારવાની છે ૧૨૩

જવાનું હોય તો તે જુદી વાત છે.

આ તો કોઈ માણસનું ધ્યાન ન હોય એવે વખતે પાછળથી એને ખબર ન પડે તે રીતે આવી એને ધબોવી નાખવાનું કામ છે. એમાં બળ નહિ, પણ નિર્બળતાની વધારે જરૂર છે.

અને સામા માણસનું ધ્યાન ન હોય તેવે વખતે એના પર હલ્લો કર્યો હોય તો એ હલ્લો કરનારા કરતાં હલ્લો ખમનાર ગમે તેટલો વધારે મજબૂત હોય છતાં હાર ખાઈ જાય છે, એ તો સામાન્ય અનુભવની વાત છે. મેં પોતે નાનપણમાં મારા કરતાં ત્રણ ગણી મોટી ઉંમરના ને પચીસ ગણા મજબૂત એવા એક પ્રચંડ શરીરવાળા ભૈયાને, એ ઓટલે બેઠો હતો ત્યારે પાછળથી આવીને ધક્કો મારીને ગબડાવી પાડ્યો હતો અને આવડા મોટા કદવાળા ભૈયાને પાડી નાખીને હું તે વેળા થોડોઘણો ફુલાયો પણ હતો.

ઉશ્કેરણીને પ્રસંગે માણસમાત્રમાં થોડીઘણી નબળાઈ આવી જાય છે. એ નબળાઈને લીધે એ મન પરનો કાબૂ ખોઈ બેસે છે, ને તે વેળા એના હાથ પરાણે, અજાણ્યે ઊપડી જાય છે. કોઈને મારવું એમાં બહાદુરી નથી. મન નબળું ન થઈ જાય ત્યાં સુધી એ હાથ ઉપાડવા તૈયાર થતો નથી. મન નબળું પડતાં હાથ ઊપડી જતાં અટકાવવો એને ભારે પડે છે.

એક ગૃહસ્થ પોતાની નાની બાળકીને એ જ્યારે ખૂબ જીદ કરતી ત્યારે શાંતિથી એક તમાચો મારી લેતા ને પછી પેલી બાળકી જીદ છોડી દઈને રડવા મંડતી.

'છોકરીને મારો છો શું? તમારી પોતાની છોકરી પર હાથ ઉપાડતાં તમારો જીવ કેમ ચાલે છે? બાળક હોય તે જીદ કરે. એના પર આમ ખીજવાવું શું?' એમ કોઈકે એક વાર એમને કહ્યું.

ત્યારે એમણે જવાબ દીધો: 'હું એના પર ખીજવાયો નથી. હું તદ્દન શાંત છું, પણ મને અનુભવથી જણાયું છે કે આ છોકરી જ્યારે જીદ પર ચઢે છે ત્યારે તમાચો ખાધા વિના એ જીદ છોડતી નથી. એટલે હું એ જીદ કરે છે ત્યારે શાંતિથી, ખીજવાયા વગર, એક તમાચો એને મારી દઉં છું. એટલે એ તરત જીદ છોડી દે છે.'

એમની વાત કદાચ ખરી હશે, પણ એમની પેઠે, 'કલા ખાતર કલા' એ ન્યાયે, હૃદયમાં કોઈ પણ જાતનો દ્વેષભાવ કે ક્રોધ રાખ્યા વિના,

માર મારવા ખાતર તમાચો કોઈને મારી શકે એવા મનુષ્યો બહુ વિરલ છે. પોતાના પ્રિયજનને મારનારના હૃદયમાં પણ તે વેળા તો પ્રેમનો ભાવ નહિ પણ અકળામણ, ખિજવાટ, તિરસ્કાર કે કોપનો ભાવ હોય છે. બૈરી કે છોકરાં પર હાથ ઉપાડી પછી પસ્તાવો કરનાર પણ એમ કહેતો નથી કે 'મેં પ્રેમપૂર્વક પાંચ તમાચા ખેંચી કાઢ્યા, તે એ લોકોના ભલા ખાતર. મારા હૃદયમાં તો નિર્મળ પ્રેમ સિવાય બીજું કંઈ હતું જ નહિ.'

ધિક્કાર, તિરસ્કાર, દ્વેષ, ક્રોધ આદિ ભાવો માણસોને નબળા પાડે છે. ઉશ્કેરાટના સમયમાં એ ભાવો જલદી જાગ્રત થાય છે. એટલે આવા પ્રસંગોએ સાધારણ રીતે સ્વસ્થ રહેતા મનુષ્યો પણ અસ્વસ્થ થઈ જાય છે. તેમના મનમાં અશાંતિ જન્માવનાર તરફ દ્વેષભાવ ઉત્પન્ન થાય છે. એમના પર ચીડ ને ગુસ્સો આવે છે. સારામાં સારા માણસો પણ આવે વખતે ખીજવાયા વગર રહી શકતા નથી. અને ઘણું ખરું તો એવો ખિજવાટ ને ધૂંધવાટ ઘરને ખૂણે ઘરનાં માણસો આગળ એ કાઢે છે. પણ એ વસ્તુ જ બતાવે છે કે એમના હૃદયમાં દૂરના ખૂણામાં પડી રહેલી હિંસાની ભાવના સળવળાટ કરી રહી છે.

કેટકેટલી સદીઓના સંસ્કાર ને શિક્ષણ પછી માણસ પોતાના હૃદયમાં રહેલી હિંસા, ક્રોધ અને ધિક્કાર જેવી અધમ વૃત્તિઓ પર કાબૂ મેળવવા સમર્થ થયો છે? આખા દેશ અથવા શહેરનું વાતાવરણ ડહોળાઈ જાય ત્યારે ભલભલા માણસોનો કાબૂ ઢીલો પડી જાય છે, ને કાર્યથી નહિ તો વિચારમાં પણ એ હિંસાને સેવવા લાગે છે. હાથ ઉપાડીને એ કોઈને મારતો નથી, પણ મનથી, કલ્પના દ્વારા એ કેટલાનો કચ્ચરઘાણ કાઢી નાખે છે. આ જાતની માનસિક હિંસા એ પણ કંઈ ઓછી ભયંકર નથી.

એટલે ખરી રીતે જોતાં આવી ઉશ્કેરણીના પ્રસંગે ખરો ભય માણસ ગાફેલ બની કોઈની છૂરીનો ભોગ બની મરી જાય તેનો નથી, પણ એ મન પરનો કાબૂ ગુમાવી બેસી કોઈને મારવાનો વિચાર કરતો થઈ જાય તેનો ભય છે. અને એ ભય ગુંડાઓ માટે નહિ, પણ સજ્જનો માટે જ છે એ ઉમેરવું જોઈએ.

❒

૨૧

મુંબઈની ટ્રેન, ટ્રામ, બસ સરવીસ

આમ બહારથી તો એનામાં ખાસ નવાઈ જેવું કશું નથી, પણ ઊંડેથી જોતાં મારું નાક બહુ અદ્ભુત છે. 'સમય સાથે ચાલો' એ સૂત્રનું એ બરાબર પાલન કરે છે. બહારની દુનિયા સાથે હાથમાં હાથ મિલાવી ચાલવાનો કેટલાક બિરાદરો ઉપદેશ કરે છે તેની એના પર ખૂબ અસર થઈ છે. ઋતુના આવનારા ફેરફાર નોંધનારાં યંત્રો ને એ નોંધને આધારે આગાહી કરીને પાછળથી ખોટા પુરવાર થનારા હવામાનના નિષ્ણાતો કરતાં ઋતુના ફેરફારની આગાહી જો હું મારા નાકને ભરોસે કરવા ધારું તો વધારે સારી રીતે કરી શકું એમ લાગે છે. પરંતુ હું જો એમ કરવા માંડું તો બિચારા હવામાનના નિષ્ણાતોનો ધંધો જતો રહે, એટલે કોઈના પેટ પર પગ શા માટે મૂકવો એમ માનીને હું આગાહીઓ કરવાની લાલચથી દૂર રહું છું.

મારું નાક એ નાક નથી, ઋતુના ફેરફાર નોંધનારું પારદ યંત્ર છે એમ કહું તો ખોટું નહિ. હવામાં જરા પણ ફેરફાર થાય છે કે તેની અસર તરત જ મારા નાક પર થાય છે. વરસાદ આવવાનો હોય કે જતો રહેવાનો હોય, ખૂબ ઠંડી પડ્યા પછી ઋતુ બદલાઈને હવામાં ગરમી આવવાની હોય, કે ગરમી પડ્યા પછી હવામાં ઠંડક આવવાની તૈયારી કરી રહી હોય, હવામાં જરા જેટલો પણ ફેરફાર થયો ન હોય પણ થવાની તૈયારીમાં હોય તો તરત 'ઇન્કિલાબ ઝિન્દાબાદ'નાં સૂત્રોનો પોકાર મારા નાકની અંદરથી ઊઠવા લાગે છે. અંદર ને અંદર કંઈ ચળવળ ચાલી રહી હોય એમ મને લાગવા માંડે છે ને પછી નાસિકાના આખાય પ્રદેશમાં સળવળાટ થઈ રહે છે.

કોઈક વાર દિવસમાં પચાસથી સો જેટલી છીંકો આવીને મારો દમ કાઢી નાખે છે, તો કોઈક વેળા નાસિકાની અંદર રહીને કામ કરનારાઓ

બેઠી હડતાળ પર ઊતરે છે ને બંને નસકોરાં બંધ થઈ જતાં હવા માટેનો આવ-જા કરવાનો માર્ગ બંધ થઈ જાય છે. કેટલીક વાર આંસુ સારતી રમણીની પેઠે નાસિક છિદ્રો વાટે પાણી કાઢ્યા જ કરે છે અને 'આટલું પાણી તો મેં આખા દિવસમાં પીધું પણ નથી ને નાકમાંથી નીકળે છે શી રીતે?' એમ મને આશ્ચર્યમાં ગરકાવ કરી દે છે. કોઈક વાર બિરાદરોને પ્રિય એવો રશિયાનો રાતો રંગ ધારણ કરીને પોતાનો પ્રકોપ વ્યક્ત કરે છે, તો કેટલીક વાર બરફમાં મૂકેલી સોડાલેમનની બાટલી જેવું ઠંડુંગાર બનીને મારા મગજને ગરમ કરી મૂકે છે.

ઋતુ એકસરખી ચાલતી હોય ત્યારે એમાંનું કંઈ થતું નથી, પણ એમાં જરા પણ ફેરફાર થતાં આ જાતની અસર મારા નાક પર થયા વિના રહેતી નથી. આવું કંઈ ન થાય ને છતાં હવામાં જરાતરા ફેરફાર થાય તો ખાતરીપૂર્વક માનું છું કે એ ફેરફાર માત્ર દેખાવ પૂરતો છે અને બને છે પણ તેમ જ. જરાક ફેરફાર વરતાય ન વરતાય ને હવા પાછી હતી તેવી થઈ રહે.

મારા શરીરમાં નાકનું જે સ્થાન છે તે સ્થાન આપણા શહેરમાં ટ્રામ, બસ તથા ટ્રેનનું છે. હવામાં થતા નજીવામાં નજીવા ફેરફારની અસર તરત જ મારા નાક પર થાય છે, તે જ પ્રમાણે આ શહેરમાં કંઈ પણ નવું થાય છે કે તેની અસર એકદમ ટ્રામ, બસ તથા ટ્રેન પર થાય છે. મિલમાલિકો ને મજૂરો વચ્ચે ઝઘડો જાગે, કેટલાક લોકો સરઘસ કાઢવા માગે ને બીજા કેટલાક લોકો પેલા કેટલાક લોકોને સરઘસ કાઢતાં અટકાવવાનો પ્રયત્ન કરે, પરગામમાં કે પરપ્રાંતમાં કોઈક મરી જાય, કોઈક કેદમાં જાય કે કોઈક કેદમાંથી છૂટીને આવે, ઇંડોનેશિયા કે ઇંડોચાઈના આઝાદી મેળવવા માટે ચળવળ ઉપાડે, કેટલાક દારૂ પીને આવે ને બીજા ન પીનારા સાથે અથડામણ ઊભી કરે; આ બધાં સાથે ટ્રામને ને ટ્રેનને દેખીતો કાંઈ પણ સંબંધ નથી, છતાં આની અસર, બીજા કોઈ પર ખુદ એ કાર્યમાં સંડોવાયેલા હોય તેના પર પણ, થાય તે કરતાં ટ્રામ, બસ, ટ્રેન પર વધારે થાય છે.

પેલા બહાદુર જવાંમર્દ માટે કહેવાય છે કે અમદાવાદમાં તોપ ફૂટે ને 'બંદા ખુલ્લી છાતીએ ભરૂચમાં ફરે' તેમ પણ આ ટ્રામ માટે કહી શકાય એમ નથી. દુનિયાના કોઈ પણ ભાગમાં લડાઈ કે એવું કંઈ જાગે કે તેનો

પહેલો ભોગ અહીંની ટ્રામો તથા બસો થઈ પડે છે.

થોડા વખત પર શહેરમાં કોમી રમખાણ થયું ને તરત જ ઘણાખરા માર્ગોની ટ્રામો તથા બસો – જાણે એમની પણ કતલ થઈ ગઈ હોય તેમ – બંધ પડી ગઈ. મામલો કંઈક સુધારા પર આવ્યો ને થોડીક ટ્રામો તથા બસો ટગુમગુ ચાલતી થઈ, એટલામાં ઇન્દ્રરાજાએ મહેર કરી ને કોઈક સટોડિયો પોતાના દલાલને નવડાવી નાખે તેમ મુંબઈ શહેરને નવડાવી નાખ્યું. કેટલાક લોકો રમખાણમાં પ્રત્યક્ષ ભાગ લઈને તથા બાકીના મોટા ભાગના લોકો અફવાઓ ઉડાવીને તથા સાંભળીને ગરમ થઈ ગયા હતા તેની લાગણી એ વરસાદને લીધે જરા ઠંડી પડી, પણ ટ્રામો તથા બસો તો ઠંડીગાર થઈ ગઈ. વરસાદની એ હેલીને લીધે સ્થળે-સ્થળે પાણીનાં પૂર ફરી વળ્યાં ને કેટલીક દુકાનો તથા ઘરોની અંદરના ભાગમાં પણ જાણે રેલ આવી હોય તેવો દેખાવ થઈ રહ્યો. પણ સૌથી વધુ અસર થઈ ટ્રામ તથા બસને – પગ પર કોઈએ જોરથી લાકડી ફટકારી હોય ને કૂતરાનું બચ્ચું અમળાઈને બેસી પડે તેવી સ્થિતિ રમખાણને લીધે એની થઈ હતી. પછી જરા કળ વળતાં એ કૂતરાનું બચ્ચું ઊભું થઈને જેમતેમ ચાલવાનો પ્રયત્ન કરવા માંડે એટલામાં કોઈક સૂંઢમાંથી જોરમાં એના પર પાણી છોડે ને અચાનક આવી પડેલા પાણીના વેગને લીધે એ ફરી પાછું અમળાઈને બેસી જાય, તેમ રમખાણનું જોર જરા નરમ પડતાં ટ્રામ તથા બસે પાછા ચાલવા માંડ્યું હતું, એટલામાં મેઘરાજા એના પર તૂટી પડ્યા ને ફરી એને ધબાય નમઃ કરવું પડ્યું છે.

ટ્રામ્વે કંપનીના સંચાલકોએ જાહેર કર્યું છે કે મુંબઈમાં જે અસાધારણ વરસાદ પડી ગયો તેને લીધે ઘણી ટ્રામોને નુકસાન થયું છે ને તેને સમારતાં દિવસો નીકળી જશે એટલે હમણાં થોડો વખત જાહેર પ્રજાને થોડીઘણી તકલીફ વેઠી લેવી પડશે.

ખરી રીતે, આવી રીતની જાહેરાત કરવાની કશી જરૂર નહોતી. એક ભાઈના રિસાળ સ્વભાવનાં પત્ની એમનું મન જરા પણ દુભાય કે રિસાઈને પિયર ચાલ્યાં જતાં. કેટલીક વાર તો પતિ બહાર ગયા હોય ને પડોશી કે બીજા કોઈ સાથે કંઈક તકરાર થાય તોય પતિને કહ્યાકારવ્યા વગર એ પિયર જતાં રહેતાં. મોડેથી પતિ ઘેર આવે ને જુએ કે પત્ની ઘરમાં

નથી, ત્યારે તપાસ કરે ને એમને ખબર પડે કે અમુક કારણથી રિસાઈને એમનાં ધર્મપત્ની પિતાને ઘેર ચાલી ગયાં છે. એ ત્યાં જઈને એને મનાવી લાવે. પણ પછી તો વારંવાર એવું બનવા માંડ્યું એટલે ઘેર આવીને જુએ કે પત્ની ઘરમાં નથી એટલે 'હશે, કંઈ થયું હશે એટલે પિયર ગઈ હશે' એમ માની લઈને એનાં કારણબારણની તપાસ કરવાનું માંડી વાળતાં ને બેચાર દિવસમાં પત્ની પાછી આવી પહોંચતી, ત્યારેય કારણ પૂછતા નહિ અથવા પોતાને નવાઈ લાગી છે એમ પણ દર્શાવતા નહિ. જાણે એ તો હોય જ એમ માનતા હોય, તેમ સ્વસ્થતાથી કામ કર્યે જતા. એ જ પ્રમાણે હવે ટ્રામો તથા બસો એકાએક બંધ પડી જાય એ વસ્તુથી લોકો એટલા ટેવાઈ ગયા છે કે કોઈને એની નવાઈ લાગતી નથી. અને કારણ જાણવાનું કુતૂહલ પણ ભાગ્યે જ થાય છે. 'હોય, ટ્રામ છે, બંધ પણ પડી જાય' એમ કરીને મનનું સમાધાન કરી લે છે.

પરંતુ ટ્રામ,. બસ તથા ટ્રેનો ઓછી થવાથી અથવા બંધ થઈ જવાથી માણસોને તકલીફ વેઠવી પડે છે અને એ વાતની ભારે હૃદયે એ કંપનીઓના સંચાલકો જે નોંધ લે છે તેની આપણે જો કદર ન કરીએ તો નગુણા કહેવાઈએ. આટલી નજીવી વાતથી આટલા બધા માણસોને આટલી ભારે તકલીફ પડે છે એ ખબર એ લોકોને છે એટલું જ નહિ, પણ પોતાને એની ખબર છે એવી ખબર પણ જાહેર પ્રજાને તેઓ આપે છે તે બદલ આપણે સૌ એના ઋણી છીએ.

પરંતુ ટ્રામ વગેરે બંધ થવાથી જ લોકોને તકલીફ પડે છે એમ નથી. ટ્રામ વગેરે વાહનો બંધ પડી જતાં લોકોને ભારે તકલીફ વેઠવી પડે છે એ સાચું છે. પરંતુ એ ચાલુ હોય છે ત્યારે પણ તકલીફ ઓછી વેઠવી પડતી નથી. ન્યાતમાં કન્યાની અછત હોય ત્યારે પહેલાં તો કન્યા શોધતાં જ દમ નીકળી જાય. પછી વળી કોઈ મળી આવે તો એની સાથે ચોકઠું ગોઠવવામાં હજાર અંતરાય ઊભા થાય. તેને પસાર કરીને કોઈ ભાગ્યશાળી ઘર માંડવા શક્તિમાન થાય તો ગૃહિણીનો તાપ જીરવવો એને ભારે પડે. એની સેવામાં ખડે ને ખડે પગે એણે ઊભા રહેવું પડે ને એ તપશ્ચર્યા એ કરે તો કદાચ અચાનક કોઈ રોગચાળાનો ભોગ બનીને ગૃહદેવી એમને ત્રિશંકુ જેવી દશામાં મૂકી આ ફાની દુનિયાનો ત્યાગ કરીને ચાલી નીકળે.

આવી જ સ્થિતિ ટ્રામ તથા બસ મેળવવા મથનારની થાય છે. પહેલાં તો એને એ મળતી જ નથી. કોઈ રડીખડી મળી આવે છે તો તેમાં એને માટે જગા હોતી નથી. જેમ તેમ ઊભાઊભા મુસાફરી કરવાનો લહાવો લેવા ક્વચિત્ એ ભાગ્યશાળી થાય છે તો અધવચ એ ટ્રામ અથવા બસ અટકી પડે છે ને અડધે રસ્તે એને ઊતરી જવું પડે છે.

ઉતારુઓને જે આ બધી તકલીફ ને અગવડ ભોગવવી પડે છે. તેનું ભાન સંચાલકોને છે અને તેથી એના ઉપાયો શોધવા એઓ મહેનત કરે છે.

'જરૂર વગર મુસાફરી ન કરો' એમ એઓ વારંવાર ઠોકી ઠોકીને કહે છે. જરૂર વગર મુસાફરી કરનારાઓનો મોટો વર્ગ આ દેશમાં છે એની એમને ખબર છે. કારણ કે લડાઈ પૂર્વે મુસાફરી કરવા માટે અનેક લાલચો એમણે જ લોકો સમક્ષ ધરી હતી, પરંતુ હવે એઓ જરૂર વગર મુસાફરી કરવી એ પાપ છે એમ માનવા લાગ્યા છે ને તેથી લોકોને વગર જરૂરી મુસાફરી કરતાં અટકાવવા માગે છે. પણ તેનું ધાર્યું પરિણામ આવતું નથી. દેશમાં અનાજની અછત છે, લોકો વધારે છે ને અનાજ ઓછું છે, માટે સંતતિનિયમન કરો ને અનાજ વધારે ઉગાડો એવા પ્રકારની ઘોષણા કરવામાં આવી હતી, પણ તેના પરિણામે અનાજ ઓછું થયું ને લોકો વધી ગયા. આવું જ આ બાબતમાં પણ થાય છે.

ટ્રામ, બસ તથા ટ્રેનમાં જે અસહ્ય ગિરદી થાય છે, લોકોને ઊભા-ઊભા મુસાફરી કરવી પડે છે, કેટલાક તો સ્ક્રૂ ઢીલા થઈ જતાં સાંધેલાં પાટિયાં લબડી પડે તેમ લટકીને મુસાફરી કરે છે ને એને લીધે કેટલીક વાર અકસ્માતો પણ થાય છે. એ બધું અટકાવવું હોય તો 'જરૂર વગર મુસાફરી ન કરો' એવો પ્રચાર કરવાથી કંઈ વળશે નહિ. લોકો સાધારણ રીતે કોઈની શિખામણ માનતા નથી. આ માટે તો જુદી જ જાતના નુસખા અજમાવવા જોઈએ.

જેઓ ઊભાઊભા અથવા બારણાં આગળ ઊભા રહીને મુસાફરી કરે તેની પાસે ટિકિટના બમણા અથવા ત્રણ ગણા પૈસા લેવા. ટ્રામ અથવા બસ કે ટ્રેનની અંદર ઊભા રહેવા માટે બમણા ભાવ, બારણાં આગળ ઊભા રહેવું હોય તો અઢીગણો ભાવ ને અડવો સૂર્યાસ્ત સમયે એક પગ ખોડીબારામાં ને બીજો પગ બહાર રાખીને ઊભો હતો, તેમ એક પગ

ટ્રામ કે ટ્રેનના ફૂટબોર્ડ પર ને બીજો પગ અધ્ધર લટકતો રાખી મુસાફરી કરવી હોય તો ત્રણ ગણો ભાવ એ રીતે વ્યવસ્થા કરી હોય, તો જેઓ એ રીતે ઊભાઊભા કે લટકતા મુસાફરી કરવાનો સાચો, અંતરનો શોખ ધરાવતા હશે અથવા જેને કોઈ પણ રીતે મુસાફરી કર્યા વિના ચાલે એમ જ નહિ હોય તે સિવાયના બીજા મુસાફરો મુસાફરી કરવાનું માંડી વાળશે, અને એ રીતે ભીડ કંઈક ઓછી થશે.

આવી અગવડ ભોગવનારા પાસે વધારે પૈસા કેમ લેવાય એવો સંદેહ રાખવાની જરૂર નથી. ઊલટું આ રીતની મુસાફરી કરવાની તક આપી અમે લોકો પર મોટો ઉપકાર કરીએ એમ સંચાલકોએ લોકોના મન પર ઠસાવવું જોઈએ. અને એ માટે પ્રચાર પણ કરવો જોઈએ. 'બેઠાડુ જીવન ગાળી તમે રોગના ભોગ થયા હો તો આવો, અમારી ટ્રામમાં ને બસમાં ને ટ્રેનમાં મુસાફરી કરો ! બેઠાબેઠા તમે કંટાળી ગયા હશો. ઊભાઊભા મુસાફરી કરવાની અમે તમને સગવડ કરી આપીશું. ઊંઘતા તો તમે હંમેશ હશો, પણ અમારી ટ્રેનમાં આવી આંખનું મટકુંય માર્યા વગર જાગતા મુસાફરી કરવાનો લહાવો લઈ જુઓ ! સૂતેલાનું નસીબ સૂઈ જાય છે, બેઠેલાનું બેસી જાય છે. ઊભા રહેલાનું નસીબ જ ઊભું થાય છે. તમારું નસીબ ઊભું થાય એમ ઇચ્છતા હો તો આવો અમારી ગાડીમાં – તમારી ઇચ્છા હશે તોયે તમે બેસી નહિ શકો, – સૂઈ તો શકો જ નહિ. તમને ને તમારા નસીબ – બંનેને ઊભા રહેવું પડશે. મહાપુરુષો કહે છે કે જોખમભર્યું જીવન ગાળો. આવો, અમારી ગાડીનો દાંડો પકડી બારણે લટકીને મુસાફરી કરો ને જોખમભર્યું જીવન ગાળતાં શીખો ! અમારી ગાડીમાં મુસાફરી કરો ને આરામી, આળસુ ને એદી જિંદગીને બદલે કષ્ટમય, મહેનતુ ને ખડતલ જીવનનો આસ્વાદ લો.' આ જાતનો વારંવાર પ્રચાર કર્યા કરવો અને ઊભાઊભા કે લટકીને મુસાફરી કરવાનો જે થોડા ઘણા પણ વિચાર કરતા હશે તે આ બધું સાંભળીને પોતાનો વિચાર માંડી વાળશે.

❐

૨૨

પરીક્ષાના પ્રશ્નપત્રોની ચોરી

એક લેખમાં મદ્રાસ યુનિવર્સિટી તરફથી લેવાતી પરીક્ષાનાં પ્રશ્નપત્રો ફૂટી ગયા અને બબ્બે આને એ વેચાયા તે વિશે ઇશારો કરતાં મેં કહ્યું હતું કે પરીક્ષાના પ્રશ્નપત્રો ફૂટી ગયા તેમાં કંઈ નવાઈ જેવું નથી. તે બહાર વેચાયા તેમાં પણ કંઈ નવાઈ જેવું નથી, પરંતુ બબ્બે આને વેચાય એ હકીકત ચિંતાજનક છે. એ વાંચી આપણી જાહેર સંસ્થાઓ, ખાસ કરીને કેળવણીની સંસ્થાઓએ તો નીતિ ને શિસ્તની બાબતમાં બહુ જ કડક ધોરણ રાખવું જોઈએ એમ માનનારા એક મિત્રે કહ્યું, 'પરીક્ષાનાપત્રો ફૂટી જાય ને તે બહાર વેચાય એમાં તમને નવાઈ જેવું નથી લાગતું?'

'તમને લાગે છે?' મેં સામો સવાલ પૂછ્યો.

'અલબત્ત, એ બહુ જ ખરાબ કહેવાય.' એમણે જવાબ દીધો.

'ખરાબ ભલે કહેવાય, પણ નવાઈ જેવું એમાં કંઈ નથી.' મેં કહ્યું.

'નવાઈ જેવું ખરું સ્તો! યુનિવર્સિટી જેવી યુનિવર્સિટીમાંથી પરીક્ષાના પત્રો ચોરાઈ જાય, ને એ ચોરીનો માલ જાહેરમાં વેચાય એ જો નવાઈ જેવું ન ગણાય તો પછી થઈ જ રહ્યું. એને લીધે યુનિવર્સિટીની, પરીક્ષકોની, ને પરીક્ષાના પત્રોની કિંમત કેટલી ઘટી જાય છે તેનો વિચાર કરવો જોઈએ.' એમણે કહ્યું.

'તમારી વાત કદાચ ખરી હશે, પણ એવું હંમેશ થતું આવ્યું છે. અને ખરું પૂછો તો કોઈ વસ્તુ ચોરાઈ જાય તેમાં તે વસ્તુની કિંમત ઘટતી નથી, પણ ઊલટી વધે છે.' મેં જવાબ દીધો.

'તમે હંમેશ અવળી જ વાત કરો છો, એટલે હવે આ વાત બંધ કરીએ તો ઠીક.' એમ કહીને એમણે એ વિષય પડતો મૂકી બીજા વિષય

પરત્વે ચર્ચા શરૂ કરી.

ચોરાયેલી વસ્તુ અણસમજુના હાથમાં આવી પડવાથી કેટલીક વાર તેની કિંમત ઘટી જાય છે. હાથના ઉદ્યોગમાં ચપળ, અર્થાત્ બીજાના ગજવામાંથી એ ન જાણે એમ કોઈ પણ વસ્તુ ઉપાડી લેવામાં પાવરધા, એવા માણસો કીમતી ફાઉન્ટન પેનો સિફતથી ઉપાડી લઈને પછી પાણીને તો નહિ પણ ઘાસતેલને મૂલે બીજાઓને વેચી મારે છે એ જાણીતી હકીકત છે અને એ રીતે જોતાં ચોરાયેલી ફાઉન્ટન પેનની કિંમત ઘટી જાય છે એમ કહી શકાય, પણ બીજી રીતે વિચાર કરતાં જણાઈ આવશે કે વસ્તુનું મૂલ્ય એના તરફ ચોરની નજર કેટલી આકર્ષાય છે તેના પર જ આધાર રાખે છે.

સાહિત્યમાં તેમ જ સંસારમાં, ઘરમાં તેમ જ બજારમાં જે પડી રહે તેની કંઈ કિંમત નથી. જે ઊપડી જાય તેની જ કિંમત થાય છે. ઘરમાંથી બહાર ફેંકેલો કચરો કોઈ ઉપાડી જતું નથી. એને ઉપાડી જવા માટે પૈસા આપી માણસો રોકવા પડે છે, અને ઘરની મૂલ્યવાન વસ્તુ ઊપડી ન જાય તે માટે તિજોરી વસાવવી પડે છે ને દેખરેખ રાખવા માટે પૈસા આપી ચોકીદાર રોકવો પડે છે.

'આજે સ્ત્રીઓ પુરુષ સમોવડી થઈ છે, અથવા લગભગ થવાની અણી પર છે. પુરુષનાં કામો એ કરે છે એટલું જ નહિ, પુરુષની પેઠે એ હિંમતભેર, દિવસના કે રાતના ગમે ત્યારે એકલી બહાર નીકળતાં ગભરાતી નથી. પહેલાં સ્ત્રીઓનાં હરણ થતાં, સ્ત્રીને કોઈ પણ સ્થળે એકલી મોકલવી એ સલામત ગણાતું નહિ, અને પુરુષ સાથે એ બહાર જાય ત્યારે પણ તેને બુરખામાં રહેવું પડતું. હવે એની સ્થિતિ સુધરી છે.' પ્રાચીન ને અર્વાચીન કાળની સ્ત્રીઓની સ્થિતિ વિશે ચર્ચા નીકળતાં એક વાર એક જણે ઉપલી મતલબની દલીલ કરી હતી.

ત્યારે એક ભાઈએ કહ્યું હતું: 'શું ધૂળ સ્ત્રીઓની સ્થિતિ સુધરી છે? પહેલાં સ્ત્રીઓ એકલી નહોતી ફરતી ને હવે એકલી ફરી શકે છે, પહેલાં સ્ત્રીઓનાં હરણ થતાં ને હવે નથી થતાં એટલી વાત પરથી સ્ત્રીઓની સ્થિતિ સુધરી છે એમ તમે માનતા હો તો ભલે, મને તો લાગે છે કે સ્ત્રીની કિંમત ઘટી ગઈ છે.'

'શી રીતે?' પહેલા ગૃહસ્થે પૂછ્યું.

પરીક્ષાના પ્રશ્નપત્રોની ચોરી ૧૩૩

'અસલ જ્યારે પશુઓ માણસની મિલકત તરીકે ગણાતાં, એની ધન તરીકે ગણતરી કરવામાં આવતી, ત્યારે સારા સારા માણસો પણ બીજાનાં પશુઓ ઉપાડી જતા. હવે પશુઓની કિંમત ઓછી થઈ ગઈ છે ત્યારે કોઈ પશુઓને ઉપાડી જતા નથી. તે જ પ્રમાણે જૂના જમાનામાં સ્ત્રીઓની કિંમત વધુ આંકવામાં આવતી. પશુનો ને પૈસાનો જેની પાસે સંગ્રહ મોટો હોય તે જેમ મોટો માણસ ગણાતો તે જ પ્રમાણે જેના જનાનખાનામાં અનેક સ્ત્રીઓ હોય તેનો દરજ્જો પણ ઊંચો મનાતો. અને સ્ત્રી એ હરણ કરી જવા જેવી મૂલ્યવાન વસ્તુ છે એમ તે કાળના લોકોને લાગતું. એટલે એ જમાનામાં સારા-સારા માણસો પણ કન્યાઓનું હરણ કરી જતા. આજે કેટલાક અધમ ને દુષ્ટ પુરુષો એવું કરે છે, પણ તે અપવાદરૂપ છે. સારા માણસો એનો વિચાર પણ કરતા નથી. એનું કારણ એ નથી કે પુરુષો સુધરી ગયા છે. સ્ત્રીની કિંમત એમને મન ઘટી ગઈ છે.

ઉપલી દલીલ કેટલે અંશે વાજબી છે તે નક્કી કરવાની ખટપટમાં પડ્યા વગર એટલું તો કહી શકાય કે જેનું કંઈ પણ મહત્ત્વ હોય તે વસ્તુ તફડાઈ જવાનો ભય રહે છે ને તેથી હંમેશ તેને સાચવવી પડે છે. અને તેથી જ પરીક્ષાના પત્રક જેવી મૂલ્યવાન વસ્તુની સંભાળ લેવા માટે અધિકારીઓ હંમેશ બહુ જ કાળજી રાખતા ને રાખે છે. આમ છતાં મારનાર કરતાં તારનાર ને સાચવનાર કરતાં તફડાવનાર હંમેશ મોટો હોવાથી એની અવારનવાર ચોરી થયા કરતી અને પરીક્ષાનું મૂલ્ય ને એની લોકપ્રિયતા બંનેમાં વધારો થયો, એટલે મદ્રાસ યુનિવર્સિટીનાં સવાલપત્રકોની ચોરી થઈ એમાં નવાઈ પામવા જેવું નથી. એટલું જ નહિ, પણ પરીક્ષાની લોકપ્રિયતા કદાચ ઘટશે એવો ભય કેટલાકના મનમાં રહેલો તે ઘણે અંશે એથી દૂર થશે.

ચોરાયેલા પત્રકો વેચવામાં આવ્યાં તે પણ બરાબર છે. પરીક્ષાનાં પત્રકો ચોરનાર વ્યક્તિ કે વ્યક્તિઓ એને કાળાં બજારમાં લઈ જવા ઇચ્છે નહિ. એ તો જેને તરત જોઈએ તેને આપી દેવા ઉત્સુક હોય એ દેખીતું છું એટલે એ પત્રકો એણે ગરજાઉને વેચી દીધાં હશે.

એટલે સુધી બધું બરાબર છે. પણ એ પત્રકો બબ્બે આને વેચાયાં તે પરીક્ષા, પરીક્ષકો ને પરીક્ષાના પત્રો એ સૌને માટે વધુ ખેદકારક છે. આજથી થોડાંક વર્ષો પહેલાં આપણા દેશની એક જાણીતી યુનિવર્સિટીના

પ્રશ્નપત્રો ફૂટી ગયા હતા ને તેની એકેક નકલ દીઠ ત્રણસોથી ચારસો રૂપિયા લેવામાં આવ્યા હતા એમ કોઈક સ્થળે વાંચેલું મને યાદ આવે છે. થોડાં જ વર્ષ પહેલાં જેનો ભાવ ત્રણસોથી ચારસો રૂપિયા બોલાતો તેનો ભાવ ગગડીને આજે બે આના જેવી મામૂલી રકમ પર આવી પડે તે પરીક્ષાના હિતચિંતકો ને ભક્તોનાં હૃદયમાં વેદના જગાડવા પૂરતું નથી?

સુપ્રસિદ્ધ મરાઠી નાટક 'એક પ્યાલા'માં એક પ્રસંગે નાટકના ઉપનાયક તરીકે ગણી શકાય એવો દારૂબાજ તળીરામ પોતાના બાપદાદાની છબીઓ બબ્બે આને વેચી મારે છે ત્યારે ભૂખ ને દુઃખથી રિબાતી તેની પત્ની ફરિયાદ કરે છેઃ 'પોતાના વડીલોની છબિ પણ બબ્બે આને વેચતાં તમને શરમ નથી આવતી?'

'મહાદેવ ને માતાની છબિઓ બબ્બે પૈસે કે આને આને બજારમાં મળે છે તો મારા વડીલોની છબિના મેં બે આના ઉપજાવ્યા એમાં ખોટું શું છે? દેવ-દેવી કરતાં પણ મારા વડીલની કિંમત વધી. એમાં શરમાવા જેવું શું છે?'

નશાબાજ હોવા છતાં તળીરામ 'એમાં કિંમત સામું શું જોવાનું? મારા બાપદાદાની છબિ બીજાને શા કામમાં આવે કે એ વધારે પૈસા આપે?' એવી દલીલ કરતો નથી. પણ 'દેવદેવી કરતાં મારા વડીલની છબિની કિંમત વધારે ઊપજી' એમ અભિમાનપૂર્વક કહે છે. એની સ્ત્રી પણ વડીલની છબિ વેચી મારી તેથી નાખુશ થતી નથી પણ ઓછે ભાવે કાઢી નાખી તેનો શોક કરે છે.

સમુદ્રગમન કરવું તે જ્યારે મહાપાપ ગણવામાં આવતું ત્યારે વિલાયત જઈ આવેલાને ન્યાત બહાર મૂકવામાં આવતા. તેમને ફરીથી ન્યાતમાં દાખલ થવાનું મન થતું તો ભારે આકરો દંડ આપીને જ તેઓ એમ કરી શકતા. તે પછી ધર્મના રીતરિવાજો તરફ લોકો કંઈક બેપરવા બનતા ગયા તેમ તેમ એ પ્રાયશ્ચિત્ત થઈ શકતું અને હવે વિલાયત તો શું પણ કોઈ જહાન્નમ કે જન્નતમાં જઈનેય પાછો ફરે તોય કોઈ પૂછવા બેસે એમ નથી.

આ રીતે પહેલાં પરીક્ષાના પ્રશ્નપત્રો બસોપાંચસો રૂપિયે વેચાતા તે હવે જો બે આને વેચાવા માંડે તો પરીક્ષાનું મૂલ્ય લોકોના મનમાંથી કેટલું ઓછું થઈ જશે તે વિચારવા જેવું છે.

શિક્ષણમાં પરીક્ષાનું કંઈ પણ સ્થાન ન હોવું જોઈએ એમ કેટલાક શિક્ષણશાસ્ત્રીઓ માને છે. પરંતુ જ્યાં સુધી એમના મતનો સ્વીકાર કરી પરીક્ષાની પ્રથા યુનિવર્સિટીના સંચાલકો નાબૂદ ન કરે ત્યાં સુધી તો એનું મહત્ત્વ જળવાઈ રહેવું જોઈએ અને આથી પરીક્ષાને કોઈ પણ રીતે હલકી પાડવા મથનાર સામે એણે કડક હાથે કામ લેવું જોઈએ. જે પરીક્ષામાં બેસવા માટે દોઢસોથી પંદરસો રૂપિયા વિદ્યાર્થીઓને આપવા પડે છે ને જે પરીક્ષા પસાર કર્યા પછી ડિગ્રી લેવા ખાતર દશથી વીશ પોળિયાં ખખડાવવાં પડે છે તે પરીક્ષાનાં પ્રશ્નપત્રો બબ્બે આને વેચાય તો પછી થઈ જ રહ્યું!

બીજું કંઈ નહિ તો પરીક્ષાના પત્ર ફૂટી ગયા ને બબ્બે આને વેચાયા તેના સંચાલકોએ એ બધા જ પત્રો ખૂબ મોંઘા ભાવે ખરીદી લઈ પછી તેથી યે મોંઘા ભાવે વેચવા હતા. આથી પરીક્ષાના બજારમાં મંદીનું મોજું ફરી વળવાનો જે ભય ઊભો થયો છે તે થાત નહિ.

□

૨૩

દુકાનનાં પાટિયાં

'શાંતિ ને શુભેચ્છા એ અમારો મંત્ર છે' એવું એક દવા વેચનારની દુકાને પાટિયું લગાવેલું જોઈ મેં દવા વેચનારને પૂછ્યું: 'આ જાતનું પાટિયું કેમ લગાવ્યું છે ?

'અત્યારે જુદીજુદી કોમના માણસો માંહોમાંહે લડે છે ત્યારે શાંતિનો સંદેશ લોકોને પહોંચાડવા માટે બધાઓએ આ રીતનાં પાટિયાં પોતપોતાની દુકાને લગાવવાં તથા જાહેરખબરોમાં પણ એટલી લીટી છેવટે ઉમેરવી એવી અમને સલાહ આપવામાં આવી છે અને તેથી અમે આ પાટિયું દુકાન પર લગાવ્યું છે.' દવા વેચનારે જણાવ્યું.

'પણ લોકોને શાંતિ રાખવાનો ઉપદેશ તો હજારો વર્ષોથી અપાતો આવ્યો છે છતાં અશાંતિ ફેલાવનારાઓનો ધંધો હજી ધીકતો ચાલી રહ્યો છે. મોટામોટા સાધુ ને સંતોએ, પયગંબરોએ ને ઓલિયાઓએ લોકોને સંપીને રહેવાની સલાહ આપી છે. છતાં લોકો લડ્યા વિના રહી શકતા નથી. તો સાધારણ દુકાનદારોએ લગાવેલાં આવાં પાટિયાંની અસર કેટલી થશે ? મેં પૂછ્યું.

'અસર તો જે થાય તે, પણ અમારી દુકાને ઘણા માણસો આવે છે તે બધા નહિ તો થોડાક પણ આ વાંચે ને તેમના મન પર થોડીઘણી પણ છાપ પડે તો બસ છે. કદાચ આનાથી ફાયદો નહિ થાય તોપણ નુકસાન તો નહિ જ થાય ને ? દુકાનદારે કહ્યું.

દુકાનદારનો ખુલાસો પહેલાં તો મને બહુ સંતોષકારક ન લાગ્યો. મને થયું કે પોતાની દુકાનમાં શું શું મળે છે, કયા ભાવે મળે છે અને પોતે કોણ છે એની વિગત દર્શાવતાં પાટિયાં હોય તો બસ છે. પણ એ

દુકાનદાર શું માને છે, એનો મંત્ર શું છે, એ બધું એણે લોકોને જણાવવાની શી જરૂર ? આજે તો 'શાંતિ ને શુભેચ્છા એ અમારો મંત્ર છે' એટલું જ કહીને સંતોષ માને છે પણ પછી આત્મકથા આલેખવાની વૃત્તિ વધતાં 'પારવતી એ અમારી વહુનું નામ છે. અમને છ છોકરાં છે. બે દીકરી ને ચાર દીકરા છે. એક દીકરી પરણેલી છે. ત્રણ દીકરા નિશાળમાં ભણે છે ને ચોથો હજી ઘૂંટણિયાં તાણે છે' એવી જાતનાં પાટિયાં મારવાની એને ઇચ્છા નહિ થઈ આવે તેની શી ખાતરી ?

પણ પછી વિચાર કરતાં મને સમજાયું કે શિક્ષણ આપવાની, લોકોમાં જ્ઞાનનો પ્રચાર કરવાની આ પણ એક નવી રીત છે. જાણીતા પરથી અજાણ્યા ને સહેલા પરથી અઘરા વિષયનું જ્ઞાન આપવાની જેમ પદ્ધતિ છે તેમ આ પણ ધારેલા પરથી અણધાર્યા ને સંબંધ ધરાવતા પરથી સંબંધ વિનાના વિષયનું જ્ઞાન લોકોને આપવાની નવીન પદ્ધતિ છે. દવાવાળાની દુકાને જઈ અહીં કઈકઈ દવાઓ મળશે તે જાણવાની ઇચ્છાથી પાટિયાં વાંચનાર માણસને એ વસ્તુનું જ્ઞાન થવા ઉપરાંત શાંતિ ને શુભેચ્છાનો સંદેશો પણ અજાણ્યે જ મળી રહે છે.

શિક્ષણપદ્ધતિના નવાનવા અખતરાઓ કરવામાં આવે છે. ભણવાનો બોજો ઓછો થાય ને તેનો રસ કાયમ રહે એવી પદ્ધતિ શોધી કાઢવા માટે એ વિષયના જાણકારો મથી રહ્યા છે. જ્ઞાન સાથે ગમ્મત એ ઘણાં માસિકો ને પુસ્તકોનો મુદ્રાલેખ હોય છે, પરંતુ આ દિશામાં આ જાતનાં પાટિયાંઓ જેવું કામ કરી શકે તેવું કામ કોઈ શિક્ષણશાસ્ત્રી કે માસિક અથવા પુસ્તક ભાગ્યે જ કરી શકે.

સુરત, મુંબઈ, અમદાવાદ વગેરે મોટાં શહેરોના વેપારીઓ આ વાત જાણતા હોય એમ લાગે છે. એ શહેરના મુખ્ય લત્તાઓમાં જો કોઈ બેત્રણ માઈલની લટાર મારે ને રસ્તામાં આવતાં બધાં જ પાટિયાં વાંચી જવાં એવો નિયમ રાખે તો આખી જિંદગીમાં ન મળે એટલું જ્ઞાન એને એક દિવસમાં મળી જાય અને તેમ છતાં મગજને જરા પણ શ્રમ લાગે નહિ. આનું કારણ એટલું જ છે કે આ વેપારીઓ માત્ર વેપાર કરીને સંતોષ નથી માનતા, પણ લોકોને કંઈ ને કંઈ શીખવવા માટે પણ તેઓ આતુર હોય છે. એ દુકાનદારો માત્ર પોતાની દુકાનની જાહેરાત કરવા પૂરતાં જ

રેતીની રોટલી

પાટિયાં લગાવતા નથી, પણ જાહેરાત, કલા, જ્ઞાન ને ગમ્મત એમ ચાર પ્રકારના ઉદ્દેશથી પ્રેરાઈને એઓ પાટિયાં મારે છે.

ગરમ ભજિયાંવાળો માત્ર પોતાનાં ભજિયાંની જાહેરાત કરી સંતોષ નથી માનતો, પણ 'શાંતિ એ મહાન ગુણ છે. ગરમાગરમ ભજિયાં તૈયાર છે.' એવું એ પાટિયું લગાવે છે. 'આત્મા અમર છે. ચા બાદશાહી મળશે.' એમ એક ચાવાળાએ પોતાની દુકાનમાં પાટિયું લગાવ્યું છે. અજાણ્યો મનુષ્ય આવું વાંચીને ગૂંચવાય છે, માથું ખંજવાળી એ વિચાર કરે છે, 'ગરમાગરમ ભજિયાં ને શાંતિ વચ્ચે શો સંબંધ? અમર આત્મા ને બાદશાહી ચા વચ્ચે શું સગપણ છે?' આનો જવાબ એને સૂઝતો નથી. અને એ એને વિશે વધારે ને વધારે વિચાર કર્યે જાય છે. આખરે 'શાંતિ એ મહાન ગુણ છે અને આત્મા અમર છે.' એ જ્ઞાન એના મગજમાં વજ્રલેપ પેઠે ચોંટી જાય છે. જ્યારે જ્યારે એ ભજિયાં ખાય છે અથવા ચા પીએ છે ત્યારે હંમેશાં એને 'શાંતિ એ મહાન ગુણ છે' અને 'આત્મા અમર છે' એ વાત યાદ આવે છે. અને મહિનાઓ સુધી કોઈ સાધુ મહારાજનાં ભાષણો સાંભળી અથવા ધર્મશાસ્ત્રનાં પુસ્તકો વાંચીને જે જ્ઞાન થોડા વખત સુધી એના મગજમાં દાખલ થઈ લાંબા વખતનો કંટાળો આપીને ચાલ્યું જતે, તે એના મગજને કંટાળો આપ્યા વિના ભજિયાં અને ચાનાં સ્વાદ તથા સુવાસની અસરથી મઘમઘતું ને મીઠું બનીને હંમેશને માટે એનાં સ્મરણપટ પર કોતરાઈ રહે છે.

એક 'હેરકટિંગ સલૂન'વાળાએ વાળ કપાવવા આવનાર જે ખુરસીએ બેસે તેની બરાબર સામે પાટિયું લગાવ્યું છે : 'ભગવાન સૌને ભૂખ્યા ઉઠાડે છે, પણ કોઈને ભૂખ્યો સુવાડતો નથી.' આમાં કંઈ સત્ય છે કે નહિ અને હોય તો કેટલું, અથવા ભગવાન ભલે કોઈને ભૂખ્યા સુવાડવા નહિ માગતો હોય પણ આ બાબતમાં 'ભગવાન' કરતાં 'ધનવાન'નું ચલણ વધારે છે. અને એ કેટલાયને ભૂખ્યા ઉઠાડે છે ને ભૂખ્યા સુવાડે પણ છે, એ હકીકત આ પાટિયું મારનારના લક્ષમાં કેમ નહિ રહી હોય એવા પ્રશ્નોને બાજુએ મૂકીએ તોપણ હજામને આવું પાટિયું મારવાનું શું કારણ હશે એમ આપણને પહેલી વાર એ પાટિયું જોઈને થયા વિના રહે નહિ.

પણ હજામ એ ફક્ત હજામ નથી, એ જ્ઞાન આપનાર ગુરુ પણ છે. માણસના માથા સાથે એને કામ પડ્યું છે. એ ફક્ત ઉપર ઉપરથી

0.

માથાની સફાઈ કરીને સંતોષ નથી માની લેતો, પણ મસ્તક ઉપરના વાળનો બોજો દૂર કરી બહારથી એને હળવું બનાવવા ઉપરાંત, તેની અંદર જ્ઞાનની સામગ્રી મૂકીને એ માણસના માથાને બહારથી તેમ જ અંદરથી બંને રીતે સુંદર, સુઘડ ને સફાઈદાર બનાવે છે. અસ્ત્રો તથા કાતર લઈને એ જ્યારે માણસના માથાની ઉપર પોતાનો હાથ ફેરવી રહ્યો હોય છે ત્યારે વાળ કપાવવા બેઠેલા માણસને પોતાના વાળ કપાય છે ને માથું હલકું થાય છે એવું ભાન થાય છે. પણ એની સામેનું પાટિયું વારંવાર એનું ધ્યાન ખેંચતું રહી 'ભગવાન કોઈને ભૂખ્યા રાખતો નથી' એ વાત એના મગજમાં ઉતારતું હોય છે. અને એકીસાથે એના મગજની ઉપર ને અંદર બંને ઠેકાણે સમારકામ ચાલી રહ્યું છે તે એ જાણતો નથી. અને આમ માથા ઉપરનો બોજો ઉતરાવવા ગયેલો માણસ માથાની અંદર પણ કંઈક ભરીને આવે છે અને તેની એને ખબર પણ પડતી નથી.

'મસાણનો સામાન અહીં મળશે' એવી મતલબનું પાટિયું એક દુકાન પર લગાવેલું અચાનક મારા જોવામાં આવ્યું. મસાણ શબ્દ જ એવો ભયંકર છે કે એનો કોઈ ઉચ્ચાર કરે તો તે પણ આપણને અસહ્ય લાગે છે. એની સાથે સંબંધ ધરાવતી કોઈ વસ્તુનો વિચાર પણ દુ:ખ ને ચિંતામાં ધકેલી દે છે. સ્મશાનનો સામાન વેચનાર એ દુકાનદારે એવી ચતુરાઈથી ને એવી કલાપૂર્વક એ પાટિયાની રચના કરી હતી કે વાંચનાર બે ઘડી મુગ્ધ થઈ ત્યાં ઊભો રહે. સ્મશાનની ભયાનકતા એના મગજમાંથી સરી જાય અને તેને બદલે લગ્નનો ઉલ્લાસ પળ વાર છવાઈ રહે.

ચોરીમાં પરણવા બેઠેલાં વર તથા વહુનાં તેમ જ સારાંસારાં લૂગડાંઘરેણાં પહેરી બાજુમાં ઊભેલાં સ્ત્રી તથા પુરુષોનાં ચિત્રો એ મોટાં પાટિયાં પર સુંદર રીતે ચીતરાવ્યાં છે. એ જોઈ આ કોઈ મસાણનો સામાન વેચનાર સાધારણ દુકાનદાર નથી, પણ પાટિયાંની રચના, તેની અલંકૃતિ, ને તેને ગોઠવવાની કલાનો જાણકાર, માનવ-સ્વભાવનું ઊંડું જ્ઞાન ધરાવનાર એ લગ્ન તથા મરણ જેવા પરસ્પર વિરુદ્ધ લાગતા પ્રસંગો તરફ સમાન દૃષ્ટિથી જોનાર કોઈ કલાકાર ફિલસૂફ છે એમ આપણને લાગે છે. એટલું જ નહિ પણ વિવેકી વાંચનારને તો સ્મશાન ને લગ્નની ચોરી બંને ઈશ્વરની ને વેપારીની દૃષ્ટિએ સરખાં જ છે. એક દહાડો સારાંસારાં કપડાં પહેરી

રેતીની રોટલી

પરણવા બેસનાર અથવા પરણાવવા જનાર સૌને સ્મશાને જવાનું છે. મૃત્યુ પછીના અજાણ્યા પ્રદેશમાં માણસની શી ગતિ થશે તે જેમ કોઈથી જાણી શકાતું નથી, તેમ પરણ્યા પછીના અગાધ જીવનપ્રદેશમાં પણ મનુષ્યનું શું થશે તે કોઈથી કહી શકાતું નથી. આવું અપૂર્વ જ્ઞાન ગમ્મત સાથે વિના પ્રયત્ને મળી રહે છે.

સોનાપુરના સ્મશાનની ભીંતો પર સિનેમાની જાહેર ખબરો મોટાં મોટા અક્ષરે લખાયેલી જોઈ તથા સિનેમાનાં નટ અને નટીઓની સુંદર છબિઓ ચીતરાયેલી જોઈ ઘણાંને નવાઈ લાગે છે કે 'અહીં સ્મશાનની ભીંત પર આ શોભે?' પણ આમાં પણ એ ચીતરનારાઓનો ઉદ્દેશ ફક્ત ફિલ્મોની જાહેરાત કરવાનો હોતો નથી, પણ માનવજીવનમાં આનંદ ને શોક, ઉલ્લાસ ને વિષાદ, સ્મશાન ને સિનેમા, મડદાંઓ ને અભિનેતાઓ સૌને સ્થાન છે અને સર્વને અંતે આખરે રાખ છે એ મહા સત્યનો ગૂઢ રીતે બોધ આપવાનો પણ એમાં હેતુ રહેલો છે. એ ઉપરાંત સારી સંસારી ફિલ્મોની જાહેરાત ને સારાં નટનટીઓનાં ચિત્રો જોઈ શોકાકુલ થઈ ગયેલા ડાઘુઓના મનને જરા આશ્વાસન મળે છે ને બીજી દુનિયાના વિચારે ચડેલાં એમનાં મગજ આ દુનિયા તરફ ફરી ખેંચાય છે.

શિક્ષણ આપવાની આ બેનમૂન કલા માત્ર પાટિયાંથી જ અટકે એ ઠીક નથી. એનો પ્રચાર વિશાળ રીતે જુદેજુદે સ્થળે થવાની જરૂર છે. વર્તમાનપત્રોમાં જાહેર ખબર આપનારાઓનું ધ્યાન પણ આ તરફ ખેંચાયું છે એ આનંદની વાત છે.

સમુદ્રની સપાટીથી સાત હજાર ફીટની ઊંચાઈએ કાટખૂણો રચીને ઊભેલા એક બરફના ખડકના ચિત્ર નીચે જ સિગારેટના ડબ્બાનું ચિત્ર એક વર્તમાનપત્રમાં જોઈ મને આશ્ચર્ય થયું કે આવા જબરદસ્ત ખડકની હેઠે સિગારેટનો ડબ્બો શી રીતે રહી શક્યો હશે? પણ લખાણ વાંચતાં જણાયું કે એ તો કોઈ સિગારેટની જાહેર ખબર હતી. અને બરફના પહાડનું ચિત્ર તો એ સિગારેટ બનાવનારી કંપનીએ વાંચનારના ભૂગોળના જ્ઞાનમાં વૃદ્ધિ કરવા ખાતર આપ્યું હતું. સિગારેટના ડબ્બાને ને એ બરફના ખડકને કશો જ સંબંધ નહોતો.

આ જ રીતે પ્રાચીન કાળમાં આપણે ત્યાં વૈદક તથા રસાયણવિદ્યા

કેવાં ફૂલ્યાંફાલ્યાં હતાં તેનું જ્ઞાન સચિત્ર રીતે બીજી એક કંપની વારંવાર આપતી રહે છે. ખરું જોતાં પ્રાચીન કાળના ઇતિહાસ, ભૂગોળ, વિદ્યા, સંસ્કાર આદિ સાથે એ કંપનીને ઝાઝી લેવાદેવા નથી. પણ ભઠ્ઠીઓ બનાવી તે પર દવાનાં કૂંડાંઓ મૂકી દવા તૈયાર કરતા જટાધારી ઋષિમુનિઓ, ઊંચા આસન પર સૂઈ રહેલો એકાદ જટાધારી દર્દી અને તેની આસપાસ દવા તૈયાર થાય કે તરત દર્દીને પાઈ દેવા માટે આધાર બનીને ઊભેલા તરુણ જટાધારીઓ, આ સર્વેનું ચિત્ર આપીને અસલના વખતમાં આપણે ત્યાં દવાદારૂ શી રીતે તૈયાર થતાં તેનું જ્ઞાન લોકોને કેવળ પરોપકાર વૃત્તિથી આપવામાં આવે છે.

આ પ્રમાણે લોકોને શિક્ષણ મળ્યા કરે એવી રીતસરની ને સંગીન વ્યવસ્થા કરવાની જરૂર છે. બધાં જ પાટિયાં મારનારાઓને કંઈ ને કંઈ વચનો એ પાટિયાં પર ચીતરાવવાની ફરજ પાડવી જોઈએ. વર્તમાનપત્રોમાં જાહેર ખબર આપનાર સૌ કોઈ ને કોઈ રીતે લોકોના જ્ઞાનમાં વૃદ્ધિ થાય એવી વાર્તા, હકીકત, નોંધ કે નિબંધ પણ પોતાની જાહેરાતની સાથે પ્રસિદ્ધ કરાવતા રહે એવી ગોઠવણ કરવી જોઈએ.

ઇતિહાસ, ભૂગોળ, ભૂમિતિ, માનસશાસ્ત્ર આદિ વિવિધ વિષયોનું જ્ઞાન આ રીતે સહેલાઈથી મળી શકે. કયું મકાન કઈ સાલમાં બંધાયું હતું એ જાણવા માટે બધા ઉત્સુક હોતા નથી. છતાં ઘણા મકાનમાલિકો પોતાનાં મકાન પર એનાં બંધાયાની સાલ કોતરાવે છે. ભલે કોતરાવે, પણ જોડેજોડે પ્લાસીનું યુદ્ધ ક્યારે થયું, બાબર કઈ સાલમાં મૃત્યુ પામ્યો, સરસ્વતીચંદ્રનો પહેલો ભાગ ક્યારે બહાર પડ્યો, કલાપીનાં શોભના સાથે કયા વર્ષમાં લગ્ન થયાં ઇત્યાદિ મહત્ત્વના બનાવોની સાલ પણ એમણે પોતાના મકાન પર કોતરાવવી જોઈએ.

ઘણા માણસો છત્રી પર પોતાનું નામ લખાવે છે. કોઈ ઠેકાણે ભૂલી જવાય કે ચોરી જાય તો પાછી મળી આવે એવા હેતુથી પ્રેરાઈને એઓ એમ કરે છે. પણ ગયેલી છત્રી, નામવાળી કે નામ વિનાની, પાછી ફરતી નથી એ હકીકત છે. આમ છતાં નામ ભલે એઓ છત્રી પર લખાવે, પણ છત્રીના માલિકનું નામ દાંડા પર, ને કપડાં પર જુદાજુદા રાજાઓની વંશાવલિ, તેમનાં નામ તથા જન્મ, રાજ્યારોહણ, ને મરણની સાલ સહિત

મોટા અક્ષરે લખાવવામાં આવે તો એથી એ જ્યારે છત્રી ઉઘાડીને ફરે ત્યારે ફરતા પુસ્તકાલયની પેઠે ફરતી જ્ઞાનશાળાની ગરજ ન સરે?

આવી તો કંઈકંઈ તરકીબો કરી શકાય અને એ રીતે સામાન્ય માણસના જ્ઞાનમાં, એ જાણે પણ નહિ તે રીતે રોજ ને રોજ થોડોથોડો વધારો થતો રહે એવી યોજના કરીને આપણે ખરેખરા અર્થમાં જ્ઞાનની પરબ કશી માંડી શકીએ.

❑

૨૪

ખાઉધરો માનવી

'મારો બેટો ખાઈ ગયો !'

'શું ?'

'પાઘડી.'

ચોપાટી આગળ બાંકડા પર બેઠેલા બે મિત્રો વચ્ચેની ઉપર પ્રમાણેની વાતચીત સાંભળી ભૂખમરો હવે દેશમાં એટલો બધો વ્યાપી ગયો છે કે માણસે પાઘડી ખાવા માંડી છે; કે કોઈએ જાદુનો ખેલ કરતાં પાઘડી ખાઈ જવાનો ચમત્કાર કરી બતાવ્યો તે ન સમજાવાથી હું એમાંના એકને જરાતરા ઓળખતો હતો તેની પાસે જઈને બોલ્યો : 'પાઘડી કોણ ખાઈ ગયું ? પછી શું થયું ? ડૉક્ટરને બોલાવવો પડ્યો હશે !' મારા અચાનક પ્રશ્નોથી પ્રથમ તો એ જરા ક્ષોભ પામ્યો. પણ પછી એણે મને વાત કહી સંભળાવી.

એમના મિત્રને મુંબઈમાં ઓરડી જોઈતી હતી. પહેલાં બાયડી વિનાનાને ઓરડી મળતી નહોતી, હવે પાઘડી વિનાનાને મળતી નથી. મુંબઈમાં ભરચક લત્તામાં ખરે બપોરે પણ ઘુવડ જ્યાં સૂર્યનાં અજવાળાંથી હેરાન થયા વગર આરામથી રહી શકે એવા એક કબૂતરખાના જેવા માળામાં એક ઓરડીના ત્રણ કામચલાઉ ભાગો પાડી નાખવામાં આવ્યા હતા. તેમાંના બે ભાગ ભાડે અપાઈ ચૂક્યા હતા અને એક ભાગ હજી ખાલી હતો. એ માટે એમણે વાટાઘાટો ચલાવી અને બહુ રકઝકને અંતે એમ નક્કી થયું કે ત્રણસો રૂપિયા અગાઉથી પાઘડીના એમણે શેઠને આપવા. તે પછી મહિનાનું પચીસ રૂપિયા લેખે ભાડું અગાઉથી આપી એમણે ઓરડી અથવા ઓરડીનો એક તૃતીયાંશ ભાગ પોતાના નામ પર લખાવી લેવો. એ વ્યવસ્થા મુજબ એમણે ત્રણસો રૂપિયા જેમતેમ ઊભા કરીને મકાનમાલિકને મોકલાવ્યા,

અને પછી પચીસ રૂપિયા લઈ ઓરડી પોતાના નામ પર લખાવવા ગયો.

પાંચ-છ ફેરા ખવડાવ્યા પછી શેઠે કહ્યું: 'બને એમ નથી.'

'એટલે?' નવાઈ પામીને, લગભગ હેબતાઈ જઈને એમણે પૂછ્યું.

'બને એમ નથી.' શેઠે ઠંડે પેટે જવાબ વાળ્યો.

'પણ પાઘડીના ત્રણસો...'

'હા, તે જોઈએ તો પાછા લઈ જાઓ.' શેઠે એમને અધવચ અટકાવીને કહ્યું.

'પણ કંઈ કારણ?' એમણે પ્રશ્ન કર્યો.

'ચારસો આવે છે. ત્રણસો તમારી પાસેથી લેવામાં ભૂલ થઈ.' શેઠે ખુલાસો કર્યો.

'પણ એમ તે કંઈ ચાલે? એક વાર વચન આપ્યા પછી તમે આમ ફરી જાઓ તે કેમ ચાલે?' તેમણે કંઈક રોષથી કહ્યું.

'શું? શું કહ્યું તમે? શેનું વચન?' શેઠે બહુ જ નવાઈ લાગી હોય તેવો ભાવ દર્શાવીને કહ્યું.

'કેમ, તમે ત્રણસો રૂપિયા પાઘડીના લઈને મને ઓરડી ભાડે આપવા નહોતું કહ્યું?' એમણે પૂછ્યું.

'યાદ નથી. કદાચ કહ્યું પણ હોય.' શેઠે યુધિષ્ઠિરને યાદ કરીને 'નરો વા કુંજરો વા'નો આશ્રય લીધો.

'તો પછી મારા નામ પર લખી આપવામાં વાંધો શો છે?' એમણે પૂછ્યું.

'પણ ત્રણસો રૂપિયા મને મળે પછી વાતને?' શેઠે કહ્યું.

'પણ તે તો...તે તો... કેટલા ય વખતથી તમને મેં પહોંચાડ્યા છે ને!' એમણે ગભરાઈ જઈને કહ્યું.

'કોને? મને? મને નથી મળ્યા.' શેઠે જવાબ દીધો.

'મેં આપના ભૈયાની મારફત મોકલાવ્યા'તા.' એમણે કહ્યું.

'કોની, ભૈયાની? તમે ત્યારે ભૂલ કરી. ભૈયાએ મને નથી આપ્યા.' શેઠે કહ્યું.

'તો આપ જરા ભૈયાને બોલાવોની, એને પૂછવાથી જણાઈ આવશે.' એમણે કહ્યું.

'ભૈયો છે જ નહિ. એને તો ગયે અઠવાડિયે રજા આપીને છૂટો કર્યો.' શેઠે કહ્યું અને પછી ઉમેર્યું. 'હવે વિચાર થાય તો ત્રણસો રૂપિયા લઈને સીધા મારી પાસે આવજો. ચાલો, મારે હજી બહુ કામ છે.' આમ શેઠ કે ભૈયો બેમાંથી એક એમના પાઘડીના પૈસા પચાવી ગયો અને એમની પાસે કોર્ટમાં જવાના પૈસા નહોતા અને સાક્ષી-પુરાવો પણ કોઈ નહોતો એટલે ત્રણસો રૂપિયાને નામે નાહી નાખીને એ નિશ્ચિંત થઈને બેઠા.

'પણ આ તો બહુ ખરાબ કહેવાય. સારા માણસો પણ આમ પૈસા ખાઈ જાય એ તો બહુ નવાઈ જેવું.' આવી વાત સાંભળ્યા પછી કંઈક બોલવું જોઈએ એમ જાણીને મેં કહ્યું.

'નવાઈ જેવું શેનું? બધા જ લાગ મળે તો ખાઈ જાય. મોટામોટા માણસો, વેપારીઓ કાળાં બજાર કરીને ને બીજાઓ લાંચરુશવત લઈને ઓછું ખાય છે? જેને જે મળે તે માણસ ખાતો જ આવ્યો છે ને ખાયા જ કરવાનો.' મારા મિત્રે કહ્યું.

'પણ અપચો નહિ થાય?' મેં પૂછ્યું.

'થાય તોયે શું? પચાવવાની દવા લઈને ફરી પાછો ખાવા મંડી પડશે.' મારા મિત્રે જવાબ દીધો.

માણસ ખાતો જ આવ્યો છે ને ખાયા જ કરવાનો એ આ મિત્રનું વાક્ય તદ્દન સાચું છે – એના દરેક અર્થમાં. આપણે માનીએ છીએ કે બધાં પ્રાણીઓમાં વરુ સૌથી ખાઉધરું પ્રાણી છે. પણ ખરી રીતે જોતાં માણસ જેવું ખાઉધરું પ્રાણી બીજું એકે નથી. બીજાં પ્રાણીઓ તો ભૂખ લાગે ત્યારે ખાય છે ને પોતાને અનુકૂળ હોય એવો ખોરાક જ ખાય છે. એ સિવાય બીજું કંઈ પણ એને આપો તો એ ભૂખે મરી જશે, પણ ખાશે નહિ; પરંતુ માણસ તો ભૂખ લાગે ત્યારેય ખાય છે ને ભૂખ ન લાગે ત્યારે પણ ખાય છે. એ સવારે નાસ્તો કરે છે, દશ વાગ્યે ભોજન કરે છે, બપોરે ચા જોડે નાસ્તો ફરી લે છે. સાંજ પહેલાં કાચુંકોરું ચવાણું ખાય છે. વચ્ચેવચ્ચે ચણામમરા કે ભેળ જેવું ચાખે છે ને રાતે વાળુ કરે છે. આમ એ આખો વખત ખાતો જ હોય છે.

અને એને ખાવા માટે કોઈ વસ્તુનો વાંધો નથી. એ જંતુ ખાય છે, જનાવર ખાય છે, ને કોઈક કોઈક વાર તો ખુદ માણસને પણ ખાય છે.

એ અનાજ ખાય છે, ફૂલ ખાય છે, ફળ ખાય છે, પાંદડાં ખાય છે ને કંદમૂળ પણ ખાય છે; એટલું જ નહિ, પણ લાકડું ને ધાતુ પણ (દવા બનાવીને) ખાય છે, પણ આ હજી ઓછું હોય તેમ એ પૈસા ખાય છે, હવા ખાય છે, વા ખાય છે, માથું ખાય છે, ધક્કા ખાય છે, ધપ્પા ખાય છે અને કંઈ જ ન હોય ત્યારે બગાસાં ખાય છે. આમ એ કંઈ ને કંઈ ખાયા જ કરતો હોય છે.

કેટલાક માનસશાસ્ત્રીઓ કહે છે કે કામવૃત્તિ (Sex Instinct) એ માણસની ઊંડામાં ઊંડી અને મોટામાં મોટી લાગણી છે. માણસ એની પ્રેરણા હેઠળ બધાં કામ કરે છે. બીજા કેટલાક કહે છે કે હુંપદની વૃત્તિ, બીજા પર સત્તા મેળવવાની ઇચ્છા, એ એની મોટામાં મોટી લાગણી છે અને કેટલાક એમ માને છે કે માણસની સૌથી પ્રબળ વૃત્તિ તો ભૂખની છે. મને લાગે છે કે પહેલી બે વૃત્તિઓ ઘણી બળવાન છે એ સાચું, તેમ જ ખાધેપીધે સુખી અથવા એ બાબતમાં નચિંત એવા ઘણાખરા મનુષ્યોમાં એ બેમાંથી એકાદ વૃત્તિ બીજી બધી લાગણીઓ કરતાં વધારે પ્રબળ હોય છે એ પણ ખરું, છતાં એકંદરે જોતાં, મનુષ્યોનો સમગ્રપણે વિચાર કરતાં, ભૂખ જેવી બળવાન વૃત્તિ બીજી એકે નથી. અને તેમાં માણસની ભૂખ એ બીજા કોઈ પણ પ્રાણીની ભૂખ કરતાં વધારે ઉગ્ર, વધારે પ્રબળ ને વધારે ભયંકર હોય છે. દેશોના દેશ ખાઈ ગયા પછી પણ માણસ ધરાતો નથી.

બીજાં બધાં પ્રાણીઓને ખાવા માટે એક જ કારણ હોય છે – ભૂખ. પણ માણસને ખાવા માટે કારણોનો તોટો નથી. એ ભૂખ લાગે ત્યારે તો ખાય જ છે, પણ ભૂખ ન લાગે ત્યારે પણ અનેક કારણોને લઈને એને ખાવાની જરૂર પડે છે. કંટાળો આવતો હોય અને ગમતું ન હોય ત્યારે, કોઈક ઓળખીતા કે મિત્રનો મેળાપ થાય ત્યારે, કોઈક મોટા માણસને માન આપવું હોય તેવે પ્રસંગે, વહેવારની કે બીજી કોઈ વાત કરવાની હોય તે વખતે, રાજકીય કારણસર, ધર્મના નિમિત્તે, કોઈક જન્મે, પરણે કે મરણ પામે તે પ્રસંગે, અઘરણી, વરસગાંઠ, ઇનામ કે બઢતીની પ્રાપ્તિ આદિઆદિ અવસરે, કોઈક બહારગામ જવાનું હોય ત્યારે, કે કોઈક બહારગામથી આવી પહોંચે ત્યારે – આમ ખાવા માટે માણસોને પ્રસંગો શોધવા પડતા નથી. પ્રસંગો એને શોધતા આવે છે.

ખાઉધરો માનવી   ૧૪૭

આ વિષયમાં જનાવર ને માણસ વચ્ચે જે ફેર છે તે કોઈક નાના બાળકને જોઈશું તો તરત જ જણાઈ આવશે. જનાવરનાં બચ્ચાં ન ખાવાની વસ્તુ ખાઈ જઈને અકસ્માત માંદાં પડ્યાં કે મરી ગયાના દાખલા બનતા નથી, પણ આપણાં બાળકો તો ગમે તે ખાઈ ન જાય તે માટે બહુ જ કાળજી રાખવી પડે છે. પોતાના હાથના કે પગના અંગૂઠાથી માંડીને જે કાંઈ હાથમાં આવે તે લઈને એ મોંમાં મૂકી દે છે. પછી તે રમકડું હોય, કીડી-મંકોડો હોય, કે કાચની કકડી હોય – ગમે તે હોય, તે એ જોવા રહેતું નથી. એને માત્ર એક જ ભાન હોય છે – જે મળે તે ખાઈ જવાનું. આખી દુનિયા એ મારો ખોરાક છે, એમ એ માનતું હોય છે.

મારા એક મિત્રના પોતાના બાળકને ન ખાવા જેવી વસ્તુ ખાઈ જવાની બહુ ભારે ટેવ હતી. એક વાર ત્રણ અઠવાડિયા જેટલી મુદતમાં અગિયાર વાર, ઉપલા કારણસર, બાળકને ડૉક્ટરને ત્યાં લઈ જવું પડ્યું ત્યારે એમણે કંટાળીને કહ્યું હતું કે 'માણસનાં બચ્ચાં કરતાં જનાવરનાં બચ્ચામાં વધારે અક્કલ હોય છે. ન ખાવાની વસ્તુ એ કદી ખાતાં નથી !'

જનાવર કરતાં આપણે બુદ્ધિશાળી છીએ. એટલે જનાવરોને જે મૂળ લાગણી હોય છે તેનો એ વિકાસ કરી શકતાં નથી. પરંતુ આપણી એ સહજ વૃત્તિઓનું 'ઊર્ધ્વીકરણ' કરીએ છીએ. અર્થાત્ એ સ્થૂલ લાગણીઓને સૂક્ષ્મ બનાવી તેને ઉમદા રૂપ આપીએ છીએ. દાખલા તરીકે, ધૂળ, ઢેફાં, રેતી વગેરેના ઢગલા બનાવી તે વડે શરીર મેલાં કરીને રમવાની વૃત્તિનું પૈસા ભેગા કરવાની વૃત્તિમાં રૂપાંતર કરીએ છીએ. પશુતાભરી કામવાસનાને પ્રેમનું રૂપ આપી આત્મબલિદાન ને ભક્તિની ભાવના રૂપે તેનો વિકાસ કરીએ છીએ. 'હું ને મારું, એવી મમતાબુદ્ધિનો વિકાસ કરી તેને જ્ઞાતિપ્રેમ ને દેશભક્તિનું ઉત્કૃષ્ટ રૂપ આપીએ છીએ. તે જ પ્રમાણે આ ખાવાની વૃત્તિને પણ આપણે ઉમદા રૂપ આપ્યું છે.

દરેક વખતે જે મળે તે ખાઈ જવાની આપણી વૃત્તિ ઘણી વાર આપણને નુકસાન પહોંચાડે છે. તેને બદલે એ વૃત્તિને એવી રીતે વાળવી કે આપણે બધું ખાતા રહીએ, છતાં આપણને તે નડે નહિ, એટલું જ નહિ, પણ ઊલટો ફાયદો કરે. તે રીતના પ્રયત્નો માણસ અનાદિ કાળથી કરતો આવ્યો છે. ખાવાની કલા તથા તેનું શાસ્ત્ર એણે હસ્તગત કર્યાં છે.

ક્યારે ખાવું, કેમ ખાવું, શું ખાવું એ બધાના ઝીણાઝીણા નિયમો ને વિગતો એણે શોધી કાઢ્યાં છે અને બહુ જ કુશળતાપૂર્વક એ સર્વ અમલમાં મૂકી ખાવાના વિષયમાં એ સૃષ્ટિના મુકુટમણિ સમો બન્યો છે. કયો માણસ શું અથવા કોને ખાશે, ક્યારે ખાશે, ને કેવી રીતે ખાશે તે આજે કોઈથી કહી શકાય એમ નથી અને એમ બધું જ ખાતો મનુષ્ય કદાચ અંતે પોતાને અને પોતાની આખી માનવજાતને પણ ખાઈ જાય તો નવાઈ નહિ.

❑

૨૫

છેતરપિંડી

'સરસ છે. તાજી, પરિપુષ્ટ, રસથી ભરેલી, આંખને ને હૃદયને બંનેને ગમે તેવી' એમ મનમાં બોલી હું દાદરનાં પગથિયાં ચઢતો હતો ત્યાં જ થોભ્યો.

મને અટકેલો જોઈ મોસંબીવાળાએ ટોપલો નીચો કરી કહ્યું: 'શેઠ, મોસંબી બહુ સારા ચ્છ્યે, તમારા લાયક ચ્છ્યે. દેઉં કા ?'

'શો ભાવ ?' મેં પૂછ્યું.

'સસ્તા ચ્છ્યે.' મોસંબીવાળાએ જવાબ દીધો.

'પણ ભાવ શો ?' મેં ફરી પૂછ્યું.

'શેટ, હમણાં મોસંબીના સીઝન નથી. આ તો બહારગામથી મંગાવેલા ચ્છ્યે. પણ તમને સસ્તા આપસ્યે.' મોસંબીવાળાએ ઉત્તર આપ્યો.

'અમને સસ્તા આપસ્યે તો અમે લેસ્યે. પણ ભાવ કાય ?' મેં, એણે ગુજરાતીનું ખૂન કર્યું તેનો બદલો લેવા મરાઠીનું ખૂન કરતાં પૂછ્યું.

'ભાવ કાંઈ જાસ્તી નથી. એકદમ ઓચ્છા ચ્છ્યે. ડઝનના ખાલી સહા રૂપિયા.'

'અરે, હોય !' મેં જાણે એકાએક ખરાબ વાસ આવી હોય તેમ નાકે રૂમાલ દાબી કહ્યું.

'શેટ, પણ મોસંબી તો જુઓ.' કોડીલા કુમારને ગોર મહારાજ કન્યા બતાવે તેવી ઉત્સુકતાથી એણે ટોપલામાંથી સારામાં સારી મોસંબી બહાર કાઢી મારી આગળ ધરતાં કહ્યું.

'જોઈ.' મેં સુંદર પરંતુ પારકી સ્ત્રી તરફ સદ્‌ગૃહસ્થ બીતાંબીતાં નજર કરે તેમ મોસંબી તરફ આછી નજર નાખી કહ્યું.

'શેટ, ભાવ જાસ્તી નથી, સાડીપાંચ આપજો.'

'નહિ જોઈએ.'

'જાઓ, પાંચ આપજો.'

'પણ મારે જોઈતી જ નથી.'

'સાડાચાર આપજો. બસ હવે બોલવાના નહિ.' એમ કહીને એણે ટોપલામાંથી મોસંબી કાઢવા માંડી.

'મી તુલા એક વાર સાંગીતલા કે હમકો નહીં પાહીજે. હમકુ ઇતના ભાવ નહીં પરવડતા.' એ સમજે એવી ભાષામાં બોલવાનો પ્રયત્ન કરતાં મેં કહ્યું.

'શેટ, તમે અમારા જૂના ઘરાક. તમારી પાસેથી અમે બોણી કર્યા વગર જવાના નહિ. ચાર રૂપિયા આપજો. અમે ખોટ ખાશે, પણ તમને આપ્યા વિના નહિ જાશે.'

મેં એ મોસંબીવાળાને પહેલી જ વાર જોયો હતો છતાં, મને પોતાના જૂના ઘરાક તરીકે માન આપી મારે ખાતર ખોટ ખમવાની પણ એણે તૈયારી દર્શાવી. આખરે બહુ રકઝક પછી ચૌદ આનાની ત્રણ મોસંબી મેં ખરીદ કરી. મારે માટે કેવળ આદર ને પ્રેમભાવને વશ થઈને જ પોતે નુકસાન વેઠીને પણ આટલે ઓછે ભાવે મને મોસંબી આપી છે એ વાત મારા મનમાં જુદીજુદી રીતે ઠસાવી મોસંબીવાળો પૈસા લઈને ચાલતો થયો.

દાદર ચડી ઘરમાં પ્રવેશતાં જ હું શ્રીમતીને સંબોધીને બોલ્યો : 'જો, આ મોસંબી જો.'

અંદરના ઓરડામાંથી આવીને શ્રીમતીએ મોસંબી જોઈને કહ્યું : 'સારી છે.'

સામાન્ય રીતે હું કોઈ પણ વસ્તુ સોંઘે ભાવે લાવી શકતો નથી, એટલું જ નહિ, પણ બધા જ મને છેતરી જાય છે. ભાવ કરતાં તો મને આવડતો જ નથી. બહુ થાય તો હું સારી વસ્તુ લાવી શકું પણ સોંઘી તો કદી લાવી શકું નહિ, એવો મારે માટે ઘરમાં બધાનો જ અભિપ્રાય છે, એટલે આ વખતે આટલી સસ્તી મોસંબી લઈ આવી એમને પોતાનો અભિપ્રાય ફેરવવાની ફરજ પાડીશ એમ ધારી મેં બહુ ઉત્સાહથી શ્રીમતીને પૂછ્યું : 'સારી છે મોસંબી, નહિ ?'

'હા, સરસ છે.' એણે જવાબ આપ્યો.

'બોલ, કેટલા પૈસા આપ્યા હશે, આટલી મોસંબીના?' મેં પૂછ્યું.

'હું શું જાણું?' જવાબ મળ્યો.

'પણ ધાર તો ખરી,' મેં કહ્યું અને ઉમેર્યું: 'તું માને છે કે હું હંમેશાં છેતરાઉં જ છું. બધું મોંઘે ભાવે ખરીદી લાવું છું. પણ આ વખત તો મેં બરોબર કસીને ભાવ કર્યો છે.

'દશ આના આપ્યા હશે.' શ્રીમતીએ કહ્યું.

'દશ આને આવી મોસંબી કોણ આપે છે?' મેં કહ્યું.

'અગિયાર આના હશે.' શ્રીમતીએ કહ્યું.

'અગિયાર આને આ જાતની મોસંબી બજારમાં મળે એમ છે જ નહિ.' મેં કહ્યું.

'ત્યારે હશે બાર આના. એથી વધારે નહિ.'

'બાર આને આવી મોસંબી કોણ આપે છે?' મેં પૂછ્યું.

'હું!' શ્રીમતીએ કહ્યું.

'તું?' મેં પૂછ્યું.

'બાર આને આવી મોસંબી આપવા હું તૈયાર છું, બોલો લેવી છે?' એણે કહ્યું.

'હા, લાવ, જરૂર લઈશ.' મેં કહ્યું.

શ્રીમતીએ રસોડામાં જઈ ત્યાંથી મોસંબી લાવી મારા સામું ધરતાં કહ્યું: 'જુઓ આ ડઝન મોસંબી, તમારી મોસંબી કરતાં કોઈ રીતે ઊતરતી નથી. બાર આનાની ત્રણ લેખે આપવા હું ખુશી છું.'

'પણ એમાં તારે શું? ખોટ ખાઈને વેચે તોય તને ક્યાં નુકસાન જવાનું છે? રોશે રૂવાળો!' મેં જવાબ દેતાં કહ્યું.

'સાચું કહું છું, હું ખોટનો ધંધો કરતી નથી. મને આમાં ફાયદો જ થાય છે.' એણે કહ્યું.

'હોય નહિ.' મેં આગ્રહપૂર્વક કહ્યું.

'આ મોસંબી મેં કેટલે લીધી હશે? તમે શું ધારો છો?' એણે સવાલ કર્યો.

'ડઝનના તેં ઓછામાં ઓછા ચાર રૂપિયા આપ્યા હશે.' મેં કહ્યું.

'ના, એથી ઘણે ઓછે ભાવે ખરીદી છે. આવી મોસંબીના ચાર રૂપિયા કોણ આપે?' એણે જવાબ દીધો.

'કેટલે લીધી? ખરું કહી દે.' મેં કહ્યું.

'સાચું કહું? સવા બે રૂપિયા ડઝનના આપ્યા. ત્રણ આનાની એક. તમને બાર આનાની ત્રણ આપું તો મને દર મોસંબી દીઠ એક આનો મળે. બોલો, એ ખોટનો સોદો કહેવાય?' એણે જવાબ દીધો.

'કયા મોસંબીવાળા કનેથી લીધી?' મેં પૂછ્યું.

'હમણાં જ અહીં આવ્યો હતો. તમને રસ્તામાં જ મળ્યો હોવો જોઈએ.'

'બરાબર, મને દાદર પર જ મળ્યો હતો. એની પાસેથી જ મેં ખરીદી. સાળો મને છેતરી ગયો.' મેં કંઈક ખિન્ન થઈને કહ્યું.

'હશે, કંઈ નહિ. સરવાળે મોંઘી નથી પડી.' મને આશ્વાસન આપતાં શ્રીમતીએ કહ્યું.

'મોંઘીસોંઘીનું મને કંઈ લાગતું નથી, પણ તને મારા કરતાં ઓછે ભાવે આપી ગયો તેનું મને લાગે છે. આખરે હું છેતરાયો તો ખરો જ.' મેં કહ્યું.

'એમાં નવું શું છે કે આટલા દિલગીર થાઓ છો?' શ્રીમતીએ કહ્યું.

કોઈ વસ્તુના બે પૈસા, બે આના કે બે રૂપિયા વધારે આપવા પડે તેનું મને કંઈ લાગતું નથી. પણ બીજો માણસ એ જ વસ્તુ ઓછે ભાવે ખરીદી મને મેણું મારે કે 'તમે તો છેતરાઈ આવ્યા' ત્યારે મને ઘણું ખરાબ લાગે છે. ગરીબ માણસને થોડા પૈસા વધારે આપવા તે પુણ્યનું કામ છે. 'ભલે બિચારો બે પૈસા કમાય' કરીને, હું, આણે મારી પાસેથી વધારે પૈસા પડાવ્યા છે, એમ જાણ્યા છતાં મન મનાવું છું. પણ એ મારી ઉદારતા ગણાવાને બદલે બિનઆવડત ગણાય તે સામે મારો વાંધો છે. કોઈ પણ વેચનાર મારી પાસેથી વધારે પૈસા લે તેનો મને વાંધો નથી, જેટલો એ બીજા પાસેથી ઓછા લે તેનો છે.

વેચનારના વચનમાં શ્રદ્ધા રાખનાર છેતરાય અને એને અપ્રામાણિક માની એની જોડે રકઝક કરી ખરીદ કરનાર ઓછે ભાવે મેળવી શકે છે એ અન્યાયની હદ નહિ તો બીજું શું કહેવાય? મોટીમોટી પેઢીઓ ને નામીચા વેપારીઓ બીજે મળે તે કરતાં દોઢા કે બમણા ભાવે વસ્તુઓ વેચે છે. પણ બધા પાસે એ એકસરખા પૈસા લે છે તે મને ગમે છે. ભલે હું વધારે પૈસા

આપું, પણ એટલું સમાધાન તો રહે જ છે કે બીજો કોઈ પણ આથી ઓછે ભાવે અહીંથી આ વસ્તુ મેળવી શકવાનો નથી! હું છેતરાઉં તેનો વાંધો, બીજા બધા જ મારી પેઠે છેતરવાના છે એમ જાણ્યા પછી, રહેતો નથી.

ખરું પૂછો તો આપણે આમ છેતરાઈએ તેથી શરમાવાની જરા પણ જરૂર નથી. 'તમે તો ભલા માણસ છો' 'ઓહો, તમે ચા લઈ આવ્યા? જરૂર બમણા પૈસા આપી આવ્યા હશો' 'એ તો બિચારા અલ્લાના આદમી છે. એને તો કોઈ પણ બનાવી જાય.' આ જાતનાં પ્રમાણપત્રો, પ્રત્યક્ષ ને પરોક્ષ, મને અનેક વખત મળ્યા છે. એથી મને ઘણી વેળા ખરાબ પણ લાગ્યું છે. વહેવારુ બુદ્ધિ મારામાં છે જ નહિ, બે બદામનો માણસ મને છેતરી શકે છે, કોઈના હાથમાં હું રમી જાઉં છું, એમ માની હું દિલગીર થાઉં છું. પણ વિચાર કરતાં લાગે છે કે હું બધાથી છેતરાઉં છું એમ માનવું એ જ એક જાતની છેતરપિંડી છે. હું માત્ર છેતરાતો નથી, હું છેતરું પણ છું. છેતરાવું એ બિનઆવડતની ને છેતરવું એ આવડતની નિશાની હોય તો એ બંને મારામાં છે. અને દુનિયાને ઘોળી પી ગયેલા મહા મુત્સદ્દી માણસો પોણી દુનિયાને છેતરી શકે છે, તે પણ કોઈક ને કોઈકથી તો છેતરાતા જ હોય છે.

મારા એક ઓળખીતા ગૃહસ્થ છે. એ જબરા ખેલાડી છે. વેપાર, રાજકારણ, સામાજિક બાબતો વગેરે વગેરેમાં એ ખૂબ પાવરધા છે. બધાને એ ઊંઠાં ભણાવી શકે છે. એમને બનાવી જાય એવો હજી કોઈ પાક્યો નથી. પણ ઘરમાં શું ચાલે છે તેનું એને જરા પણ ભાન રહેતું નથી.

અને એનાં બાળકો પણ કેટલીક વાર એને બનાવી જાય છે. દરેક માણસ કોઈ ને કોઈ પ્રસંગે બીજાને છેતરે છે, પણ સૌથી વધારે તો એ પોતાની જાતને છેતરે છે. જેમ દરેક માણસના પ્રેમનું મોટામાં મોટું પાત્ર તે એની પોતાની જાત છે, એનો મોટામાં મોટો પ્રીતમ કે મોટામાં મોટી પ્રિયતમા તે પોતે જ છે, તે જ પ્રમાણે એની છેતરપિંડીનું મોટામાં મોટું પાત્ર તે એની પોતાની જાત. એનાથી વધારેમાં વધારે છેતરાનાર તે એ પોતે જ.

સૌને છેતરવાને નીકળેલો માણસ આખરે પોતાને જ છેતરીને સંતોષ માને છે. 'હું હોશિયાર છું, પૈસાદાર છું, મહાપુરુષ છું, ધર્મિષ્ઠ છું, ચારિત્રવાન છું, કુળવાન છું' એમ કહીને કે માનીને એ પોતાને ઘણુંખરું છેતરતો હોય

છે, પણ તેથી આગળ વધીને કહીએ તો એકે વિશેષણનો ઉપયોગ કર્યા વગર એ માત્ર એટલું જ કહે કે : 'હું છું' તો તેમાંયે એ પોતાને છેતરે છે. ખરી રીતે એ છે જ નહિ – દુનિયાને મન, ઇતિહાસને મન ને ઈશ્વરને મન. અસ્તિત્વ – હયાતી – પોતે જ છેતરપિંડી સમાન છે. અને તેથી જ ફિલસૂફોએ આખી દુનિયાને માયા જેવી – છેતરપિંડી જેવી – ગણાવી છે.

❑

1.

૨૬

માણસ ને જનાવર

આરોગ્ય વિદ્યાના સિદ્ધાંતો સમજાવતાં એક લેખકે અહીંના એક સુપ્રસિદ્ધ પત્રમાં 'માણસ કરતાં પશુ બહેતર' એવા મથાળા હેઠળ લખ્યું છે: 'નીચલી કક્ષાનાં પશુઓને આપણે જંગલી ગણી હડધૂત કરીએ છીએ, પણ કેટલીક બાબતોમાં એ પશુઓ માનવ કરતાં પણ ઊંચી કોટિનાં (કક્ષાનાં) હોય છે. ઉદાહરણ તરીકે, ખોરાકની પસંદગીમાં પશુઓ પોતાની કુદરતી વૃત્તિને જ અનુસરે છે. એ પશુઓની આગળ તમાકુ મૂકશો તો એ ખાશે નહિ. સ્વાદિષ્ટ ઠંડાં પીણાં પીશે નહિ. કોઈ પણ પહેલી કક્ષાની હોટેલની વાનગીઓમાં મોઢું મારશે નહિ. કૂતરાઓ કૉફી પીતા નથી, ઘોડાઓ આઈસક્રીમ ખાતા નથી, તેમ જ ઉંદરો સર્વોત્તમ સિગારેટના ડબ્બાને અડકતા પણ નથી. એમનાં શરીરની રચના જોવા માટે આપણે એમને ચીરી જોઈએ છીએ; પણ કુદરતના કાનૂન અનુસાર જિવાતા એમના જીવન પર દૃષ્ટિ નાખતા નથી.'

માણસો ને જનાવરોમાં ઘણું મળતાપણું છે એની કોઈથી ના કહી શકાય એમ નથી. દેખાવની બાબતમાં જ નહિ, પણ વર્તન બાબતમાં પણ કેટલાંક માણસો જનાવર જેવાં ને કેટલાંક જનાવરો માણસ જેવાં લાગે છે. પરંતુ એટલા પરથી માણસે પોતાના વર્તનને માટે જનાવરનો આદર્શ તરીકે સ્વીકાર કરવો એમ કહેવું જરા વધારે પડતું છે.

સંસ્કૃતિનાં એક પછી એક સોપાન ચડતાં માણસ ઘણી બાબતમાં બગડી ગયો છે. કેટલીક બાબતમાં જનાવર કરતાં પણ એ નીચે ઊતર્યો છે, એમ પણ કહેવું હોય તો કહી શકાય. પણ તેથી જે જે બાબતમાં માણસ જનાવર કરતાં જુદી રીતે વર્તે છે તે તે સર્વ બાબતમાં એ પશુ

૧૫૬ રેતીની ચોટલી

કરતાં ઊતરતી કોટિનો જ બન્યો છે એમ શી રીતે કહી શકાય?

જનાવરો કુદરતી જીવન ગાળે છે ને માણસો કુદરતના કાનૂનને અનુસરતા નથી એમ કહેવું સહેલું છે, પણ કુદરતી જીવન એટલે શું એ સિદ્ધ કરવું બહુ મુશ્કેલ છે. અને શું બધાં જ જનાવરો એકસરખું જીવન ગાળે છે? પ્રત્યેક જાતનાં જનાવર જુદીજુદી રીતે જીવન ગાળે છે એ જ દર્શાવે છે કે કુદરત દરેક પ્રાણી એકસરખું જીવન ગાળે એમ ઇચ્છતી નથી.

પશુઓ આગળ તમાકુ મૂકીએ તો એ ખાશે નહિ. ખરી વાત. એથી તો તમાકુના ભાવ આટલાયે ઓછા રહ્યા છે. કૂતરાઓ કૉફી પીતા નથી, પણ તેથી શું કૂતરાનાં પાળનાર ને પાળનારીઓએ પણ કૉફી ન પીવી? ઘોડાઓ આઇસક્રીમ ખાતા નથી. તદ્દન સાચું. પણ તેથી શું ઘોડેસવારોએ ને બીજા મનુષ્યોએ પણ આઇસક્રીમ ન જ ખાવું જોઈએ?

ઉંદરો સર્વોત્તમ સિગારેટના ડબ્બાને પણ અડકતા નથી. હશે, કદાચ. 'હશે, કદાચ' કહેવાનું કારણ એટલું જ છે કે ઉપલી મતલબનું લખાણ લખનાર ભાઈને કદાચ ઉંદરોનો અનુભવ નહિ થયો હોય. ઉંદર શેને નથી અડકતા તે કહેવું મુશ્કેલ છે.

અને મારા એક મિત્રનો, – સર્વોત્તમ નહિ, પણ અત્યારે મળી શકે એવી બહુ જ સાધારણ પ્રકારની સિગારેટનો ડબ્બો ઉંદર ખેંચી ગયા હતા એમ એ સોગનપૂર્વક કહે છે.

હા, જોડે દીવાસળીની પેટી એમણે નહોતી ઉઠાવી, એટલે સિગારેટ ઉંદરો પી શક્યા નહિ હોય એમ એ કબૂલ કરે છે. આમ છતાં આપણે કદાચ કબૂલ કરીએ કે ઉંદરડીથી માંડીને દોરડી સુધીની સર્વ વસ્તુને અડકવાનો પોતાનો જન્મસિદ્ધ અધિકાર છે એમ માનનારા ઉંદરો સિગારેટના ડબ્બાને નહિ અડકતા હોય, પણ તેથી માણસે પણ સિગારેટના ડબ્બાનો સ્પર્શ ન કરવો એમ કહેવું એ શું વાજબી છે?

કુદરતનો કાનૂન શું એવો છે કે માણસે પણ જનાવર જે કરતાં હોય તે જ કરવું? ઘોડાઓ કૉફી પીતા નથી પણ ઘાસ ખાય છે, માટે માણસે કૉફી ન પીવી ને ઘાસ ખાવું જોઈએ. કૂતરો લેમન પીતો નથી પણ હાડકું ચાટે છે, માટે માણસે પણ લેમન તરફથી મન દૂર કરી હાડકું ચાટવાનો યત્ન કરવો જોઈએ.

ઉંદરો સિગારેટ પીતા નથી. પણ લાકડું કોરે છે માટે માણસે પણ સિગારેટ છોડી દઈને લાકડું કરડવા માંડવું જોઈએ. ભેંસને પાણીમાં પડી રહેવું ગમે છે પણ ભાગવત સાંભળવું ગમતું નથી, માટે માણસે પણ પાણીમાં પડી રહેવું જોઈએ ને ભાગવત વાંચવું કે સાંભળવું ન જોઈએ.

આ વાંચીને કોઈને થશે કે 'આ તો તમે ખોટી મજાક કરવા પર ઊતરી પડ્યા છો. લેખકની આમ કહેવાની મતલબ છે જ નહિ.'

સાચી વાત. હું પણ માનું છું કે લેખક આ જ કહેવા માગતા નથી છતાં એમણે 'માણસ કરતાં પશુ બહેતર છે' એમ દર્શાવવા જે રીતનાં ઉદાહરણો આપ્યાં છે તેનો જો તર્ક ને ન્યાયની દૃષ્ટિથી વિચાર કરીએ તો મેં ઉપર જે અનુમાનો દોર્યાં છે તે સિવાય બીજાં અનુમાનો શી રીતે દોરી શકાય ?

ખરી વાત એટલી જ છે કે માણસે ખાવાપીવાની વાતમાં બહુ સંભાળ રાખવી જોઈએ એમ એ લેખક કહેવા માગે છે, ને તેથી માણસોને 'ચીમકી' લગાવવા ખાતર જનાવર કરતાં પણ ઊતરતા દર્શાવી એ બાબતમાં સુધારો કરવા એ સૂચના કરે છે. પોતાની જાત, પોતાની કોમ, પોતાનો દેશ કે પોતાના વર્ગ પ્રત્યે કોઈ કારણસર અસંતોષ થતાં માણસનું ધ્યાન સ્વાભાવિક રીતે જ બીજાની જાત, કોમ, દેશ કે વર્ગ તરફ ખેંચાય છે. એ અમુક બાબતમાં પોતાની જાત, કોમ, વર્ગ ઇત્યાદિથી ચઢિયાતો છે માટે એની પાસેથી એણે બોધ ગ્રહણ કરવો જોઈએ એમ એને લાગે છે.

'જુઓ, અંગ્રેજો તમારા કરતાં કેટલા ચઢિયાતા છે ? એમની એકતા સંકટને સમયે પણ કેવી અખંડ રહે છે ? ને તમે પરસ્પરના ઝઘડામાંથી ઊંચા આવતા જ નથી !' એમ હિંદીઓને સંબોધન કરી બીજો હિંદી કહે છે.

'આ પરપ્રાંતીઓને જુઓ. એ પોતાના મહાપુરુષોનું કેવું ગૌરવ કરે છે ? આપણે ગુજરાતીઓને ઉતારી પાડવામાં જ શૂરા !' એમ એક ગુજરાતી બીજા ગુજરાતીને કહે છે.

અને એ છેવટે 'જુઓ, આ જનાવરો તમારા કરતાં કેટલાં સારાં છે ? એઓ જમીન પચાવી પાડવા, પોતાની મોટાઈ સ્થાપવા કે વેપાર ખીલવવા પોતાની જાતનાં જ પ્રાણીઓનો એકસામટો સંહાર કરે છે ? એમની રહેણીકરણી જુઓ. કેવી નિર્મળ, દોષરહિત ને કુદરતી છે ? એનાં ખાનપાન

ને આહારવિહાર અવલોકો, છે ક્યાંય અસ્વાભાવિકતા, અવળચંડાઈ કે અણઘડપણું ? અને તમે માણસો-સૃષ્ટિને સેંથે બિરાજવાનો દાવો કરનારાઓ ! તમને નથી ખાતાં આવડતું, નથી પીતાં આવડતું કે નથી એકલા રહેતાં આવડતું.' એમ મનુષ્ય કોટિના જ પ્રૌઢ વિચારકો માનવબાળને ઉદ્દેશીને કહે છે.

પોતાના બાળને સુધારવા માટે માતા પાડોશીના છોકરાનો દાખલો એની આગળ ધરે છે, 'તું સવારમાં નાહતો નથી, મેલોઘેલો ફરે છે, શરીર ને કપડાં ગંદાં રાખે છે, પણ આ પાડોશના પાણુકાકાનો બબૂડો તારા કરતાં કેટલો ડાંહ્યો છે ! એ રોજ સવારે ઊઠીને તરત નાહી લે છે, સરસ કપડાં પહેરે છે ને વેળાસર જમીને ડાહ્યોડમરો થઈને નિશાળે જાય છે. છે તારા કંઈ સકાર ?' મા બાળકને એમ કહે છે ને તે જ વેળા એ પડોશમાંના પાણુકાકા પોતાના બબૂડાને કહેતા હોય છે: 'આખો દહાડો પાણીમાં ને પાણીમાં ! સાળો સવારના પહોરથી નાહવાની ઓરડીમાં ભરાયો છે તે બીજા તારા બાપદાદાને કંઈ નાહવું-ધોવું હશે કે નહિ ? આગલે જન્મે માછલું હતો, માછલું ! નીકળ હવે બહાર. જો પડોશનાં મહાલક્ષ્મીબેનનો નટવર. ઘરનાં બધાં નાહી રહે તે પહેલાં જાય છે કોઈ દહાડો એ નાહવા ? ને તું તો બસ ઊઠ્યો કે ભરાયો નાહવાની ઓરડીમાં.'

આ જ રીતે માણસ પોતાની જાતના પિતરાઈ ને પાડોશી સમા પશુઓનો દાખલો બીજા માણસને સુધારવા ખાતર આપે છે. જનાવરો બોલી શકતાં નથી, અથવા એ બોલતાં હોય તો આપણે સમજી શકતા નથી, પણ એ પણ જો એમને માણસની પેઠે અક્કલ ને વાચા મળી હોત તો એ માણસનો દાખલો આપી પોતાની જાતનાં પ્રાણીને સુધારવાનો આગ્રહ કરતાં હોત.

દાખલા તરીકે એક ઘોડો, ઘોડાના સમસ્ત વર્ગને ઉદ્દેશીને કહેતો હોત: 'છે તમારામાં કંઈ બુદ્ધિ ? આપણા કરતાં બહુ જ નબળા એવા આ માણસ પાસેથી પણ કંઈક શીખો. એ લોકો કેવા કૉફી પીએ છે, લેમનનો સ્વાદ માણે છે ને આઇસક્રીમ ઉડાવે છે ! અને આપણે ? આપણે ફક્ત ઘાસ ખાઈને બેસી રહીએ છીએ. આપણેય શા માટે માણસની માફક મઝા ન ઉડાવવી ?'

જનાવરના દાખલા આપી માણસને સુધારવાના અસલથી પ્રયત્નો

થતા આવ્યા છે અને એમાં કંઈ ખોટું નથી. પરંતુ ઘણી વાર આવા દાખલાઓ આપવામાં સત્યનો વિચાર કે પ્રમાણનો વિવેક ભૂલી જવામાં આવે છે. જનાવરો માણસે ન કરવા જેવાં અમુક કાર્યો નથી કરતાં, પણ એ સિવાયનાં અનેક કાર્યો કરવાની તેમને છૂટ હોય છે ને માણસોને નથી હોતી એ વાત વીસરી જવામાં આવે છે.

માણસો પશુ કરતાં ઊતરતાં છે એવી આપણા કેટલાક વિચારકોના મનમાં લઘુતાગ્રંથિ – Inferiority Complex – બંધાઈ ગઈ છે. તેનું કારણ એટલું જ છે કે શરૂઆતમાં આપણામાં ખૂબ મિથ્યાભિમાન આવી ગયું હતું.

માણસ એ તો સૃષ્ટિનો મુકુટમણિ! ઈશ્વરનું ઉત્કૃષ્ટમાં ઉત્કૃષ્ટ ને પ્રિયમાં પ્રિય સર્જન! અરે! ખુદ ઈશ્વરરૂપ. પશુનો એ રાજા થવા સર્જાયો છે. આ પ્રકારનાં મંતવ્યોથી મનુષ્યોનું માથું ફરી ગયું હતું. આઘાત તેવો પ્રત્યાઘાત એ ન્યાયે હવે આનાથી ઊલટી દિશામાં જ માણસનું મગજ જવા લાગ્યું છે. આ પશુ આપણા કરતાં પણ સારાં.

બધી બાબતમાં પશુ પાસેથી જ આપણે શીખવાનું છે. આમ બે છેડે જઈને બેઠેલા વિચારકો સામાન્ય માણસના મનમાં ભ્રમણા પેદા કરી રહ્યા છે. આપણે એ બંને પ્રકારનાં મંતવ્યોની અસરથી મુક્ત રહીને માણસ ને પશુનો વિચાર કરી જોઈશું તો જણાશે કે, કેટલીક વાતમાં કેટલાંક પશુઓ કેટલાક મનુષ્યો કરતાં સારાં હોય છે અને કેટલીક વાતમાં કેટલાક મનુષ્યો કેટલાંક પશુઓ કરતાં સારા હોય છે. આથી વિશેષ આ બાબતમાં કંઈ કહી શકાય એમ નથી.

પશુ કરતાં આપણે બદતર છીએ એવો વિચાર કર્યા કરીશું તો તેનું પરિણામ ઘણું અનિષ્ટ આવે એવો ભય છે. 'યાદશી ભાવના યસ્ય સિદ્ધિર્ભવતી તાદશી' એટલે કે જેવી ભાવના તેવી સિદ્ધિ એવું આપ્તવચન છે તે ખોટું નથી. પશુ કરતાં આપણે ખરાબ છીએ એવી ભાવના સેવ્યાનું પરિણામ એ આવશે કે આપણે ખરેખર પશુ કરતાં ખરાબ થઈ જઈશું. માટે માનવજાતના કલ્યાણને ખાતર આપણે એ પ્રકારની ભાવના કદાપિ સેવવી ન જોઈએ.

❒

૨૭

વાત કરવાની કળા

હમણાં પુરબહારમાં ચાલતી લગ્નસરાને પ્રસંગે મારા એક મિત્રને એના એક બીજા મિત્રના માસીના છોકરાના લગ્નમાં હાજરી આપવા સહકુટુંબ અમદાવાદ જવું હતું. ચાર જણને માટે બીજા વર્ગની ટિકિટો મેળવવી મુશ્કેલ છે એમ એમને લાગ્યું. એમણે પોતાની મુશ્કેલી પાડોશી આગળ વાતવાતમાં કહી સંભળાવી. એમના પાડોશીએ કહ્યું: ‘ઓહ! એમાં શી મોટી વાત છે! અમારી ઑફિસના હેડક્લાર્કના ભત્રીજાનો સાળો અહીંના એક ટિકિટ ઇન્સ્પેક્ટરનો સાઢુ થાય છે. એની લાગવગથી તમને જોઈએ તેટલી ટિકિટ જોઈએ ત્યારે મળી શકશે.’

પાડોશીને લઈને એ એમની ઑફિસના હેડક્લાર્કને મળ્યા. હેડક્લાર્ક પાસેથી ચિઠ્ઠી લઈને એમના ભત્રીજાને, ને તેની ચિઠ્ઠી લઈને એમના સાળાને મળ્યા. ‘ઓહો! તમારે સેકંડ ક્લાસની ટિકિટ જોઈએ છે? ચાર ટિકિટો જોઈએ છે? બસ, એટલું જ? જાઓ, આવી જશે. કાલે નહિ તો પરમ દહાડે તમારા હાથમાં પડશે.’ એ ગૃહસ્થે એમને સધિયારો આપતાં કહ્યું. અને પછી પોતે કેવી મુશ્કેલીને વખતે પણ કેટલી સહેલાઈથી કેટલા માણસોને કેટલા થોડા વખતમાં કેટલી વખત આ પ્રમાણે ટિકિટો મેળવી આપેલી તેનું સવાબે કલાક સુધી એમણે બ્યાન કરી બતાવ્યું.

મારા મિત્રે નચિંત થઈને એમની રજા લીધી. ત્રણ દહાડા સુધી વાટ જોઈ પણ ટિકિટ ન આવી ત્યારે એ ભાઈને સંદેશો કહાવ્યો.

‘હજી તમારે જવા માટે બે દહાડાની વાર છે ને? ગભરાશો નહિ, એવી તો કંઈ ટિકિટો મેળવી આપી છે.’ એ ભાઈએ જવાબ મોકલાવ્યો.

અંતે જે દિવસે રાતની ગાડીએ જવાનું નક્કી કર્યું હતું તે દિવસ પણ

આવી પહોંચ્યો ને એ સાંજની વેળા થઈ ત્યારે મારા મિત્ર હાંફળાફાંફળા પેલા ગૃહસ્થને ઘેર દોડ્યા.

'અરે મારા ભાઈ, બહુ દિલગીર છું. હું જે ઇન્સ્પેકટરને ઓળખું છું એની બદલી થઈ ગઈ. કાલે સવારે જ મને ખબર પડી. અત્યાર સુધી ગેં બહુબહુ ફાંફાં માર્યાં પણ ટિકિટ નહિ જ મળી. હવે તો એક કામ કરો, વગર ટિકિટે તમે ગાડીમાં ચડી બેસો. પછી જે થાય તે ખરું.' એ ગૃહસ્થે પોતાની લાચારી જણાવતાં કહ્યું.

'પણ ટિકિટ વગર મુસાફરી કેમ થઈ શકે? અને પ્લૅટફૉર્મ પર પણ દાખલ કેમ થવા દે' મારા મિત્રે પોતાની મુશ્કેલી જણાવતાં કહ્યું.

'એ કામ મારું. હું તમને દાખલ કરાવી દઉં.'

'પણ પછી કોઈ ટિકિટ ઇન્સ્પેક્ટર આવી ચડે ને ટિકિટ માગે ત્યારે?'

'તે વેળા સૂઝે તેવો જવાબ દઈ દેવો. કહેવું કે પાકીટ ચોરાઈ ગયું. જોઈએ તો પહેલેથી જ કોટના ખિસ્સાને કાપ પાડીને એ કોટ પહેરવો. એ તો હિંમત જોઈએ.' એમ કહીને પોતે આ જાતની હિંમત કેટકેટલી વાર ને કેવાકેવા પ્રસંગે બતાવેલી તેનું એમણે વર્ણન કરવા માંડ્યું.

મારા મિત્રને એ વર્ણનમાં રસ પડે એમ નહોતું. એટલે એમની કથા અધવચથી જ અટકાવીને એ એમની રજા લઈ ઉદાસ ચહેરે ને ભારે હૈયે ઘેર પાછા ફર્યા. મુસાફરી માટે બાંધેલો સામાન છોડી નાખ્યો ને પરણનાર દંપતીને તાર દ્વારા આશીર્વાદ મોકલાવી જવા-આવવાનો ખર્ચ બચ્યો કરીને મન મનાવ્યું.

થોડા દિવસ પર મને એ અચાનક મળી ગયા ત્યારે ઉપલી વાતનો ઉલ્લેખ કરીને એમણે કહ્યું: 'આપણા લોકો વાતો કરવામાં શૂરા છે. કોઈને કરવું કંઈ નથી, પણ બોલવું છે ખરું. આ પેપરવાળાઓ લખે છે, વક્તાઓ ભાષણ કરે છે ને લોકો સભાઓ ભરી ઠરાવ પર ઠરાવ કરે છે. પણ કામ કરવાનું આવે છે ત્યારે બધાનાં હાડકાં હરામ થઈ જાય છે. વાતમાં ને વાતમાં લલ્લુભાઈએ ભરુચ ગુમાવ્યું એ કહેવત ખોટી નથી. આપણે એ લલ્લુભાઈના વારસોએ વાતમાં ને વાતમાં આખું હિંદુસ્તાન ગુમાવ્યું તોય હજી મૂછે તાલ દઈને કહીએ છીએ કે 'કંઈ નહિ, વાત કરવામાં તો અમે કુશળ છીએ ને!'

મારા મિત્રને આ કડવો અનુભવ થયેલો હોવાથી એમણે આ જાતની ફરિયાદ કરી તે સમજાય એમ છે. પણ ઘણા માણસો આપણા લોકો વાત કરવામાં જ હોશિયાર હોય છે એવો આક્ષેપ વગર કારણે ને વગર પ્રસંગે વારંવાર કરે છે. એવો આક્ષેપ કરનારા ભૂલી જાય છે કે પોતે પણ વાત કરવા ખાતર જ વાત કરતા હોય છે, ને તે વખતે આ જાતનો આક્ષેપ દેશના લોકો પર મૂકે છે !

આ આક્ષેપમાં બે ભૂલો રહેલી છે. એક તો એ કે આપણા લોકો વાત કરવામાં હોશિયાર નથી અને બીજી એ કે વાત કરવામાં જ હોશિયાર હોવું એમાં કોઈ જાતની નાનમ છે. આવો જે ધ્વનિ એ આક્ષેપમાંથી નીકળે છે તે તદ્દન ખોટો છે.

આપણા લોકો વાત કરે છે, વધારે પડતા લોકો વધારે પડતી વાત કરે છે, આપણા લોકો કામ કરતા નથી, ઘણા ઓછા લોકો ઘણું ઓછું કામ કરે છે એ ખરું; પરંતુ તેથી આપણા લોકો વાત કરવામાં કુશળ છે એમ કહી શકાય નહિ. જેવી રીતે કેટલાક લોકો લાંબું જીવે છે, પણ તેથી તેઓ જીવવાની કળામાં હોશિયાર છે એમ કહી શકાતું નથી, તેવી જ રીતે માણસ વાતોડિયો હોય, તેથી વાત કરવાની કળામાં પાવરધો છે એમ ભાગ્યે જ કહી શકાય. વાર્તાલાપની પણ કલા છે અને એમાં નિપુણતા પણ બહુ ઓછા જ પ્રાપ્ત કરી શકે છે.

સાધારણ રીતે માણસને સાંભળવા કરતાં બોલવું વધારે ગમે છે. ઈશ્વરે આપણને બે કાન આપ્યા છે ને જીભ એક આપી છે. છતાં આપણે કાનનો ઉપયોગ ઓછો કરીએ છીએ ને જીભનો ઉપયોગ સૌથી વધારે કરીએ છીએ.

આનું કારણ એ છે કે જીવનના ક્ષેત્રમાં અવાજ સાંભળવા કે પારખવાના કરતાં અવાજ કરવામાં કુશળતા મેળવનાર મનુષ્ય ઘણા આગળ વધી શકે છે, એવો આપણને અનુભવ થયો છે. આથી આપણને સાંભળનારા કરતાં સંભળાવનારા ઘણા વધારે મળે છે. માણસ બીજાને પોતાની વાત સંભળાવતો હોય છે ત્યારે એ જેટલો ખીલે છે તેટલો બીજાની વાત પોતે સાંભળતો હોય ત્યારે ખીલી શકતો નથી. ટૂંકમાં એમ કહી શકાય કે માણસ સંભળાવે છે પ્રેમથી ને સાંભળે છે પરાણે.

વાત કરવાની કળા

જિંદગીમાં માણસ વધારે કંઈ પણ કામ કરતો હોય તો તે બોલવાનું ને તે પછી સાંભળવાનું. એટલે સંસ્કૃતિમાં આગળ વધેલી પ્રજાઓએ વાર્તાલાપની કળા ખીલવી છે. કેવા મનુષ્યો આગળ કેવી રીતે વાર્તાલાપ કરવો તેનું શિક્ષણ પણ આગળ વધેલી પ્રજાઓમાં આપવામાં આવે છે. આપણે ત્યાં આ જાતનું શિક્ષણ અપાતું નથી, પણ કુદરતી રીતે જેને જેમ આવડે તેમ તે વાર્તાલાપ કર્યે જાય છે. આને લીધે આપણે જે વાત કરવા માગતા હોઈએ તે વાતમાં આપણને એકલાને જ નહિ, પણ સાંભળનારને પણ રસ પડવો જોઈએ એ વસ્તુ ઘણી વાર ભૂલી જવામાં આવે છે.

મોટા ભાગના માણસો વાતો કરે છે તે પ્રલાપરૂપ હોય છે. બીજાઓ વિલાપ કરતા હોય છે. કેટલાક મીઠા અવાજે આલાપ કરતા રહે છે. કોઈક જ સાચો વાર્તાલાપ કરે છે.

ઘણા માણસો બોલવું એટલે બોલ્યા જવું એમ જ માનતા હોય છે. પંદર, વીસ, પચીસ, પચાસ, મિનિટ સુધી એક, બે, ચાર, પાંચ, પંદર ગમે તેટલા વિષયો પર પાંચ, પચીસ, પચાસ, વાક્યો મોંમાંથી બહાર કાઢ્યાં એટલે બસ, એમ તેઓ માનતા લાગે છે!

દાખલા તરીકે એક સુશિક્ષિત સન્નારીને થોડા દિવસ પર કેટલાક મિત્રો સાથે અમુક કાર્યને અંગે મારે મળવાનો પ્રસંગ આવ્યો હતો. બેએક કલાક સુધી એમણે અમારી સાથે વાતો કરી. એમાં અમે જે કામ માટે એમને મળવા ગયા હતા તે વિશે એમણે ભાગ્યે જ દશથી બાર શબ્દો કહ્યા હશે. બાકીની વાતો કંઈ આ પ્રમાણે એમણે કરી:

'તમને હું ચા આપી શકતી નથી. દિલગીર છું. ખાંડ ત્રણ દિવસમાં જ ખૂટી જાય છે. અરે! હવે તો કાપડની તંગી પણ ભારે થવાની! તમને ખબર છે પેલા પરાવાસી ભાઈએ પેલાં એમની જોડે ફરતાં'તાં તે બહેનને પૂછ્યાગાછ્યા વિના લગ્નની કંકોતરીઓ છપાવી મારી. એ બહેનના હાથમાં કંકોતરી આવી ત્યારે એ તો હેબતાઈ જ ગયાં. તે પછી જે ગોટાળો થયો છે! ઓહોહો! આ નિશાળમાં માસ્તરો ભણાવે છે કે હજામત કરાવે છે? મારો નાનો છોકરો ત્રીજા વર્ગમાં છે, પણ હજી એને સરવાળા-બાદબાકી આવડતાં નથી. તમે શું ધારો છો, બંગાળ ને પંજાબના ભાગલા પડશે? અમારી બાજુમાં પંજાબી રહે છે, એને સાત છોકરાં છે. એ બધાં આખો

વખત એટલી ધમાલ મચાવે છે કે મારાથી કંઈ જ કામ થતું નથી. હવે તો રાતના બધું કામ કરવું બંધ કર્યું છે. વીજળીના ગોળા હવે પહેલાં જેવા આવતા નથી. ત્રણ દહાડાથી વધારે કોઈ ગોળો ચાલતો જ નથી. આપણા વેપારી પણ કેટલા અપ્રામાણિક થઈ ગયા છે !'

આમ કેટલાકનો વાર્તાલાપ અસંબદ્ધ પ્રલાપ જેવો હોય છે, તો બીજાઓ પોતાની જાતજાતની ફરિયાદોનું જ વર્ણન કર્યા કરી જાણે વિલાપ કરતા હોય તેવો દેખાવ કરે છે.

પોતાની બડાઈ હાંકવા સિવાય બીજું કંઈ પણ ન બોલવું એવા નિશ્ચયથી વાત કરનારાઓ જ્યારે મેદાને પડે છે ત્યારે સાંભળનારાઓનો મરો થઈ જાય છે. એ જાણે હિમાલય જેવા હોય અને આપણે તણખલાં જેવા હોઈએ એમ એમની વાત સાંભળીને આપણને થાય છે.

કેટલાક 'હું જ્યારે ફલાણે ઠેકાણે હતો ત્યારે –' એ વાક્યના ધ્રુવપદને આપણા માથામાં ખીલા ઠોકીને એટલી વાર ઠસાવે છે કે ઊંઘમાં પણ આપણે એ ઠેકાણાનું નામ બૂમ પાડીને બોલી ઊઠીએ છીએ. હું જ્યારે કૉલેજમાં હતો ત્યારે અમારા એક પ્રોફેસર બબ્બે વાક્યે 'હું જ્યારે કોલાપુરમાં હતો' એમ કહીને ત્યાંના એમના અનુભવોનું વર્ણન કરતા. એક વખતે બેચાર મિત્રોની ઉશ્કેરણીને વશ થઈને પાઠ્યપુસ્તકમાંનો એકાદ મુશ્કેલ પ્રશ્ન પૂછવાને બહાને મેં ઊભા થઈને કહ્યું: 'આપ જ્યારે કોલાપુરમાં હતા અને અમે જ્યારે કોલાપુરમાં નહોતા ત્યારે આવી મુશ્કેલી ઊભી નહોતી થઈ, પણ હવે આપ જ્યારે કોલાપુરમાં નથી અને અમે પણ કોલાપુરમાં નથી ત્યારે–' અલબત્ત, એથી આગળ હું બોલી શક્યો નહિ ને મારે વર્ગ બહાર જવું પડ્યું.

વાતમાં ને વાતમાં લલ્લુભાઈએ ભરૂચ ગુમાવ્યું એ કહેવત પરથી વાત કરવી તે ખોટી છે એવો અર્થ કાઢવો તે યોગ્ય નથી. વાતમાં નહિ તો બીજી રીતે પણ લલ્લુભાઈ ભરૂચ ગુમાવતે. લલ્લુભાઈ પછી કોઈ બલ્લુભાઈ કે કોઈ નવાબસાહેબ ભરૂચના માલિક બન્યા હશે. તેમના હાથમાંયે ભરૂચ ન રહ્યું અને અંગ્રેજ સરકારના હાથમાંથી પણ એ જતું રહ્યું એટલે ભરૂચ કોઈ એકના હાથમાં રહ્યું નથી, એ હકીકત છે. પણ લલ્લુભાઈ સિવાય ભરૂચ ગુમાવનારાઓનાં નામ ભાષામાં અમર નથી થઈ ગયાં, ફક્ત

લલ્લુભાઈનું નામ રહી ગયું છે. ભરૂચ ગયું તો ભલે, પણ નામ તો રહી ગયું. ગુજરાતી ભાષા રહેશે ત્યાં સુધી ભરૂચના લલ્લુભાઈનું નામ જળવાઈ રહેશે. આ સિદ્ધિ એઓ વાત કરવાની કુશળતાથી જ પ્રાપ્ત કરી શક્યા.

વાત કરનારાઓ કામ નથી કરી શકતા એમ માનવું તે ભૂલભરેલું છે. સારામાં સારા કાર્યકર્તાઓ કુશળ વાર્તાલાપ કરનાર હોય છે. જ્યારે મુશ્કેલીઓ ઊભી થાય છે ત્યારે તેનું નિરાકરણ કરવા માટે, અથવા બધું સરળતાથી થતું હોય તે વેળા મુશ્કેલીઓ ઊભી કરવા માટે પરસ્પર વાર્તાલાપ જેવો એકે માર્ગ નથી. અધિકારીઓ, નેતાઓ, આચાર્યો આદિને ભેગા કરી વાર્તાલાપ માટે સભા ગોઠવવામાં આવે છે, અથવા ન્યાતના પંચો ને શેરહોલ્ડરોની સભાઓ બોલાવવામાં આવે છે તેનું કારણ પણ આ જ છે. જે વાત કરી શકે છે તે બધું જ કરી શકે છે.

❑

૨૮

વિશ્વશાંતિ

'તમે શું ધારો છો ? દુનિયામાં પાછી ત્રીજી લડાઈ ફાટી નીકળશે ?' શેર બજારમાં દલાલનો ધંધો કરતા મારા એક મિત્રે મને પ્રશ્ન કર્યો.

'હું શી રીતે કહી શકું ? કોઈ જોશીને પૂછો.' મેં જવાબ દીધો.

'મેં પાંચ જોશીઓને પૂછી જોયું. બે કહે છે કે હજી બહુ લાંબા વખત સુધી મોટી લડાઈ ફાટી નીકળવાનો સંભવ નથી. બાકીના ત્રણ કહે છે કે વિશ્વયુદ્ધ ચોક્કસ ફાટી નીકળશે, અને તે બહુ થોડા વખતમાં.' એમણે કહ્યું.

'ત્યારે જ્યોતિષશાસ્ત્ર સાચું હોય, જોશીઓ સાચા હોય ને વાતનો નિર્ણય બહુમતીને આધારે કરવાનો હોય તો લડાઈ થાય એવો સંભવ છે.'

'પણ તમને એમ નથી લાગતું કે છેલ્લાં પચીસ વર્ષમાં બે મોટી લડાઈઓનાં પરિણામ જોઈને માણસો ધરાઈ ગયા છે ને હવે ફરી યુદ્ધમાં ઊતરવાની મૂર્ખાઈ એ નહિ કરે ?' એમણે સવાલ કર્યો.

'તમારા મગનકાકાએ થોડા વખત પર ચોથી વારનાં લગ્ન કર્યાં એ તો તમે જાણો છો ને ?' મેં સામો સવાલ પૂછ્યો.

'હા, પણ એને આપણી વાત સાથે શો સંબંધ છે ?' એમણે નવાઈ પામીને પૂછ્યું.

'આ અગાઉ ત્રણ વાર એમણે લગ્ન કર્યાં હતાં. તેમાં સુખી થયા હતા ?' એમના પ્રશ્નનો જવાબ દેવાને બદલે મેં પ્રતિપ્રશ્ન કર્યો.

'ના, પહેલી વારની બૈરી કુભારજા નીકળી. ઘરમાં સૌ સાથે લડતી. જીવી ત્યાં સુધી એણે કોઈને જ જંપવા દીધા નહિ. બીજી રોજની માંદી રહેતી. એ પરણીને આવી ત્યારથી મગનકાકાનું ઘર હૉસ્પિટલ બની ગયું હતું. ત્રીજી વારની આવી તે ચોટ્ટી નીકળી. મગનકાકાને સારી રીતે નવડાવીને

એ કોઈ જોડે ભાગી ગઈ.' એમણે જવાબ દીધો.

'લગ્નજીવનનો આટઆટલો કડવો અનુભવ મળ્યા છતાં મગનકાકાએ ચોથી વારનાં લગ્ન કર્યાં! બીજાના અનુભવ પરથી જ્ઞાન મેળવવાની બડાઈ મારતો મનુષ્ય પોતાના અનુભવ પરથી પણ કંઈ શીખતો નથી.' મેં કહ્યું.

'પણ એ તો મૂરખ માણસ હોય તે અનુભવ મળ્યા છતાં કંઈ શીખે નહિ. ડાહ્યા માણસ તો એક જ કડવો અનુભવ થયા પછી બીજી વાર એવી ભૂલ કરે નહિ.' એમણે કહ્યું.

'તમારો પોતાનો જ દાખલો લો. તમે મૂરખ છો એમ હું નથી માનતો. તમે પોતે પણ એમ નહિ માનતા હો. શેરદલાલીના ધંધામાં તમને અનેક કડવા અનુભવ થયા હશે –'

'અરે! ઘણી વાર', મને વચ્ચે બોલતો અટકાવીને એમણે કહ્યું, 'એવા અનુભવ થયા છે કે એક વર્ષમાં મારા વાળ ધોળા થઈ ગયા છે. હું ઇચ્છું છું કે એવા અનુભવ દુશ્મનને પણ ન થાય.'

'તે છતાં તમે આ ધંધો ચાલુ રાખ્યો છે તે શું બતાવે છે?' મેં પૂછ્યું.

'એ તો ચડતી-પડતી સૌને આવે. આ ધંધો જ એવો છે. એમાં કોઈક વાર ખમવાનું આવે, માટે કંઈ ધંધો છોડી દેવાય?' એમણે કહ્યું.

'બરાબર છે. બધા માણસની મનોદશા આવી જ હોય છે. એક-બે વાર કે પાંચ-સાત વાર કદાચ કડવા અનુભવ થાય પણ તેથી હંમેશાં એવાં જ પરિણામ આવશે એમ માનવા એ તૈયાર થતો નથી. લડાઈથી બધા માણસો કંટાળી ગયા છે, એમ તમે કહ્યું તે સાચું છે. છતાં નવું યુદ્ધ જગાવવાની જે પ્રજાના મનમાં ઇચ્છા થશે તે આગલી લડાઈઓનાં ખરાબ પરિણામોનો વિચાર કરવા નહિ બેસે. એ વિચારશે, બધી જ લડાઈઓમાં સહુને સહન કરવું પડે એમ થોડું જ છે? આ વખત આપણે જુદી જ રીતે લડીને તરત ફતેહ મેળવી લેવી.' મેં કહ્યું.

'ત્યારે દુનિયાની બધી મોટીમોટી પ્રજાઓએ એકત્ર થઈને જગતમાંથી યુદ્ધને નાબૂદ કરવા ખાતર આ 'યુ.નો.' સંસ્થા સ્થાપી છે, તે શું અમસ્થી જ? આ બધા મોટામોટા રાજપુરુષો ભેગા થઈને વિશ્વશાંતિ સ્થાપવાની વાત કરે છે તે શું ઢોંગ છે?' એમણે પ્રશ્ન કર્યો.

'ના, એ ઢોંગ નથી કરતા. સૌને શાંતિ જોઈએ છે. લડવું કોઈને

નથી, પણ –'

'બસ, હું એ જ કહેવા માગું છું.' મને બોલતો અટકાવીને એ વચ્ચે બોલી ઊઠ્યા, 'કોઈને પણ લડવું નથી, એટલા માટે જ હવે લડાઈ નહિ થાય એમ મને લાગે છે.'

'તમારા મોંમાં સાકર.' મેં કહ્યું.

લડાઈ કોઈને જોઈતી નથી. સૌ કોઈ શાંતિ વાંચ્છે છે. આમાં વિશ્વમાં શાંતિ સ્થપાય તે માટે મોટીમોટી રાજસત્તાઓ મળીને પ્રયત્નો કરે છે, પણ વિશ્વયુદ્ધની પેઠે વિશ્વશાંતિ પણ બહુ અદ્ભુત વસ્તુ છે. બંનેમાં અલબત્ત, ફેર છે. વિશ્વયુદ્ધ કોઈને જોઈતું નથી, છતાં એમાંથી છટકી શકાતું નથી. વિશ્વશાંતિ સૌ કોઈને જોઈએ છે, છતાં એ મળતી નથી. ગઈ લડાઈ પછી બધા જ લડાઈથી એટલા અકળાઈ ગયા છે કે 'હવે દુનિયામાં લડાઈ થવી જ ન જોઈએ' એમ સૌ કોઈ ઊંચે સ્વરે પોકારીને કહે છે છતાં પણ વાતાવરણમાં ભણકારા તો લડાઈના જ સંભળાયા કરે છે.

જો લડાઈ અટકાવવી જ હોય તો પ્રત્યેક રાષ્ટ્રે લડાઈનાં સાધનોનો ત્યાગ કરી દેવો જોઈએ. પરંતુ શાંતિની વાત કરનારા મોટા દેશો પણ અત્યારે યુદ્ધનો સરંજામ જેમ બને તેમ વધારવાની પ્રવૃત્તિમાં મંડી પડ્યા છે. આવી પરસ્પર વિરુદ્ધ લાગતી પ્રવૃત્તિ જોઈને કેટલાક એવી ટીકા કરે છે કે આ મોટા દેશની પ્રજાના દિલમાં શાંતિ માટેની સાચી ઝંખના જ નથી, નહિ તો એક બાજુથી એ વિશ્વશાંતિની વાતો કરે અને બીજી તરફથી લડાઈનાં સાધનો વધારતી જાય છે એ શી રીતે બની શકે?

આનો જવાબ એમને એવો આપવામાં આવે છે કે 'ભાઈ, અમે લડવા નથી માગતા. અમારી નજર કોઈ પારકા મુલક પર કે પારકી સંપત્તિ પર નથી. અમને તો અમારું છે તે જ બસ છે. પણ બીજા કોઈની દાનત બગડે ને એ અમારા મુલક ને અમારી સંપત્તિ પર નજર નાખે ત્યારે અમારી પાસે હથિયાર ન હોય તો અમારી શી દશા થાય! આટલા માટે, કોઈના પર આક્રમણ કરવા ખાતર નહિ, પણ ફક્ત અમારા મુલકનું ને અમારી મિલકતનું રક્ષણ કરવાને ખાતર, અમારે બચાવનાં સાધનો તૈયાર રાખવાં પડે છે. આમ લડાઈ અટકાવવા ખાતર લડાઈનાં સાધનો ઘટાડવાની કે એનો ત્યાગ કરવાની જરૂર નથી, પણ જરૂર એને વધારવાની છે.'

લડાઈ કરવાની બાબતમાં માણસ બિલાડી જેવો છે. લડવું એને ગમતું નથી, પણ લડવા માટે એને હંમેશ પોતાના નહોર તીણા રાખવા પડે છે. કોઈક ક્યાંકથી હુમલો કરી બેસે એવો ભય એને હંમેશાં રહે છે ને તેથી કેટલીક વાર તો એ જ પહેલો હુમલો કરી બેસે છે.

એક વાર બે નાનાં બાળકો વાતમાં ને વાતમાં લડી પડ્યાં. એમના પિતા છોકરાંઓને છૂટાં પાડવા આવ્યા. બંને કુદરતી રીતે જ પારકા છોકરાનો વાંક કાઢવા લાગ્યા. 'બાળકો છે, એ તો લડે. એમાં આપણે મોટાઓએ વચ્ચે પડવાનું હોય નહિ.' એમ કહેતા જાય. 'લોકો જરા જરામાં નાહક લડી પડે છે' એવા મહાસત્યનું ઉચ્ચારણ કરતા જાય ને રહી રહીને 'તમારો છોકરો મારકણો છે, જરા વાળવો જોઈએ' એમ બીજાના બાળકનો વાંક કાઢતા જાય. એટલામાં પહેલા બાળકના પિતાનો મિત્ર ત્યાં આવી ચડ્યો. તે આ બધું જોઈને જરા ઉગ્ર સાદે બોલ્યો. એ સાંભળીને બીજા બાળકના પિતાએ કહ્યું, 'તમારે શું મારા છોકરાને મારવો છે?' 'અહીં મારવાની વાત કોણ કરે છે. આ તો તમે મગનભાઈના (એમના મિત્રના) છોકરાનો અમથો વાંક કાઢ્યા કરો છો તો બોલવું પડે છે', એમણે કહ્યું. 'તમારું શરીર જરા સંગીન છે તે દમ ભિડાવો છો?' બીજા બાળકના પિતાનો પાડોશી આ ગરબડ સાંભળી ત્યાં આવી પહોંચ્યો હતો. તેણે પેલા ગૃહસ્થને બરાડો પાડીને કહ્યું. 'અહીંયાં જોર બતાવવા આવ્યો છે?' બીજા ગૃહસ્થે એનાથી મોટો અવાજ કરીને કહ્યું. 'હા, હા, આવી જા, તારી માએ શેર સૂંઠ ખાધી હોય તો –' પહેલા ગૃહસ્થે કહ્યું, 'આવી જા, તારામાં તાકાત હોય તો –' બીજા ગૃહસ્થે એમના આવાહનનો સ્વીકાર કરી તેને કહ્યું. આમ વાક્યોની આપ-લે થઈ રહી ને પછી વાક્યોની આપ-લે પરથી ગડદાપાટુની ને મુક્કાબાજીની આપ-લે પર એઓ થોડી જ વારમાં આવી પહોંચ્યા અને બાળકોને લડતા અટકાવવા આવેલા મોટેરાઓ વચ્ચે લડાઈ જામી. મૂળ લડાઈ શરૂ કરનારાં બાળકો આ જોઈને ત્યાંથી ભાગી છૂટ્યાં.

આમ કેટલીક વાર શાંતિ સ્થાપવા જનારાઓ પણ, રખેને બીજાઓ લડી પડશે, એવા ભયના માર્યા લડાઈનું વાતાવરણ પેદા કરે છે. 'હું તો લડવા માગતો જ નથી, પણ મારો પાડોશી રોજ મારી સામું જોઈને મૂછે આમળા દે છે. એની દાનત સારી દેખાતી નથી.' એમ માનીને પાડોશીઓ

ઘણી વાર ઝઘડી પડે છે. આવી જ સ્થિતિ અત્યારે દુનિયાની થઈ રહી છે. કોઈને લડવું નથી છતાં કોઈક લડવા માગે છે એમ સૌને લાગ્યા કરે છે ને તેમ લડાઈનાં સાધનો ઝડપથી વધારેમાં વધારે ભેગાં થયાં જાય છે. જુદીજુદી પ્રજાઓ વચ્ચે કરારો થાય છે ને એ કરારોને લીધે બીજાઓ બેકરાર-બેચેન બની જાય છે.

આજે દુનિયાનાં મોટાંમોટાં રાષ્ટ્રો લડાઈનાં સાધનો વધારી રહ્યાં છે – લડાઈ કરવા ખાતર નહિ, પણ લડાઈ અટકાવવા ખાતર. પણ આખરે તો એ સાધનો લડાઈ માટેનાં જ છે તે ભૂલવું જોઈએ નહિ. કેટલીક વાર એવું બને છે કે સાધનો પાસે હોય છે ત્યારે તેનો ઉપયોગ કરવાનું મન થઈ જાય છે.

હું નાનો હતો ત્યારે મારો એક સહાધ્યાયી મિત્ર અખાડે જતો. દંડ, બેઠક વગેરેમાં પ્રવીણતા પ્રાપ્ત કરી એણે એક દિવસ મને કુસ્તી કરવા માટે આવાહન કર્યું. 'મારે કુસ્તી નથી લડવી' મેં કહ્યું. 'નથી કેમ લડવી? લડવી પડશે. જો તને ત્રણ જ મિનિટમાં પટકી નાખું છું કે નહિ!' એણે કહ્યું. 'ત્રણ મિનિટ શું, એક મિનિટમાં તું મને પટકી નાખે એ હું કબૂલ કરું છું. પણ મારે લડવું નથી.' મેં કહ્યું. 'તારે મારી સાથે કુસ્તી કરવી જ પડશે.' એણે આગ્રહપૂર્વક કહ્યું. 'પણ કાંઈ કારણ?' મેં પૂછ્યું. 'હું રોજ અખાડે જાઉં છું. મારે હવે જોવું છે કે મારામાં કેટલું જોર આવ્યું છે!' એણે જવાબ દીધો. 'બહુ જોર આવ્યું હશે, પણ તે મારા પર અજમાવવાની શી જરૂર છે?' મેં કહ્યું.

આમ જોર કેટલું આવ્યું છે તે જોવા ખાતર પણ માણસને કુસ્તી કરવાનું મન થઈ જાય છે.

અમારે લડાઈ નથી જોઈતી, લડાઈ નથી જોઈતી, એવો પોકાર કર્યા કરવો એ પણ કેટલીક વાર લડાઈને નોતરું આપવા જેવું બની જાય છે.

સાઇકલ ચલાવવાનું શિક્ષણ તાજું જ મેળવીને મારા એક મિત્ર એમને સાઇક્લિંગ શીખવનાર સાથે એક મોટે રસ્તે સાઇકલ પર સવારી કરીને ફરવા નીકળ્યા. રસ્તામાં દૂર એક આખલો બેઠો હતો. તેને બતાવીને શીખવનારે કહ્યું: 'જોજો, પણે આખલો બેઠો છે તે બાજુ જતા નહિ.' આખલો એમનાથી બહુ દૂર હતો છતાં જાણે આખલા પાસે જવું જ હોય તેમ એમણે સાઇકલ

એ તરફ ચલાવવા માંડી. 'અરે! આમ ક્યાં જાઓ છો?' શીખવનારે બૂમ પાડીને કહ્યું. 'આખલા પાસે નથી જતો', એમ કહીને એમણે સાઇકલ મારી મૂકી તે છેક એ આખલા પાસે જઈને અટક્યા – અટક્યા એમ કહેવું એ યોગ્ય નથી, પણ બેઠેલા આખલાનું શિંગડું પકડી અટકવાનો પ્રયાસ કર્યો. એમના સદ્‌ભાગ્યે આખલાએ માત્ર ડોકું હલાવવા સિવાય વધારે સબળ રીતે આનો વિરોધ કર્યો નહિ. પરિણામે સાઇકલ ને એ બંને જમીન પર ગબડી પડ્યા. પણ એમને બહુ ઈજા ન થઈ. 'આખલો આટલો બધો દૂર હતો, રસ્તો પણ ખૂબ પહોળો છે, છતાં પણ તમે જાણીજોઈને સાઇકલ આખલા તરફ કેમ લઈ ગયા?' શીખવનારે એમને અને એમની સાઇકલને ટેકો આપી ઊભા કરતાં પૂછ્યું. 'હું લઈ નહોતો ગયો, સાઇકલ એની મેળે એ બાજુ ચાલી ગઈ. આખલા પાસે નથી જવું એવો મેં નિશ્ચય કર્યો હતો ને નજર પણ આખલા તરફ રાખી હતી, છતાં મારા નિશ્ચયની ઉપરવટ થઈને, ખેંચાઈ ગઈ.' એમણે જવાબ દીધો. 'આખલા તરફ તમે નજર રાખીને સાઇકલ ચલાવી એ મોટી ભૂલ કરી. તમારે નજર સીધી, રસ્તા તરફ રાખવી જોઈતી હતી, આખલા તરફ નહિ.', શીખવનારે એમને કહ્યું.

આવા દાખલા ક્વચિત્‌ બને છે, પણ આપણે જે વસ્તુ કરવા ન માગતા હોઈએ, જેને ભૂલી જવા માગતા હોઈએ, તે આપણી નજર સામું ને સામું આવ્યા જ કરે છે. જે ન કરવા માગતા હોઈએ તે પરાણે આપણાથી થઈ જાય છે. આનું કારણ એટલું જ છે કે જે વસ્તુથી આપણે દૂર રહેવા માગતા હોઈએ છીએ તે સતત ચિંતનને કારણે આપણા મનનો કબજો લઈ લે છે અને સૂક્ષ્મ રીતે આપણી સહવાસી બની જાય છે. ખરી રીતે જોતાં આનાથી દૂર રહેવું છે એમ અમુક વસ્તુનો વિચાર કરી કરીને આપણે તેનું ધ્યાન ધરતાં એને નિકટ બોલાવીએ છીએ. આ રીતે જોતાં 'અમારે લડવું નથી' 'અમારે લડાઈ જોઈતી નથી' એમ વારંવાર કહ્યા કરવું એ પણ લડાઈને નોતરવા સરખું બની જાય છે.

શાંતિ માટે આટલી બધી તૈયારી કરવી પડે છે, આટઆટલાં નગારાં વગાડવાં પડે છે, એ પણ એટલું જ દર્શાવે છે કે શાંતિ આપણાથી દૂર ભાગતી જાય છે. શાંતિનું સાચું સામ્રાજ્ય પ્રવર્તતું હોય તો તેને માટે આટલી ઊઠબેઠ કરવાની શી જરૂર છે? જેના ઘરમાં દવાની અનેક શીશીઓ દેખાતી

હોય તે માણસની તબિયત સારી નહિ રહેતી હોય એમ કુદરતી રીતે જ કોઈને પણ લાગ્યા વિના ન રહે, તે જ પ્રમાણે શાંતિ માટે આટલાં બધાં ઢોલનગારાં વગાડવામાં આવે, જાતજાતની સંસ્થાઓ ને સમિતિઓ સ્થાપવામાં આવે, ભાતભાતના કરારો કરવામાં આવે, એ બધું શાંતિ ક્યાંક નાસી ગઈ છે ને શોધી જડતી નથી એટલું જ પુરવાર કરે છે. ખરી રીતે શાંતિ માટે ઝુંબેશ ઉપાડવાની જરૂર જ નથી. એને માટે કોઈ જાતની તૈયારી કરવાની હોય જ નહિ. એ તો કુદરતી-સ્વાભાવિક-વસ્તુ છે. એ એટલી સ્વાભાવિક છે કે, સારી તબિયતની પેઠે, એ હોય છે ત્યારે એની ખબર પણ પડતી નથી. એના અભાવમાં જ એનું ભાન થાય છે.

ખરું જોતાં લડાઈને અટકાવવાના ગમે તેટલા પ્રયત્નો કરવામાં આવે તોપણ માનવસ્વભાવ જ્યાં સુધી બદલાયો નથી, ત્યાં સુધી લડાઈ અટકશે એમ લાગતું નથી. પરસ્પર અવિશ્વાસ, ઈર્ષ્યા ને ખાસ કરીને 'આ મારી કોમ', 'આ મારો દેશ', 'આ મારી મિલકત', 'આ મારો ધર્મ', 'આ મારો વાદ' એમ જ્યાં સુધી વ્યક્તિ કે રાષ્ટ્રના મનનો કબજો 'હું' ને 'મારું'એ લઈ લીધો છે ત્યાં સુધી લડાઈ અટકાવવાની કોશિશ કરવી તે કાણી ગાગરમાં મોટા ભાગે બંધ રહેતા નળ વડે પાણી ભરવાના પ્રયત્ન કરવા સરખું છે. 'આ મારું છે, રખેને બીજાની નજર એના પર પડે.' એવી મમતાબુદ્ધિને લીધે જ માણસમાં સામી વ્યક્તિ પ્રત્યે અવિશ્વાસ જન્મે છે. અવિશ્વાસમાંથી ક્રોધ ઉત્પન્ન થાય છે, ક્રોધમાંથી ગાલિપ્રદાન આવે છે અને ગાલિપ્રદાનમાંથી યુદ્ધ ઊભું થાય છે.

'મારું તે મારું નથી, પણ બધાનું છે; બીજાનું તે મારું છે, મારું તે બીજાનું છે. સૌ, સૌ કોઈનું છે અને કોઈ, કોઈનું નથી' આવી કોઈ વૃત્તિ માણસના હૃદયમાં ખીલે તો કદાચ દુનિયામાંથી લડાઈ નાબૂદ થવાનો સંભવ ઉપસ્થિત થાય.

❑

૨૯

આપણી સંસ્કૃતિનું એક વિશિષ્ટ લક્ષણ

'એક જ વ્યક્તિમાં એક સાથે બે વિરુદ્ધ ગુણો વસતા હોય એમ માનવું મુશ્કેલ લાગે છે. એક જ મનુષ્ય ઉદાર હોય અને કંજૂસ પણ હોય, ભીરુ હોય અને વીર પણ હોય, મૂર્ખ હોય ને હોશિયાર પણ હોય, નમ્ર હોય ને અભિમાની પણ હોય, એમ ભાગ્યે જ ધારી શકાય. છતાં ઘણી વાર એવું નજરે પડે છે.

એક મોટા વેપારીને હું ઓળખું છું. એ બહુ જ કંજૂસ છે કે ખૂબ ઉદાર છે એનો નિર્ણય હજી સુધી હું કરી શક્યો નથી. એમનાં પત્ની કહે છે, 'એમના જેવો ઉદાર કોઈ નહિ હોય. હું સાધારણ સાબુ માગું છું ત્યારે એ ભારે સાડી લઈ આવે છે. છોકરાંઓ બિસ્કિટ માગે છે ત્યારે એ બિસ્કિટ, ચૉકલેટ ને તે ઉપરાંત જલેબી પણ એમને માટે મંગાવી આપે છે. આપણે માગીએ તેથી બમણું આપે છે.' એમના જ નોકરો ફરિયાદ કરે છે કે 'શેઠ જેવો મખ્ખીચૂસ માણસ કોઈ જોયો નહિ. રોજ પાંચ રોટલી ખાતા હોઈએ ને એકાદ દહાડો છ રોટલી આણે ખાધી છે એમ એમને ખબર પડે તો 'આજે કેમ એક રોટલી વધારે ખાધી ?' એમ રસોઇયાને પૂછ્યા વિના રહે નહિ. પોતે કુટુંબ સાથે બહારગામ જાય ત્યારે અમારો પગાર બંધ કરે. કોઈને જોડે તેડી જાય તો તેની ટિકિટના પૈસા તેના પગારમાંથી કાપી લે.'

વ્યક્તિ પેઠે ધર્મની અથવા સંસ્કૃતિની બાબતમાં પણ આવી જ વિચિત્રતા જોવામાં આવે છે. 'આપણી સંસ્કૃતિ પરમ ઉદાર ભાવના પર રચાઈ છે. 'મા ગૃધઃ કસ્યચિદ્ ધનમ્ (કોઈનું પણ ધન લઈશ નહિ), સ્વધર્મે નિધનં શ્રેયઃ પરધર્મો ભયાવઃ !' (પોતાનો ધર્મ પાળતાં મરણ આવે તે બહેતર છે પણ પારકો ધર્મ હંમેશાં ભયંકર છે.) સૌને સૌનો ધર્મ મુબારક એવી ભાવનાના

રેતીની રોટલી

પાયા પર આપણી સંસ્કૃતિની ઇમારત રચાઈ છે.' આવી મતલબનાં વચન એક હિંદુ ધર્મના અભિમાની લેખકના પુસ્તકમાં મારા વાંચવામાં આવ્યાં. તે જ દિવસે મારા એક મિત્ર મળ્યા તેમણે કહ્યું, 'આપણા જેવા સંકુચિત વૃત્તિના લોકો દુનિયામાં બીજા કોઈ નહિ હોય.' 'કેમ એમ કહો છો ?' મેં પૂછ્યું. 'ન્યાતજાતના ભેદ. તેમાં પાછી પેટાજ્ઞાતિઓ, તેમાં તડો ને ગોળો. રોટીબેટીનો વહેવાર પણ એકબીજા સાથે થાય નહિ. નગીનકાકાને તો તમે ઓળખો છો ને ?' એમણે કહ્યું. 'હા, પણ નગીનકાકા મોઢ વાણિયા છે. એમની દીકરી પદ્માને પોરવાડ વાણિયાના એક છોકરા સાથે પરણવું છે. નગીનકાકા કહે છે કે 'તું જો એ પોરવાડના છોકરા સાથે પરણશે તો હું તારું મોં નહિ જોઉં.' છોકરી કહે છે કે 'એના સિવાય બીજા મારે ભાઈ ને બાપ સમાન છે.' છોકરો બધી રીતે સારો છે. પણ નગીનકાકા છોકરી મોઢ વાણિયા સિવાય બીજા કોઈને પરણે એ બિલકુલ પસંદ કરતા નથી. ખરી રીતે જોતાં જ્ઞાતિ પણ એક છે. માત્ર આ તો પેટાભેદ છે. છતાં છોકરી જો એ પેટાભેદની ઉપેક્ષા કરીને કોઈક પોરવાડ-પુત્રને પરણે તો એ લોહીનો સંબંધ પણ ભૂલી જવા તત્પર બન્યા છે. દુનિયામાં હશે એવી સંકુચિતતા બીજે ક્યાંય પણ ?'

એમની ફરિયાદ સાંભળીને મને થયું: આપણી સંસ્કૃતિ પરમ ઉદાર ભાવના પર રચાઈ છે એમ પેલા લેખકે લખ્યું છે તે સાચું કે આ ભાઈ ફરિયાદ કરે છે કે આવી સંકુચિતતા બીજે ક્યાંય નથી તે સાચું ?

થોડા વખત પર ડૉ. આંબેડકરે આદ્ય શંકરાચાર્ય બૌદ્ધ હતા એવું વિધાન કર્યું હતું. પરંતુ ઘણી નવી વાતો કહેવાને ટેવાયેલા એવા ડૉ. આંબેડકરે આમાં કાંઈ નવું કહ્યું નથી. તેમ પ્રાચીન કાળમાં પણ શંકરાચાર્યના વિરોધીઓ તરફથી એમને 'પ્રચ્છન્ન બૌદ્ધ'નો ઇલ્કાબ આપવામાં આવ્યો હતો. ડૉ. આંબેડકરના ને એ વિરોધીઓના એ એકસરખા વિધાનમાં ફેર એટલો જ છે કે ડૉ. આંબેડકરે શંકરાચાર્યનું અને સાથેસાથે બૌદ્ધ ધર્મનું મહત્ત્વ વધારવાના હેતુથી આ જાતનું વિધાન કર્યું છે, ત્યારે એમના વિરોધીઓનો હેતુ એમને ઉતારી પાડવાનો હતો. શંકરાચાર્ય અને ભગવાન તથાગતની ફિલસૂફી વચ્ચે ઘણું જ સામ્ય છે, છતાં એ બન્ને વચ્ચેનો ભેદ પણ તાત્ત્વિક-એકડા ને મીંડા – શૂન્યમ્ શૂન્યમ્ ને અેકમેવાદ્વિતીયમ્ – જેટલો છે.

આપણી સંસ્કૃતિનું એક વિશિષ્ટ લક્ષણ

અને બૌદ્ધ ધર્મને હાંકી કાઢવામાં મોટામાં મોટો ફાળો શંકરાચાર્યે આપ્યો હતો તે ભૂલવા જેવું નથી.

મારા એક પારસી મિત્રે હિંદુ ધર્મનો ઠીકઠીક અભ્યાસ કર્યો છે. અવારનવાર મારી આગળ એ પોતાની શંકા રજૂ કરે છે. હું એમનું સમાધાન કરવાનો પ્રયત્ન કરું છું, પણ કેટલીક વાર એવા પ્રયત્નને પરિણામે એમની શંકાનું સમાધાન થવાને બદલે સામી મારા મનમાં શંકા જાગે છે. એક વખત એમણે મને પૂછ્યું, 'હવડા થોરા જ વખત પર તમે લોકોએ શંકરાચાર્યની જ્યંતી ઊજવી'તી ને ?'

'હા, તમે જાણો છો ને કે એ અમારા બહુ મોટા આચાર્ય થઈ ગયા. એમની ફિલસૂફી...'

'એવણની ફિલસૂફી બાબતે મારે કાંઈ પૂછવું નથી.' મને અધવચ અટકાવીને એ બોલ્યા, 'મેં રાધાકિસનનાં લેકચર્સ સમજીયાચ. હું તો એમ કહેઉચ કે હવે પાછા બુધની જ્યંતી ઊજવવા કાંય નીકલી પરીયાચ ?'

'કેમ, એમાં શો વાંધો છે ?' મેં સામો સવાલ પૂછ્યો.

'વાંધો કેમ નથી ? શંકરાચાર્ય તો બુધ ધરમના કટ્ટા વેરી ઉતાની ? એવણે જ હિંદુસ્તાનમાંથી બુધ ધરમને હાંકી કારિયો'તોની ? એક બાજુથી એની જ્યંતી તમે લોકો ઊજવોચ ને થોરા જ દહારા રહીને વળી પાછા જે ધરમને એમણે હાંકી કારિયો'તો તેના પયગંબરની જ્યંતી બી ઊજવોચ !' એમણે કહ્યું.

'એ જ અમારી ખૂબી છે.' મેં જવાબ દીધો.

'મને તો એ તમારી ખૂબી કંઈક સમજાતી નહિ બા !' એમણે ટીકા કરતાં કહ્યું.

'અમે દરેક ધર્મના પયગંબર અને આચાર્યને માન આપીએ છીએ. અમારા ધર્મના મોટા પયગંબર અને આચાર્યના જેવા જ એ પણ મહાપુરુષો હતા એમ અમે માનીએ છીએ.' મેં જવાબ દીધો.

'તો પછી જરથુસ્તની, મહમદ પયગંબરની, ક્રાઇસ્ટની જ્યંતી તમે કાંય નહિ ઊજવતા !' એમણે પ્રશ્ન કર્યો.

'કારણ કે– કારણ કે–' હું જરાક ગૂંચવાયો. પછી વિચાર આવતાં મેં કહ્યું, 'કારણ કે એ લોક હિંદુસ્તાનમાં નહોતા જન્મ્યા. બુદ્ધનો જન્મ

હિંદુસ્તાનમાં થયો હતો એટલે એમની જયંતી ઊજવવાને રિવાજ પડ્યો છે.'

'તમારી ફિલસૂફી કંઈ ઓર જ છે. એના ધરમને દેશમાંથી હાંકી કાઢિયો ને એ દેશમાં જન્મેલો કહીને એની જયંતી ઊજવાય! તો એનો ધરમ પાલતા કાંય નહિ?' એમણે કહ્યું.

'એ બધું સહેલાઈથી સમજાય એવું નથી. અમે પરધર્મના પયગંબરો ને અમારા ધર્મના આચાર્યોમાં ફરક ગણતા નથી. આમ છતાં પારકો ધર્મ ને અમારો ધર્મ એ બે વચ્ચેનો તફાવત અમે જરા પણ ભૂલી શકતા નથી.' મેં જવાબ દીધો.

મારા જવાબથી એમને સંતોષ થયો કે નહિ તે હું સમજી ન શક્યો, પણ મને પોતાને તો ન જ થયો. પૃથ્વી પર પાપનો ભાર વધી જતાં દુષ્ટોના વિનાશ, પુણ્યશાળીના રક્ષણ ને ધર્મની સંસ્થાપનાને ખાતર ભગવાન અવતાર લે છે. ઈશ્વરને એવી રીતે દશ વાર અવતાર ધારણ કરવાના છે એમ શાસ્ત્રમાં કહ્યું છે. એમાંથી નવ અવતાર થઈ ગયા છે. દશમા અવતાર વિશે જરા મતભેદ છે. એ થવાનો છે – બહુ દૂરના ભવિષ્યમાં કે નજદીકના ભવિષ્યમાં થવાનો છે કે થઈ જ ગયો છે, પણ હજી બરાબર બહાર પડ્યો નથી એ વિશે વિદ્વાનોમાં મતભેદ પ્રવર્તે છે. પણ નવ અવતાર થઈ ગયા છે તે વિશે કોઈ મતભેદ નથી. એ અવતારોમાં ભગવાન બુદ્ધનો પણ સમાવેશ કરવામાં આવ્યો છે. જો બુદ્ધ ભગવાનનો અવતાર હોય તો એમણે ફેલાવેલો ધર્મ એ સ્વયં ભગવાને ઉપદેશેલો ધર્મ કહેવાય અને ભગવાને પોતે અવતાર લઈને પ્રચારેલા ધર્મને દેશવટો દેનારા નાસ્તિક ને પાપી લેખાય. આમ છતાં ભગવાનના અવતાર સમા ગણાતા બુદ્ધે ફેલાવેલા બૌદ્ધ ધર્મને હાંકી કાઢનાર શંકરાચાર્યને આપણે आचार्यः शंकराचार्यः એમ કહીને ઊંચામાં ઊંચા આસને બેસાડ્યા છે. વેદની નિંદા કરે તે નાસ્તિક એવી નાસ્તિકની વ્યાખ્યા શાસ્ત્રમાં આપવામાં આવી છે. બુદ્ધે વેદની નિંદા નહિ તો અવગણના તો કરી જ છે. એમ છતાં એમને નાસ્તિક તરીકે ગણવાનું તો બાજુએ રહ્યું, પણ એમને આપણે ભગવાનના અવતાર તરીકે લેખ્યા છે. એમના ધર્મની આપણે અવગણના કરી છે ને એમને મોટામાં મોટું માન આપ્યું છે. આ અદ્ભુત ને વિચિત્ર ઘટનાનો ખુલાસો શો?

આપણી સંસ્કૃતિનું એક વિશિષ્ટ લક્ષણ ૧૭૭

મહેશભાઈ નામના અમારા એક પરિચિત સજ્જન બહુ વિનોદી સ્વભાવના છે. જ્યાં-જ્યાં એ જાય છે ત્યાં-ત્યાં બધે આનંદનું વાતાવરણ ફેલાઈ રહે છે. એ કોઈને પણ ઘેર જાય એટલે ત્યાં તોફાન, મશ્કરી, મજાક, ઠઠ્ઠા અને હસાહસનું વાતાવરણ વ્યાપી રહે છે. એક વાર એ સજોડે અમને મળવા આવ્યા. વાતમાં ને વાતમાં એમનાં પત્નીને સંબોધીને એક જણે કહ્યું, 'તમને તો ખૂબ મઝા પડતી હશે. મહેશભાઈ જોડે રહેવાનું, એટલે આખો દહાડો બસ હસ્યા જ કરવાનું. દિલગીરીને તો તમારા ઘરમાં આવવા માટે જરા પણ તક નહિ મળતી હોય.'

'અરે ! એવું જરીકે નથી. એ તો બહારનાની સાથે જ હસવા રમવાની વાતો કરે છે. ઘરમાં તો બસ ખાઉંખાઉં કરતા જ ફરે છે. બહારનાને બધાંને હસાવેરમાડે છે, પણ ઘેર આવે છે એટલે ઘૂરકવા માંડે છે. જ્યારે જુઓ ત્યારે ચિડાયેલા ને ચિડાયેલા જ !' મહેશભાઈનાં પત્નીએ જવાબ દીધો.

'ને તું પણ ક્યાં એવી નથી ?' મહેશભઈ પોતાનાં પત્નીને સંબોધીને વચ્ચે જ બોલી ઊઠ્યા.

'મેં શું કીધું ?' મહેશભાઈનાં શ્રીમતીએ પૂછ્યું.

'જો ની, તું પણ બીજાનાં છોકરાંઓને કેટલી હોંસથી રમાડે છે ? પણ તારાં પોતાનાં છોકરાંઓને તો એમની જરા જેટલી ભૂલ થતાં, પાયા પાડીને લૂગડાં ધોતી હોય તેમ ધીબી નાખે છે કે નહિ ? પાડોશીનાં છોકરાંઓ હોંસે હોંસે 'કાકી-કાકી' કહીને તને વળગતાં આવે છે, પણ ઘરનાં છોકરાંઓ તારાથી છળેલાં અને છળેલાં જ રહે છે.' મહેશભાઈએ કહ્યું.

'છોકરાંઓને દાબમાં રાખ્યા વિના તે ચાલે ? એમના પર દાબ ન રાખીએ તો માથે છાણાં થાપે. પોતાનાં છોકરાં પર દાબ રખાય, કંઈ પારકાનાં છોકરાં પર થોડો જ રખાય છે ?' એમનાં પત્નીએ ખુલાસો કરતાં જણાવ્યું.

એ પતિપત્નીનો વાર્તાલાપ સાંભળી મારા મનમાં જાગેલી શંકાનું સમાધાન થઈ ગયું.

આધુનિક માનસશાસ્ત્રે મનુષ્યોના બે વર્ગ બતાવ્યા છે, પરપીડનપ્રિય અને સ્વપીડનપ્રિય. પહેલા વર્ગના મનુષ્યો પારકાને પીડા આપી આનંદ માણે છે, બીજા વર્ગના મનુષ્યો પોતાની જાતને કષ્ટ આપી તેમાં જ મજા માણે છે. મનુષ્યની પેઠે માનવ સંસ્કૃતિના પણ આ પ્રકારના વર્ગ પાડી

શકાય. આપણી સંસ્કૃતિ સ્વપીડનપ્રિય છે. આપણી સંસ્કૃતિની અસર હેઠળ ઊછરનારાઓ પોતાની જાતને ને પોતાનાને દુઃખ દેવામાં આનંદ માને છે અને પારકાંઓને એ હંમેશાં આદર આપે છે. આ પ્રકારની વૃત્તિને ઊંચે માર્ગે લઈ જઈને એને એમણે તપશ્ચર્યાનું રૂપ આપ્યું છે. આ કારણે દેહદમન, ઇન્દ્રિયનિગ્રહ, કઠોર વ્રત, ઉપવાસો, રૂઢિ ને આચારનાં સખત બંધનો ઇત્યાદિ આપણાં ધર્મ ને સંસ્કૃતિનાં મુખ્ય લક્ષણો બન્યાં છે. એલેક્ઝાંડર ને નેપોલિયન જેવા સમર્થ રણવીરો આપણી ભૂમિમાં નથી પાક્યા એમ નથી. દિગ્વિજય કરવો એ તો ક્ષત્રિયોનો ધર્મ છે એમ આપણા શાસ્ત્રમાં જણાવ્યું છે. પરંતુ સમર્થ સેનાનીઓ કે મહાવિજેતાઓને આપણે આપણાં આદર્શ તરીકે નથી સ્થાપ્યા, પરંતુ પ્રાપ્ત થયેલા વૈભવને છોડી દઈને ભગવાં ધારણ કરી કઠોર તપશ્ચર્યા કરનારાઓને આપણે સૌથી ઊંચું સ્થાન આપ્યું છે. દેવોના સેનાની કાર્તિકેય સ્વામીને છ-છ મુખો આપ્યાં, પણ પત્ની એકે આપી નહિ, તેમ જ પૂજનીય દેવોમાં એમને સ્થાન પણ દીધું નહિ, પરંતુ આપણા પરમ પૂજનીય દેવ તે દિગંબર સ્થિતિમાં રહીને, શરીરે રાખ ચોળી, સર્પોનાં ઘરેણાં પહેરી, સ્મશાનમાં વાસ કરી, વારંવાર કઠોર તપશ્ચર્યા આદરનાર દેવોના પણ દેવ મહાદેવ. કોણ વધારેમાં વધારે ખાઈ શકે છે તેની શરતો જ્ઞાતિ-ભોજનને કે એવા જ બીજા પ્રસંગે કેટલીક વાર કરવામાં આવે છે, પણ જે વધારેમાં વધારે ઉપવાસ કરે છે તેના તો આપણે વધારેમાં વધારે વરઘોડા કાઢીએ છીએ.

જાત તરફ બને તેટલા કઠોર થવું ને બીજા તરફ થઈ શકાય તેટલા કોમળ થવું એ આપણી સંસ્કૃતિનું એક મુખ્ય લક્ષણ હોય એમ મને લાગે છે. પરધર્મી ને વિરુદ્ધ મતવાળા પ્રત્યે અત્યંત ઉદાર, પોતાના અનુયાયી પ્રત્યે કંઈક કઠોર અને પોતાની જાત પ્રત્યે તો અત્યંત કઠોર એવા મ. ગાંધીજીના સ્વભાવને ન સમજી શકનારા કેટલીય વાર ટીકા કરતા કે ગાંધીજી તો મુસલમાનના દોસ્ત અને હિંદુના દુશ્મન છે; પરંતુ એ ટીકા કરનારાઓને ખબર નહોતી કે મ. ગાંધીજી હિંદુ ધર્મ ને હિંદુ પ્રણાલિકાનું જ અનુસરણ કરતા હતા.

સામાન્ય રીતે પારકું હોય તેને પોતાનું બનાવવાની માણસને ઇચ્છા થાય છે, પણ પોતાનું પારકું બને એ એને જરા પણ રુચતું નથી. પોતાની

પાસે જરૂરિયાત કરતાં ઘણી વધારે સંપત્તિ હોય તોપણ એમાંથી કોઈને જરા જેટલો ભાગ આપવા એ તૈયાર થતો નથી. એટલું જ નહિ, પણ પારકાની પાસે કંઈ હોય તો તેમાંથી પણ થોડુંક લઈ લેવા એ જરૂર ઇચ્છા રાખે છે. ભૌતિક સમૃદ્ધિની બાબતમાં આ સાચું છે, પણ પોતાની સૂક્ષ્મ સમૃદ્ધિમાં તો મનુષ્ય અન્યને ભાગીદાર બનાવવા ચાહે છે. પોતાની મિલકત પોતાની પાસે જ રહે, બીજાની પાસે ન જાય, એમ એ ઇચ્છે છે, પરંતુ પોતાના વિચારો બીજાના બને તે માટે એ ખૂબ પ્રયાસ કરે છે. આથી પોતે જે ધર્મ પાળતો હોય, અથવા પાળવાનો દેખાવ કરતો હોય, તે બીજા સૌ પણ પાળે એવો આગ્રહ એ સેવે છે. પોતાને જે મહાસત્યનો લાભ મળ્યો તેનો ઉપયોગ એ એકલો કરી શકતો નથી. અન્યની ઇચ્છા હોય કે ન હોય, એનું ગજું હોય કે ન હોય, એને માટે એ ઇષ્ટ હોય કે ન હોય, તોપણ એ એની પાસે પોતાના ધર્મનો સ્વીકાર કરાવવા કટિબદ્ધ થાય છે.

પરંતુ હિંદુ ધર્મના અનુયાયીઓએ આથી વિરુદ્ધ પ્રકારની વૃત્તિ રાખી હતી. પારકા ધર્મવાળાઓને પોતાના ધર્મમાં લઈ આવવા એમણે કંઈ પણ પ્રયાસ કર્યો નથી. ઊલટું, પોતાનો ધર્મ છોડી પરધર્મનો સ્વીકાર કરનાર કદાચ ફરી હિન્દુ બનવા માગે તો તેનાથી તેમ ન થઈ શકે તે માટે એમણે કડક નિયમો બનાવ્યા હતા. પરદેશો પર આપણે ચડાઈ નથી કરી, પારકાઓને ભોળવીને, ફોસલાવીને, ધમકાવીને કે મારીને જેમ આપણી કોમમાં એમને આણ્યા નથી, તેમ અટક આગળ અટકી જવા માટે સીમા આંકી પારકા દેશોને આપણા દેશના સામ્રાજ્ય હેઠળ આણવા પ્રયાસ નથી કર્યા. આ ઉપરથી ઘણા વિચારકોને એમ લાગે છે કે આપણે જરા વધારે પડતી ઉદાર વૃત્તિવાળા છીએ. પરધર્મીઓ પ્રત્યે ઔદાર્ય દાખવીએ છીએ, પરંતુ આપણા જ ધર્મનું પાલન કરનારાઓ તરફ ખૂબ કડક વર્તન રાખીએ છીએ. બ્રહ્માંડભરમાં કોઈ ભેદભાવ નથી, સર્વત્ર અભેદનું સામ્રાજ્ય પ્રસરી રહ્યું છે, એમ ફિલસૂફ બનીને કહીએ છીએ અને પોતાનાંઓ સાથેના વ્યવહારમાં ભેદરેખાઓ દોરી દોરીને ન્યાતજાતનાં વર્તુળોની સંખ્યા વધારતા જઈએ છીએ.

પરદેશો પર આપણે ચડાઈ નથી કરી, પણ માંહોમાંહે મારામારી સિવાય બીજું ભાગ્યે જ કંઈ કર્યું છે. મતાંતર માટે ઝઘડા નથી આદર્યા, પણ ન્યાતના નજીવા ધારાનો ભંગ કરનારને જ્ઞાતિ બહિષ્કારની કડક સજા

ફરમાવી એની સ્થિતિ ધોબીના કૂતરા જેવી કરી મૂકતાં આપણે અચકાયા નથી.

ઘરમાં હાંલ્લાં ખખડતાં હોય, બાળકને પાવા માટે પળી દૂધ લાવવા જેવી સ્થિતિ ન હોય, છતાં કોઈ પરોણો આવી ચડે તો તેને મિષ્ટાન્ન જમાડ્યા વિના જવા દેવાય નહિ એવી આપણી રૂઢિ છે. કેટલીયે વાર સ્વકીયોને આપણે આંગણેથી અપમાનપૂર્વક પાછા વાળ્યા છે ને પરકીયોને ઘરમાં પધરાવ્યા છે.

આ રીતે જોતાં બૌદ્ધ ધર્મને આપણે દેશવટો દીધો, તેમ જ એ દેશવટો દેવડાવવામાં અગ્રભાગ ભજવનારા શંકરાચાર્યને જગદ્‌ગુરુને સ્થાને સ્થાપ્યા અને બૌદ્ધ ધર્મને દેશનિકાલની સજા ફરમાવ્યા પછી એ ધર્મના સંસ્થાપક ગૌતમ બુદ્ધને દશાવતારમાં સ્થાન આપી દેવપદે સ્થાપ્યા તેમાં કશું અજુગતું નથી. જ્યાં સુધી બૌદ્ધ ધર્મનું ચલણ આપણા દેશમાં હતું, ત્યાં સુધી એના પ્રત્યે આપણે કઠોર બન્યા. જ્યાં સુધી ભગવાન બુદ્ધ આપણા રહ્યા ત્યાં સુધી આપણે એનો વિરોધ કર્યો, પરંતુ એક વાર બૌદ્ધ ધર્મ આ દેશની સીમા ત્યાગી પરદેશ પહોંચ્યો એટલે બુદ્ધને આપણે આપણા પોતાના બનાવ્યા. હરિજન મકન જ્યાં સુધી હિંદુ ધર્મ પાળે છે ત્યાં સુધી આપણાથી એને અડકી શકાય જ નહિ, પણ એ ખ્રિસ્તી બની જઈને માઇકલ બને કે મુસલમાન થઈ જઈને મહમદ મિયાં તરીકે ઓળખાવા માંડે તો પછી એને અડકવામાં બાધ આવતો નથી.

આમ ઔદાર્ય ને સંકુચિતતા, કોમળતા ને કઠોરતા, સહિષ્ણુતા ને અસહિષ્ણુતા, દયા ને દમન એ બધા વિરોધી ગુણોનો સમન્વય કરી મનુષ્યત્વના બધા જ અંશોને ખીલવવાનો સંપૂર્ણ અવકાશ આપણે આપ્યો છે. અલબત્ત, એથી સહન કરવું પડે છે, પણ તે આપણને પોતાને, અન્યને નહિ. અને કુદરતનો કાયદો છે કે જે સહન કરે છે તે જ મોટો થાય છે, ને તપ કરે છે તેને જ સિદ્ધિ વરે છે; જે ચાવવાની મહેનત કરે છે તેના જ પેટમાં અનાજ ઊતરે છે.

❑

૩૦

ગુરુચાવી

ટેબલ પર પડેલાં કાગળિયાંઓના ઢગલા સામું જોતો 'આ બધું કામ ક્યારે પૂરું થશે ને હું ઘેર ક્યારે જઈ શકીશ? સાંજ તો પડવા આવી.' એવો વિચાર કરતો હું ઑફિસમાં બેઠો હતો, ત્યાં સિપાઈએ આવીને એક ચિઠ્ઠી મારા હાથમાં મૂકી. ચિઠ્ઠીમાંના અક્ષર સામું જોઈએ ઉકેલવાનો મિથ્યા પ્રયાસ કરવાને બદલે મેં સિપાઈને જ પૂછ્યું: 'કોણ છે?'

'કોક સાધુ જેવો છે, મળવા આવ્યો છે.'

'ઠીક, અંદર મોકલ.' મેં કંઈક કચવાતે મને કહ્યું.

સિપાઈએ જઈને મારો સંદેશો આગંતુકને પહોંચાડ્યો ને એક પ્રચંડકાય ભગવાંધારી પુરુષ દાખલ થયા. મેં સત્કાર કરી એમને ખુરસી પર બિરાજવાનું કહ્યું. 'બોલો, શી ફરમાશ છે?' એ બેઠા એટલે મેં પૂછ્યું.

'આપનું નામ સાંભળીને આવ્યો છું.' એમણે જવાબ દીધો.

સાધુજનોમાં મારું નામ શી રીતે જાણીતું થયું તે ન સમજાયાથી મેં નવાઈ પામીને પૂછ્યું: 'મારું નામ? આપને કોણે કહ્યું?'

'વાહ! આપનું નામ તો ખૂબ જાણીતું છે.' એમણે જવાબ દીધો. અને સાધુઓમાં પણ મારી કીર્તિ ક્યાંથી ને શી રીતે પ્રસરી એ વિશે પંચાત કરવાની છોડી મેં સીધો જ સવાલ પૂછ્યો:

'એ તો હશે, પણ આપને મારું શું કામ છે?'

'ખાસ કામ તો કંઈ નથી. અમથો મળવા જ આવ્યો છું.' એમણે કહ્યું.

હું કદાચ કોઈ સાધુને મળવા ગયો હોઈશ, પણ આમ કોઈ પણ સાધુ મને અમથા મળવા માટે જ હજી સુધી આવ્યા નથી. એટલે આ અદ્ભુત બનાવનું હું રહસ્ય સમજી શક્યો નહિ. પણ કંઈક બોલવું જોઈએ

એમ વિચારી બોલ્યો: 'હાજી.'

'આપને ધર્મકર્મ પર ઘણી શ્રદ્ધા છે, એમ મેં સાંભળ્યું છે.' એમણે કહ્યું.

'હું તો હજી આ પહેલી વાર સાંભળું છું.' મેં કહ્યું:

'એ તો આપનો વિનય છે.' એમણે કહ્યું. તે પછી પોતાની પાસેથી એક તાવીજ કાઢીને ટેબલ પર મૂક્યું. તાવીજ સામું જોયા વગર મેં કહ્યું:

'આપને શું કામ છે એ તો આપે કહ્યું જ નહિ!'

'આ તાવીજ છે.' એમણે કહ્યું.

'હા, એ તાવીજ છે.' મેં જવાબ દીધો.

'એનાથી તમારી બધી ઉપાધિ મટી જશે. તમારે કોર્ટમાં કેસ ચાલતા હશે...'

'ના જી, મારો કોઈ કેસ કોર્ટમાં ચાલતો નથી.' એમને વચ્ચે જ અટકાવીને મેં કહ્યું.

'તમારે કોઈનું હૃદય જીતવું હશે...'

'એવી કોઈ ઇચ્છા હવે રહી નથી.' મેં જવાબ દીધો.

'તમારા દુશ્મનો હશે...'

'ખાસ કોઈ નથી.' હું બોલ્યો.

'તમારી તબિયત...'

'એની સંભાળ ડૉક્ટરને સોંપી છે.' મેં કહ્યું.

'બૈરી-છોકરાં...'

'મઝામાં છે.'

'પૈસા-ટકા...'

'ભગવાનની મહેરબાનીથી મળી રહે છે.'

મારા જવાબોથી જરાય હતાશ થયા વિના એમણે આગળ ચલાવ્યું, 'તમારે જે જોઈતું હશે તે બધું આ તાવીજ પહેરવાથી મળી રહેશે. બહુ ખર્ચ કરી, કેટલીયે ક્રિયાઓ કરી આ તાવીજ તૈયાર કર્યું છે. એ પહેરશો એટલે કોઈ પણ જાતની ઉપાધિ રહેશે નહિ.'

'બધી ઉપાધિઓ માટે આ તાવીજ બસ છે?' મેં પૂછ્યું.

'હા, કંઈ પણ આધિ, વ્યાધિ અને ઉપાધિ આવી ચડે તો તેનો ઉતાર આ તાવીજ પહેરવાથી થઈ જાય છે.'

'એ તો ઠીક નહિ. બધી જ ઉપાધિ માટે એક તાવીજ એ કંઈ સારું લાગતું નથી. દરેક પ્રકારની ઉપાધિ માટે જુદાંજુદાં તાવીજ હોય તો તે ઠીક લાગે. પાંચ-દસ તાવીજ પહેરીને માણસ ફરે તો તે શોભે પણ કેટલો ! એ તો ઠીક, પણ મારે તાવીજની જરૂર નથી. આપનું સરનામું આપી જાઓ. કોઈને જરૂર હશે તો આપને લખવા કહીશ.' એમ કહીને મેં વિદાય કર્યા.

તાવીજ પહેરવાથી કોઈ પણ જાતની ઉપાધિ દૂર થાય કે નહિ તે તો કોણ જાણે, પણ એક જ તાવીજથી બધી પીડાનું શમન થઈ શકે કે એક જ ગુરુચાવીથી બધાં તાળાં ઊઘડી જાય, એવી ભ્રમણા ઘણાના મનમાં હોય છે.

થોડા વખત પર શેઠ રામકૃષ્ણ દાલમિયાએ આખી દુનિયા પર એક જ રાજસત્તા સ્થપાય એ માટે ઉત્સાહભેર પ્રવૃત્તિ ઉપાડી લીધી હતી. ત્યારે એક જણે ટીકા કરતાં કહ્યું હતું: 'એમના મનમાં આ શું ભૂત ભરાયું છે ? વિશ્વશાંતિ એમને જોઈએ છે એ સાચું – કોને નથી જોઈતી ? પણ તે માટે આખી દુનિયા માટે એક જ રાજતંત્ર હોવું જોઈએ એવી વિચિત્ર વાત કરવાનો શો અર્થ ? કાલે ઊઠીને એ તો એમ પણ કહેશે કે દુનિયાના બધા માણસોએ એક જ ધર્મ પાળવો જોઈએ. એક સરખો જ પોશાક પહેરવો જોઈએ. સૌએ એક જ પ્રકારનું અન્ન ખાવું જોઈએ. સૌએ એક જ ભાષા બોલવી જોઈએ. સૌએ એક જ કામ કરવું જોઈએ ! પ્રજાઓ ભલે જુદી હોય, રાજ્યો પણ ભલે જુદાં હોય, પરંતુ એ બધાં વચ્ચે ભાઈચારો રહે, બધાં સદ્ભાવથી એકબીજા પ્રત્યે વર્તે, યુદ્ધની કોઈ વાત ન કરે, એવી વ્યવસ્થા શું ન જ થઈ શકે ? આખી દુનિયા પર એક જ રાજસત્તા સ્થાપવા માટે પ્રયત્ન કરવા જઈશું તો ઊલટી, નહિ થતી હોય તોય મારામારી થશે. કોની સત્તા હોવી જોઈએ, કેટલા પ્રમાણમાં હોવી જોઈએ, એ અને એના જેવા બીજા અનેક પ્રશ્નો ઊભા થશે; તે જગતની જુદીજુદી રાજસત્તાઓ વચ્ચે સંઘર્ષણ થશે.'

અંકગણિત જ નહિ, પણ સાહિત્ય, રાજકારણ, ધર્મ, તત્ત્વજ્ઞાન આદિ જીવનના વિવિધ પ્રદેશમાં એકડાનું મહત્ત્વ ઘણું છે. ખરી સંખ્યા એકની જ છે, બીજી સંખ્યાઓ તો માત્ર એકના પુનરાવર્તનરૂપ છે. પ્રત્યેક પ્રાણી કે પદાર્થ એક જ હોય છે. એકના અનેક થાય છે ત્યાં પણ એકમાંથી છૂટા પડેલા એ બધા જુદાજુદા એકમો જ હોય છે. પંદર, પચાસ, પાંચસો, એ

કોઈ નોખું અસ્તિત્વ ધરાવતી રકમ નથી. એ તો માત્ર એકનું જ પંદર વાર, પચાસ વાર કે પાંચસો વારનું આવર્તન છે.

ધર્મ ને તત્ત્વજ્ઞાનના પ્રદેશમાં પણ એક જ ઈશ્વર કે પરમાત્માનું અસ્તિત્વ સ્વીકારવામાં આવ્યું છે. આપણા શાસ્ત્રમાં કહ્યું છે: 'પહેલાં એક ઈશ્વર જ હતો, પણ એને એકલું લાગવા માંડ્યું ને ગમ્યું નહિ, એટલે એણે પોતાના એકમાંથી જ અનેક કરીને સૃષ્ટિનો પ્રપંચ ઊભો કર્યો. બીજા ધર્મોમાં પણ આને જ મળતી વાતો જોવામાં આવે છે. પહેલાં ઈશ્વરે એકલા આદમને બનાવ્યો. પણ બિચારા આદમને એકલા એકલા ગમ્યું નહિ, એટલે એને માટે સહચરી બનાવી એને ખરેખરો બનાવ્યો.'

રાજકારણમાં સામાન્ય રીતે એકહથ્થુ સત્તાનો વિરોધ કરવામાં આવે છે; પણ તે છતાં એક જ પક્ષનું પ્રાધાન્ય સ્વીકારવામાં આવે છે.

વ્યવહારમાં પણ પરણ્યા પછી 'બેનાં એક થયાં' એમ સ્ત્રીપુરુષ માટે કહેવાય છે. જોકે સંખ્યાની દૃષ્ટિએ એમની પહેલાંની સ્થિતિમાં કંઈ પણ પરિવર્તન પછીથી થતું હોય તો તે બેનાં એક થવાની દિશામાં, એટલે કે બાદબાકી કે ભાગાકાર તરફ નહિ, પણ બેનાં ત્રણ, ચાર, પાંચ, દશ, બાર કે પંદર થવાની, એટલે સરવાળા કે ગુણાકારની દિશામાં જ થાય છે.

આમ એકમાંથી જ અનેકની ઉત્પત્તિ થાય છે. એમ ધર્મોમાં કહ્યું છે, તેમ જ સંસારની દૃષ્ટિએ આપણે સૌનો અનુભવ પણ છે. હવે આ અનેકોને એક કરવાની ઇચ્છા કેટલાકને મનમાં જાગી છે.

માણસને દરેક બાબતમાં કોક એક જડીબુટ્ટી જોઈએ છે. બધાં જ તાળાં ઉઘાડી શકે એવી કોઈ એક ગુરુચાવીની શોધમાં એ ભમે છે. થોડા વખત પર જ એક જાહેર ખબર મારા વાંચવામાં આવી હતી. વર્ષો સુધી હિમાલય પર તપશ્ચર્યા કરી એકદા, અકસ્માત અહીં આવી ચડેલા કોક સાધુમહારાજની કૃપાથી એક સદ્‌ગૃહસ્થને અમૂલ્ય ઔષધિ પ્રાપ્ત થઈ હતી. તેનાં ગુણગાન કરતાં એમણે જ જણાવ્યું હતું તે પરથી એ મહામૂલ્ય ઔષધિ સંગ્રહણી, કબજિયાત, મરડો, અપચો, વધારેપડતી ભૂખ લાગવી, દમ, ઉધરસ, અમૂંઝણ, માથાનો દુખાવો, સંધિવા, કમળો, ન્યુમોનિયા, ટાઇફોઈડ, મેલેરિયા, વાઈ, ફેફરું, ચામડીના રોગો, શરદી, લૂ લાગવી, લોહીનું વધારેપડતું દબાણ, લોહીનું ઓછું દબાણ, હૃદયના રોગો,

મગજના રોગ, ક્ષય, મેદવૃદ્ધિ ઇત્યાદિ પરસ્પર વિરુદ્ધ એવા સર્વે રોગોમાં અચૂક ને અફર અસર કરતી હશે એમ લાગે. બાયોકેમિક દવાવાળા કહે છે: 'રોગ હજાર પણ ઔષધ બાર.' તેના કરતાંયે આગળ વધીને તેઓ તો કહી શકે કે 'રોગ અનેક પણ ઔષધ એક.'

આ તો જાણે વૈદ્યકીય જ્ઞાન વગરના માણસની વાત થઈ, પણ એ વિષયના જાણકારો પણ દરેક રોગ માટીનાં કે ભીનાં પાણીનાં પોતાં મૂકીને અથવા ઉપવાસ કરાવીને મટાડવા ક્યાં કટિબદ્ધ નથી થતા? લીંબુ વિશે એક વૈદ્યરાજનો લેખ વાંચીને લીંબુનું સેવન કરવાથી દરેક રોગ મટી જાય છે ને રોગ ન હોય તો કોઈ પણ રોગને આવતો અટકાવી શકાય છે, એમ લાગવાથી મેં એ પ્રયોગ થોડો વખત કરી જોયો હતો. પણ એમાં કાં તો મારી ભૂલ હશે, કાં તો વૈદ્યરાજની ભૂલ હશે, અથવા તો લીંબુની ભૂલ હશે કે પછી રોગની ભૂલ હશે, પણ મારી જૂની ફરિયાદો તો ચાલુ જ રહી. ફેર ફક્ત એટલો જ પડ્યો કે એમાં બેત્રણ નવી ઉમેરાઈ.

આ જ પ્રમાણે આખા માનવસમાજને સુધારી નાખવા માટે. દુનિયાને સ્વર્ગ બનાવવા માટે આપણા કેટલાય 'વાદી'ઓ એક રામબાણ વાદ લઈને બહાર પડ્યા છે.

દ્રવ્ય આદિની અસમાન વહેંચણી તરફ જ નજર માંડનારા આપણા 'બિરાદરો'ને સામ્યવાદ મળી ગયો છે. જગતનાં સર્વ અનિષ્ટોનું મૂળ એમના ધ્યાનમાં આવી ગયું છે ને તે છે અર્થની અસમાન વહેંચણી. એમના મત મુજબ સામ્યવાદનો પ્રચાર આખી દુનિયામાં થઈ જાય તો પછી આપણી બધી આપદાઓનો અંત આવી જાય. એમનાથી સહેજ ભિન્ન મત ધરાવનારા સમાજવાદીઓ પોતાના વાદને આગળ કરીને કહે છે: 'દુનિયાનાં દુઃખદરદ દફે કરવાનો એક માત્ર સાચો ઇલાજ, એક ગુરુચાવી આ જ છે.' લોકશાસનમાં શ્રદ્ધા રાખનારાઓ 'અમારા વાદને અપનાવ્યા સિવાય માનવજાતનો ઉદ્ધાર શક્ય જ નથી' એવો ઉદ્ઘોષ કરે છે. ધર્મિષ્ઠ પુરુષો 'ધર્મને, એટલે કે અલબત્ત, અમારા ધર્મને, પાળ્યા વિના જગતમાં સુખ ને શાંતિ કદી આવવાનાં નથી, બધાં જ જો અમારા ધર્મનો સ્વીકાર કરી લેશે તો પછી કોઈને કશી પણ ફરિયાદ કરવાનું કારણ રહેશે નહિ.' એમ નાસ્તિક ને નાલાયક માણસોના મગજમાં ઠસાવવા રાતદહાડો જહેમત ઉઠાવે છે.

રેતીની રોટલી

ફ્રોઇડ ને એના અનુયાયીઓને મતે દુનિયાની બધી આપદાઓ વૃત્તિઓને દબાવવાને લીધે જ થાય છે; અને એ વૃત્તિઓમાં પણ કામવૃત્તિ એ સૌથી મુખ્ય છે. એને દબાવવાને લીધે જ જાતજાતની વિકૃતિઓ પેદા થાય છે. સ્વપ્નાં એને લીધે આવે છે, શારીરિક વ્યાધિઓ ને માનસિક ઉન્માદ એના વીફરવાને લીધે જન્મે છે. જાતજાતના ગુનાઓ એના જ પ્રભાવથી કરવામાં આવે છે. ભાષાનો જન્મ પણ એની જ પ્રેરણાને લીધે થાય છે. આમ સર્વ અર્થ ને અનર્થનું મૂળ કામવૃત્તિમાં રહેલું છે.

આ પ્રમાણે ધાર્મિક પુરુષો ધર્મને સર્વ સંકટોના નિવારણ માટેના એક માત્ર ઉપાય તરીકે મનાવે છે. સામ્યવાદી ને સમાજવાદી વગેરે રાજકારણમાં પડેલાઓ અર્થને આગળ કરે છે, તો ફ્રોઇડ ને બીજા નૂતન માનસશાસ્ત્રના અનુયાયીઓ કામનો પુરસ્કાર કરે છે. સંન્યાસીઓ ને સાધુજનો મોક્ષ સિવાય કોઈની ઉન્નતિ થઈ જ ન શકે એમ જણાવે છે. આમ ધર્મ, અર્થ, કામ ને મોક્ષ : એ ચારે પુરુષાર્થના છૂટાછૂટા ઉપાસકો એ એકને જ પરમ પુરુષાર્થ તરીકે માને છે. એ એક પુરુષાર્થની સિદ્ધિ થયા પછી કંઈ કરવાપણું રહેતું નથી એમ જણાવે છે.

વેદમાં અગ્નિ, ઇંદ્ર, વરુણ, મરુત આદિ જુદાજુદા દેવોની સ્તુતિ આપી છે. જે મંત્રમાં અમુક એક દેવની સ્તુતિ કરવામાં આવી હોય છે, તે મંત્ર જોતાં એમ જ લાગે કે એ જ દેવ સર્વોપરી છે. ખરા પરમેશ્વર તે એ જ. બીજા બધા દેવો એના અનુયાયીઓ કે સાથીઓ છે. અગ્નિ વિષેના મંત્રો જોતાં વેદકાળમાં સૌથી વધારે માહાત્મ્ય અગ્નિનું ગણાતું હશે એમ લાગે. ઇંદ્ર વિષેના મંત્રો જોતાં અગ્નિ નહિ, પણ ઇન્દ્ર સર્વેશ્વર ગણાતો હશે એવું ભાન થાય; ત્યારે વરુણના મંત્રો વાંચતાં અસલના આર્યો વરુણની જ દેવાધિદેવ તરીકે ઉપાસના કરતા હશે એમ લાગી આવે. આવું જોઈને કેટલાક પાશ્ચાત્ય વિવેચકોને આશ્ચર્ય લાગે છે. આર્યો કયા દેવને શ્રેષ્ઠ પદ આપતા હશે તે વિશે એમના મનમાં ગૂંચવાડો ઊભો થાય છે.

પરંતુ એમાં ગૂંચવાવાની જરૂર નથી. જે કાળે જેની ઉપાસના કરવી પડે તે કાળે તેને સર્વશ્રેષ્ઠ પદ આપવું એ માનવસ્વભાવમાં જ રહેલું છે. પ્રાચીન કાળના આર્યો જેમ જુદાજુદા દેવોની ઉપાસના કરતા તેમ અત્યારના ધુરંધર વિચારકો ને પ્રખર પ્રચારકો જુદાજુદા વાદોની ઉપાસના કરે છે.

જગત આખું ભર્યુંભર્યું હોવા છતાં પ્રેમીને લાગે છે કે 'ઊણું મારું જગત આખું, એક એ છબીના વિના.' તેમ બીજા અનેક માર્ગો ને વાદો અસ્તિત્વમાં હોવા છતાં એ વાદના ઉપાસકને પોતાના વાદ સિવાય બીજા કશાનું ધ્યાન રહેતું નથી. ધર્મ ને તત્ત્વજ્ઞાનના જ નહિ, પણ અર્થશાસ્ત્ર ને કામશાસ્ત્રના આચાર્યો પણ એક જ વસ્તુ કહે છે : नान्यः पन्था विद्यतेऽयनाय । — દુનિયાને દુઃખમુક્ત કરવા અમે જે બતાવીએ છીએ તે સિવાય બીજો કોઈ રસ્તો જ નથી. જોકે અનેક પ્રવાસીઓ એમનાથી જુદેજુદે માર્ગે જતા હોય છે ને કેટલાક તો એમની આગળ પણ નીકળી ગયા હોય છે; પણ એમને તો એક જ રાજમાર્ગ દેખાય છે.

પણ દુનિયાની બધી ઉપાધિનો અંત આણવા માટેનો આવો કોઈ એક જ ઉપાય હજી કોઈને જડ્યો નથી ને કદાચ જડશે પણ નહિ. આ બાબતમાં પ્રસિદ્ધ અંગ્રેજ લેખક રોબર્ટ લિંડને હજામત કરતાં જે અનુભવ થયો હતો તે જાણવા જેવો છે. હજામોને હાથે પોતાની દાઢીને ને મોઢાની દુર્દશા કરાવીને જ્યારે એ થાકી ગયો ત્યારે એણે હાથે હજામત કરવાનો નિશ્ચય કર્યો. એ માટે એક મિત્રની એણે સલાહ પૂછી ને એની ભલામણ મુજબ સરસ બ્લેડ વસાવી. બ્રશ તથા સાબુ સામાન્ય પ્રકારનાં વાપરવા માંડ્યાં. હજામત કરવા માટે ઉત્તમ બ્લેડની જરૂર છે, બીજું બધું ગમે તેવું હોય તે ચાલે એમ એને કહેવામાં આવ્યું હતું. પણ આથી એને સંતોષ ન થયો. બીજા એક મિત્રે ઊંચી જાતનો સાબુ વાપરવા ભલામણ કરી. લિંડે એમ કર્યું. પહેલાં કરતાં કંઈક ઠીક હજામત થઈ શકી, પણ પૂરેપૂરો સંતોષ ન થયો. છેવટે બ્રશ પણ ઊંચી જાતનું આણ્યું અને બ્લેડ, બ્રશ ને સાબુ, હજામતનાં એ બધાં જ સાધનો ઉત્તમ કોટિનાં આવવાથી એને તે પછી પૂરેપૂરો સંતોષ થયો. આ ઉપરથી બોધ તારવતા એ કહે છે કે કોઈ એક જ વસ્તુ સારી હોય, બ્રશ, બ્લેડ કે સાબુ તેનાથી કામ સરતું નથી, પણ હજામતની બધી જ સામગ્રી સારી જાતની હોવી જોઈએ. એ જ પ્રમાણે કોઈ એક જ વાદથી – સામ્યવાદ, સમાજવાદ કે લોકશાસનવાદથી લોકોનું કલ્યાણ થવાનું નથી, પણ એ બધા જ વાદોના સિદ્ધાંતોનો પ્રયોગ ને ઉપયોગ યથાકાળે કર્યાથી જગતનું કલ્યાણ થઈ શકશે.

હાથે હજામત કરતાં સાબુ, બ્રશ ને બ્લેડના ઉદાહરણ પરથી જે

નિર્ણય રોબર્ટ લિંડે બાંધ્યો તે તર્કશાસ્ત્રની દષ્ટિએ બરાબર કહી શકાય કે નહિ, પોતાની હજામત કરવી ને આખી દુનિયાની હજામત – અર્થાત્ એની સફાઈ – કરવી એને એકસરખા ગણીને એક ત્રાજવે તોળી શકાય કે નહિ તે જુદી વાત છે. એ જે રીતે આ નિર્ણય પર આવ્યા તે રીત કદાચ ખોટી હશે, પણ એમનો નિર્ણય ખોટો નથી.

દુનિયાની સર્વ ઉપાધિઓનું શમન કરે એવું કોઈ એક જ તાવીજ, કે જગતની સમસ્ત સમસ્યાઓનો ઉકેલ કરે એવી કોઈ એક જ ગુરુચાવી હજી કોઈને પ્રાપ્ત થઈ નથી ને થશે પણ નહિ. અને કદાચ કોઈને પ્રાપ્ત થશે તો તેની આપણને ખબર નહિ પડે.

❒

૩૧

વાતચીતની કલા

જિંદગીમાં માણસ સૌથી વધારે કામ બોલવાનું કરે છે. મૌનના ગુણ મોટામાં મોટા વિચારકોએ ગાયા છે, પરંતુ એ લોકો પણ સામાન્ય જીવનમાં ઘણા બોલકણા હતા એમ એમના અંતેવાસીઓએ એમના વિશે કરેલા ઉલ્લેખો પરથી જણાય છે. મૌનની પ્રશસ્તિ કરવા માટે પણ એમણે વાણીનો પ્રવાહ વહેવડાવ્યો. મહાત્મા ગાંધીજી અઠવાડિયે એક દિવસ મૌન પાળતા, પરંતુ એમનાં ભાષણોના સંગ્રહ પરથી જણાઈ આવ્યા વિના રહેતું નથી, કે આપણા જેવા બોલકણા માણસો કરતાં પણ દશ ગણું એમને બોલવું પડ્યું છે. બીજી બધી ઇંદ્રિયો કરતાં માણસની જીભ વધારેમાં વધારે કામગરી હોય છે. મનુષ્યના જન્મકાળથી એ પોતાનું કાર્ય શરૂ કરે છે તે લગભગ મૃત્યુ સુધી ચાલુ રાખે છે. અનેક પ્રકારની અશક્તિનો ભોગ થઈ પડેલો માણસ પણ બોલવાની બાબતમાં ક્વચિત્ જ અશક્તિનો અનુભવ કરે છે.

આમ છતાં વાર્તાલાપની પણ કલા છે. બોલવામાં પણ સફાઈ હોવી જોઈએ એનું ભાન ઘણાં ઓછાંને હોય છે. લલિત અને એવી બીજી અનેક કલાઓમાં માણસે પ્રગતિ સાધી છે, પણ વિસર્જન અને સર્જન, બંને પ્રકારની પ્રવૃત્તિઓ માટે આવશ્યક એવી આ બોલવાની કલામાં ઘણા ઓછા માણસોએ નિપુણતા મેળવી હોય છે.

થોડા વખત પર એક કાપડ વેચનાર ફેરિયો મારે ત્યાં આવ્યો હતો. એની પાસે ઊંચી જાતનું ને મોંઘી કિંમતનું કાપડ હતું. મારે એ જાતના કાપડનો ખપ ન હતો. કદાચ ખપ હોય, તોપણ એ ખરીદવા માટે જેટલા

પૈસા ખરચવા પડે એટલા પ્રમાણમાં એની જરૂરિયાત તો નહોતી જ. 'મારે નથી જોઈતું.' મેં એને કહ્યું.

'જુઓ તો ખરા, જોવામાં શું જાય છે?' એણે કહ્યું ને ઘરનાં બધાં માટે એણે માલ ખુલ્લો કર્યો. એ પછી જુદાજુદા પ્રકારનું કાપડ કાઢી અમારા હાથમાં એ આપીને તેના ગુણનું વર્ણન કરવા માંડ્યું. એના શબ્દે પથ્થર જેવાં અમારાં દિલ ધીરેધીરે પીગળવા લાગ્યાં અને એ જ્યારે બે કલાક પછી ગયો ત્યારે 'એક પૈસાનું પણ કાપડ નથી લેવું' એમ એના આગમન કાળે કૃતનિશ્ચય બનેલ મારી કને રૂપિયા સોનું કાપડ મૂકી ગયો! ખરો માણસ! શી એની બોલવાની સફાઈ! સો રૂપિયાનું કાપડ મને પધરાવીને ગયો!

મારા એક મિત્ર છે. એમને ફારસી જરા પણ આવડતું નથી, પણ દિલ્હી-જતાં ટ્રેનમાં એમને એક ફારસી પુસ્તકો વેચનાર મળ્યો હતો. તેણે ફક્ત બોલવાની કલા વડે એમને પાંચ મોટાંમોટાં ફારસી પુસ્તકો વેચ્યાં હતાં. હવે આ પુસ્તકો વાંચવા માટે ફારસીનો અભ્યાસ કરવો કે કોઈ લાઇબ્રેરીમાં એ ભેટ તરીકે આપી દેવાં એવા તર્કવિતર્કમાં એ મિત્ર પડ્યા છે.

હું ઇન્ટર આર્ટ્સની પરીક્ષા પાસ કરીને બી.એ.માં ગયો, ત્યારે ઐચ્છિક વિષય શો લેવો તેની ગૂંચવણ ઊભી થઈ. ફિલોસોફી લઉં તો ઠીક એમ કોઈ વાર થતું, તો કોઈ વાર સંસ્કૃત-ગુજરાતી લઉં એમ થતું. આનો તરત નિર્ણય કરી શક્યો નહિ, એટલે હું મારા એક મુરબ્બીને, યુનિવર્સિટીના અભ્યાસના સારા જાણકારને મળવા ગયો. થોડીક આડીઅવળી વાત કરી, મેં મુખ્ય વિષય રજૂ કરી એમની સલાહ માગી: 'મને બંને લેવાનું મન થાય છે. આપની શી સલાહ છે? ફિલૉસૉફી લઉં કે સંસ્કૃત-ગુજરાતી?'

'હું.' એમણે જવાબ દીધો.

ફરી પાછું બંને વિષયો મને કેમ ગમે છે ને બંને શીખવાની સગવડ તથા અવગડ કેવી રીતની છે તે બધાનું પારાયણ કરી મેં એમને કહ્યું: 'અમારી કૉલેજમાં ફિલૉસૉફી શીખવા માટે જોઈએ તેટલી સગવડ નથી, પણ એ માટે મારે બહારગામ જવું પડે એમ છે. સંસ્કૃત-ગુજરાતી માટે અહીં સારી સગવડ છે, પણ સંસ્કૃત ને ગુજરાતી બી.એ.માં ન લઉં તોપણ

ચાલે એમ છે. એનું જ્ઞાન સાધારણ તો મને છે જ. પણ ફિલૉસૉફી લઉં તો એક નવો વિષય શીખવા મળે એમ છે. એટલા માટે આપની સલાહ લેવા આવ્યો છું.'

જવાબમાં એમણે પાછો 'હું' એટલો જ શબ્દોચ્ચાર કર્યો. સામાન્ય રીતે એ એકાદ વાક્ય કરતાં વધારે ભાગ્યે જ બોલે છે. એમને મળવા જનારને જ આખો વખત બોલવાનું રહે છે. એ તો ફક્ત શ્રોતા તરીકે 'હું' એટલો શબ્દોચ્ચાર કરીને જ સંતોષ માને છે. એવી એમની ખ્યાતિ મને યાદ આવી. ને પછી થોડીઘણી આડીઅવળી વાતચીત કરી મેં એમની રજા લીધી: 'ચાલો ત્યારે, જાઉં હવે!'

'હું' એમણે કહ્યું. છેવટનો પ્રયત્ન કરી જોવા ઊઠતાં ઊઠતાં મેં પૂછ્યું: 'ત્યારે આપને હું ફિલૉસૉફી લઉં તો ઠીક એમ લાગે છે.'

'હું.' એમનો જવાબ મળ્યો

'કે પછી સંસ્કૃત-ગુજરાતી ઠીક પડશે?' મેં પૂછ્યું.

'હું.' એમણે કહ્યું.

એ પછી મુંબઈની ચારપાંચ કૉલેજોનો અનુભવ લઈને કૉલેજ-જીવનમાં આઠેક વર્ષ ગાળી એ સૌ બાબતમાં નિષ્ણાત બનેલા એક પ્રૌઢ ગૃહસ્થને હું મળ્યો મેં વાત શરૂ કરી ને તરત એમણે પૂછ્યું: 'તમારે શું લેવું – ફિલૉસૉફી કે સંસ્કૃત-ગુજરાતી – એ મને પૂછવા તમે આવ્યા છો ને?'

'હા જી, મેં જવાબ દીધો.

'તો જુઓ, હું તમને સમજાવું. આપણા મુંબઈમાં અત્યારે નવ કૉલેજો છે. એમાંથી ગમે તે પાંચ કૉલેજોમાં તમે જઈ શકો એમ છો. આપણે હવે એ દરેક કૉલેજમાં ફિલૉસૉફી તથા સંસ્કૃત-ગુજરાતી શીખવાની સગવડ કેવી રીતની છે તે જોઈએ.' એમ કહીને જુદીજુદી કૉલેજો, તેમના પ્રોફેસરો અને પ્રિન્સિપાલો, ત્યાંનાં શિક્ષણપદ્ધતિ અને વાતાવરણ, જે શહેરોમાં એ કૉલેજ આવેલી હતી ત્યાંના હવાપાણી, ને રહેવાની સગવડ એ બધા ઉપર એમણે સવિસ્તાર ભાષણ આપવાનું શરૂ કર્યું. પોણો કલાક રહીને એ અટક્યા. પછી મને પૂછ્યું: 'ચા લેશો?'

'ના જી', હમણાં જ પીને આવ્યો છું.'

'બહુ ખોટું કર્યું', એમણે કહ્યું.

'કેમ, શાથી ?' મેં નવાઈ પામી પૂછ્યું.

'તમે મને મળવા આવવાના હતા એ તો તમે જાણતા હતા. મારે ત્યાં તમે આવો ત્યારે તમારો સત્કાર મારે કરવો જોઈએ. આપણે ત્યાં મહેમાનોનો સત્કાર કરવા માટે ચાના પ્યાલા સિવાય બીજું કયું સાધન છે ? એટલે તમે મારે ત્યાં આવો ત્યારે તમને ચા મળશે, એમ તમને પહેલેથી જ લાગવું જોઈતું હતું. તેને બદલે તમે ચા પીને આવ્યા. હવે તમારો સત્કાર મારે શી રીતે કરવો ?' એમણે ખુલાસો કરતાં કહ્યું.

'પાણી આપો તો ચાલશે', મેં જરા ક્ષોભ પામી કહ્યું.

'તે તો મળશે જ. પાણીથી કોઈ પાતળું થતું નથી, પણ પાણી આપ્યાથી કોઈનો સત્કાર કર્યો એમ કહેનાર ને માનનાર બંને મૂર્ખ છે. પાણી તો કોઈ ભિખારી કે કોઈ અધમ કે ગમે તેવો અજાણ્યો માગે તો તેને પણ આપણે આપીએ છીએ, પણ ચા બધાને આપતા નથી. જેની જોડે સારો સંબંધ હોય અથવા જેની જોડે સંબંધ કેળવવા ઇચ્છતા હોઈએ તેની સામે 'જ ચાનો પ્યાલો ધરીએ છીએ.' એમણે કહ્યું.

'તો કંઈ નહિ, હું ચા લઈશ. થોડા વખત પર જ ઘેરથી પીને નીકળ્યો છું, પણ અત્યારે બીજો કપ લઈશ તો ખાસ વાંધો નહિ આવે.' એમને રાજી કરવાના હેતુથી મેં કહ્યું.

'તો તો બહુ જ ખોટું. તમે હમણાં જ એટલે કે પા-અર્ધા કલાક પર ચા પીને ઘેરથી નીકળ્યા છો, તો પછી ફરીથી ચા પીઓ તેમાં નુકસાન થવાનો સંભવ છે. તમે જાણો છો કે ચામાં ટેનિન ઍસિડ નામનો પદાર્થ આવે છે ? એ ચામડાંને સાફ કરવામાં વપરાય છે. એનામાં ચામડાંને લીસાં બનાવવાનો ગુણ છે. તમે આમ વારંવાર ચા પીઓ તો તેથી તમારાં આંતરડાંમાં જે ખાંચાઓ હોય છે તે ઘસાઈને લીસા થઈ જાય છે. ને આમ તમારી પાચનશક્તિ મંદ પડી જાય છે.' એમણે કહ્યું.

'પણ હું કાંઈ રોજ બહુ ચા પીતો નથી. આ તો કોઈક પ્રસંગે જરૂર પડે તો ખાસ વાંધો પણ રાખતો નથી,' મેં કહ્યું.

'તમે વચ્ચે ન બોલ્યા હોત તો હું આગળ કહેવાનો હતો. રસવૃત્તિની દૃષ્ટિએ પણ તરત ને તરત બીજી વાર ચા પીવી એ ખોટું છે. ચા આપણે પીએ છીએ તે મઝા આવે તેટલા માટે. શોખની ને વિનોદની વસ્તુઓનો વારંવાર ઉપયોગ કરવાથી તેની આનંદ આપવાની શક્તિ ઓછી થઈ જાય છે. અર્ધા કલાક પહેલાં ચા પીધી હોય અને અત્યારે ફરી હું તમને ચા આપું તો તેમાં તમને મઝા નહીં આવે. એટલે તમે જાણે મારા પર ઉપકાર કરતા હો એમ ચા પી જાઓ ને એ રીતે હું તમને પરાણે ચા પાઉં એમાં કદાચ તમારો સત્કાર કર્યો મને લાગે; પણ તમને તો એ સત્કાર જેવું ભાગ્યે જ લાગે. એટલે તમારો સત્કાર કરવાનો મારો હેતુ માર્યો જાય.' એમણે વિવેચન કરતાં જણાવ્યું. થોડી વાર મૂંગા રહીને મેં કહ્યું, 'હા જી, પણ પછી મારે શું કરવું? ફિલૉસૉફી લેવી કે સંસ્કૃત-ગુજરાતી ?'

'તમારા જુવાનિયાઓમાં એક બહુ મોટી નબળાઈ મેં જોઈ છે, જે તે વાતમાં અધીરાઈ ભારે – તમે એટલા માટે મને મળવા આવ્યા છો, મને તમે એ વાત કરી પણ ખરી, ને એ વિષય વિશે મેં થોડું કહ્યું પણ ખરું. એ બધું હું ભૂલી ગયો હોઈશ એમ કેમ ધારી લીધું ?'

'જી, એ મેં ધારી નથી લીધું, પણ આ તો –'

'કંઈ નહિ, ધારી નહિ લીધું હોય તોપણ તમારા કહેવાનો અર્થ એ જ જાતનો થાય છે. એનો કદાચ ખ્યાલ તમને નહિ હોય. ઠીક, હવે મૂળ વાત પર આવીએ.' એમ કહી એમણે ફિલૉસૉફી શું તે વિશે પ્રવચન શરૂ કર્યું. પોણા કલાક સુધી સતત વાગ્ધારા ચલાવીને એ જરા થાક ખાવા થોભ્યા એટલે મેં કહ્યું:

'અત્યારે મારે જરા કામ છે. બીજે જવાનું છે, કહો તો કાલે મળું.'

'એમ? તમે જો આવા મહત્ત્વના વિષય પર મારી સલાહ લેવા આવવાના હતા તો પછી એ દિવસે બીજું કામ શા માટે રાખ્યું? હાલના જુવાનિયાઓને સમયની કાંઈ કિંમત જ નથી હોતી.' એ સમયની કિંમત વિશે લાંબું વ્યાખ્યાન આપવા માંડે તે પહેલાં સમય વિચારી, હું ઊભો થઈ ગયો. તે જોઈ એમણે કહ્યું:

'ઠીક ત્યારે, કાલે આ જ વખતે મળજો. હું બરાબર વિચાર કરી

રાખીશ.' એમની સાથે મારે એવી ચાર મુલાકાત થઈ. એ બધીને અંતે ટાઇફોઈડનાં જંતુ પાણીમાં વધારે હોય છે કે દૂધમાં, ભીંડાનું શાક સરસ રીતે બનાવવું હોય તો તાપ એકસરખો ન રાખતાં અવારનવાર વધતો ઓછો કરવો જોઈએ, કૉલેજ-હૉસ્ટેલમાં રહેવાનું રાખ્યું હોય તો વાળ આછા રાખવા કે લાંબા, એવા, અલબત્ત, વહેવારુ જીવન માટે ઘણા જરૂરના કહી શકાય એવા વિષય પરત્વે મારા જ્ઞાનમાં ઘણો વધારો થયો. પરંતુ મારે જે બાબતનું માર્ગદર્શન એમની પાસેથી જોઈતું હતું તે મારા મનનું સમાધાન થાય એવી રીતે મળી શક્યું નહિ.

સામાન્ય પ્રકારની વાતચીતમાં કોઈ પ્રસ્તુત વિષય હોતો નથી, છતાં પણ એ જાતના વાર્તાલાપમાં પણ જે મુદ્દા પર કોઈ બોલતો હોય તે મુદ્દો તદ્દન આઘો રહી જાય અને વાંદરો એક ઝાડ પરથી બીજા ઝાડ પર કૂદકા મારે, તેમ વાત પર એક વિષય પરથી બીજા, બીજા પરથી ત્રીજા, ત્રીજા પરથી ચોથા, એમ જુદાજુદા વિષયો પર ઠેકડા મારવા માંડે ત્યારે એ મનુષ્યને વાતચીતની કલાનું જરા પણ ભાન નથી એમ વિના સંકોચે કહી શકાય.

કેટલાક મનુષ્યોએ વાતચીત માટે એક જ વિષય નક્કી કરી રાખ્યો હોય તો કોઈ પણ વિષય પર વાત કરવા માંડે ત્યારે તેમાં 'હું'નું જ પ્રાધાન્ય હોય છે. એમના વાર્તાલાપનું મધ્યબિંદુ હંમેશાં 'હું' જ હોય છે. વિષયોની આખી દુનિયા એ જ ધરી પર ફરતી હોય છે. એ ગમે તેવી રસિક રીતે વાત કરી શકતા હોય, તોપણ જ્યાં ત્યાં પોતાના હુંપણાને આગળ કરીને પોતાની બડાઈ સાથે જૂઠી, મોટે ભાગે બનાવટી વાતો કરીને એ સાંભળનારને કંટાળો આપે છે.

એના કરતાં પણ ચડી જાય એવા કેટલાક હોય છે. એઓ હંમેશાં એમ માનતા હોય છે કે પોતે બુદ્ધિમાન છે, પણ એટલાથી એમને સંતોષ થતો નથી. અકક્લનો જથ્થો તો દુનિયામાં અમુક પ્રમાણમાં જ હોય છે. તેમાંથી મોટા ભાગનો જથ્થો એમના મગજમાં જ આવી ગયો હોય એટલે બાકીના મનુષ્યોને ભાગે બહુ થોડા જ પ્રમાણમાં અક્કલ આવે એ દેખીતું છે. એટલે 'હું બહુ અક્કલવાળો છું અને તમારામાં અક્કલ નથી' એમ

સૂચવતા હોય એ રીતે એ હંમેશાં બીજા જોડે વાત કરે છે.

એક વાર એવા એક ભાઈએ લાંબો વખત મારી સાથે વાત કર્યા પછી મને કહ્યું: 'મારા બોલવામાં કંઈ ભૂલ છે? હોય તો બેલાશક કહી દો.'

'બતાવું?' મેં પૂછ્યું.

'હા, હા, બેલાશક. મને જરાયે માઠું નહિ લાગે.' એમણે જવાબ દીધો.

'તમારી બે જાતની ભૂલ થાય છે.' મેં કહ્યું.

'શી?' એમણે પૂછ્યું.

'એક તો તમારી બધી વાતચીત પરથી જાણે સામા મનુષ્યને એમ જ પૂછતા હો એમ લાગે કે છે કોઈ મારા જેવો હોશિયાર? એ એક ભૂલ. પણ એથીયે મોટી ભૂલ તમે એ કરો છો કે તમે સામા માણસને અક્કલ વિનાનો માનતા હો એવી વાત કરો છો.' મેં જવાબ દીધો. ત્યાર પછી મારી અક્કલ માટે જે થોડોઘણો પણ અભિપ્રાય એમના મનમાં હશે તે તદ્દન ઊતરી ગયો ને વાત કરવાને તો શું પણ વાત સાંભળવાને પણ હું લાયક નથી એવો એમનો દૃઢ અભિપ્રાય બંધાઈ ગયો.

વાક્યેવાક્યે અમુક શબ્દો બોલવાની ટેવ ઘણાને હોય છે એ જાણીતી વાત છે. 'શું સમજ્યા?' 'મેં કહ્યું 'ઠીક ને?' 'શું' 'બોલો રાજ્જા.' 'હા ભાઈ' – આવાઆવા શબ્દો દરેક વાક્યને અંતે તેમના મુખમાંથી નીકળે છે અને ખરી રીતે જોતાં તદ્દન નકામા એવા એ શબ્દો ખરેખર કામની એવી વાતોને બાજુએ હઠાવી પોતે પ્રધાન સ્થાન લે છે. એથી કેટલીક વાર સામા મનુષ્યનું અજાણતાં અપમાન પણ થઈ જાય છે, કે બોલનારે ન ધાર્યો હોય એવો અર્થ નીકળે છે, પણ તેનું એમને ભાન રહેતું નથી. એક ભાઈને થોડીથોડી વારે 'કપાળ તમારું' બોલવાની ટેવ હતી. એક વાર એ પોતાના માંદા સસરાને જોવા ગયા હતા. ખબરઅંતર પૂછ્યા પછી એમણે કહ્યું: 'દવા કરો છો?'

'હા, ડૉક્ટરની દવા ચાલે છે.' સસરાજીએ જવાબ દીધો.

'ખવાપીવામાં ચરી પાળો છો?' એમણે પૂછ્યું.

'હસ્તો.' સસરાએ કહ્યું.

'કપાળ તમારું' એ બોલી ઊઠ્યા!

'શું કહ્યું, શું કહ્યું?' સસરાએ જરા નવાઈ પામી પૂછ્યું.

'કંઈ નહિ. એ તો હું અમથો મનમાં બોલ્યો.' એમણે વાત ઉડાવી. એ પછી એમણે પાણી ઉકાળીને પીવાની સલાહ આપી ને પૂછ્યું: 'તમે સમજ્યા – પાણી ઉકાળીને કેમ પીવું તે?'

'હા, સમજ્યો.' સસરાએ કહ્યું.

'કપાળ તમારું!' તરત એ ગૃહસ્થ બોલી ઊઠ્યા.

આવા છબરડા એમને હાથે ઘણી વાર થતા. કોઈક વાર સામો મનુષ્ય ઉશ્કેરાઈ પણ જતો.

કેટલાકને વાતચીત કરતાં અમુક ચાળા કરવાની ટેવ હોય છે. બહુ મોટી ઉંમરના ને પ્રતિષ્ઠિત એવા એક ગૃહસ્થને થોડાં વાક્યો બોલ્યા પછી સાંભળનાર આગળ જઈને, હાથ ધરીને ઊભા રહીને તાળી માગવાની ટેવ છે. મારે એક વાર એમને કામ પ્રસંગે મળવા જવું પડ્યું હતું. પાંચસાત ગૃહસ્થો નીચે જાજમ પર બેઠા હતા અને એઓ પાન ચાવતાં ચાવતાં હીંચકા પર બેસીને વાત કરી રહ્યા હતા. હું એમને શા માટે મળવા ગયો હતો તે મેં એમને જણાવ્યું. એમણે મારી વાત સાંભળી ને પછી પોતે બોલવા માંડ્યું. પાંચસાત વાક્યો બોલીને હીંચકા પરથી ઊઠીને મારી આગળ આવીને હાથ ધરીને ઊભા. આમ શા માટે ઊભા રહ્યા હશે તે હું સમજી શક્યો નહિ, પણ મારી બાજુમાં બેઠેલા ગૃહસ્થે એમના લંબાવેલા હાથ પર તાળી આપી ત્યારે મને સમજ પડી. એ પછી તો વારંવાર ઊઠીને એ મારી પાસે આવતા ને હું એમને તાળી આપતો, પણ મને કોણ જાણે કેમ મારા કરતાં બહુ મોટી ઉંમરના એ પ્રતિષ્ઠિત ગૃહસ્થને વારંવાર તાળી આપતાં સંકોચ ને શરમનો અનુભવ થતો.

એક ભાઈ વાર્તાલાપ કરવાની કલામાં પારંગત ગણાય છે. મહેફિલમાં કોઈ પણ રીતે રંગ જમાવવાની કલા એમને સારા પ્રમાણમાં આવડે છે. પણ એ આવે ત્યારે બીજા ગમે તેટલા બેઠા હોય, એ બધાએ મૂંગા થઈ જવું જોઈએ. એ બોલતા હોય ત્યારે ટાપસી પૂરવા માટે પણ વચ્ચે ન બોલાય. એ એક કલાક-બે કલાક – ગમે તેટલો વખત બોલે, બીજાઓએ તો બસ સાંભળ્યા જ કરવું જોઈએ. કદાચ બીજાઓ કંઈ વાત કરવા જાય

તો તેમનું આવી બને. એ ઉશ્કેરાઈને ઊભા થઈ જાય અથવા રિસાઈને મૂંગા બની જાય.

વાતચીત કરવાની પણ કલા છે. એમાં બોલનાર ને સાંભળનાર હંમેશાં એક પક્ષે જ નથી રહેતા, પણ બંનેના ભાગે બોલવાનું તેમ જ સાંભળવાનું આવે છે. અને બંનેને બોલવાનો અવકાશ મળે એ રીતે વાતનો પ્રવાહ વહેતો રહેવો જોઈએ એનો ખ્યાલ ઘણા થોડાને હોય છે.

મોઢું ને જીભ છે એટલે બોલતાં તો સૌને જ આવડે એમ આપણે માનીએ છીએ, પણ ખરી રીતે જોતાં બોલવાની કલા કદાચ સૌથી અઘરી કલા છે. એમાં નિપુણતા મેળવવી બહુ જ મુશ્કેલ છે.

STAR BOOKS
55, Warren St., London W1T 5NW
Ph. : (020) 7380 0622
E-mail : indbooks@aol.com